Ang
PINASIMPLENG
MAIKLING
BIBLIYA

Ang PINASIMPLENG MAIKLING BIBLIYA

Isang Maikling Kronolohikal na Buod ng Lumang at Bagong Tipan

Binuo, Inorganisa, at Ipinaliwanag ni

PETER J. BYLSMA

ISBN: 978-1-962363-43-3 Paperback
ISBN: 978-1-962363-44-0 Ebook

Rev. date: 12/14/2023

CONTENTS

PAUNANG SALITA

Nagsimula akong sumulat ng Ang Maikling Bibliya noong tagsibol ng 2020 nang mag-umpisa ang pandemya ng COVID-19. Nag-aral ako ng Bibliya sa mahigit na 50 taon pero hindi ko maintindihan kung paano nagkakasya ang lahat ng bahagi nito sa isang kabuuang kuwento. Ang mga kuwento sa Bibliya ay parang mga piraso ng isang palaisipan na hindi maaaring pagsamahin dahil wala akong makitang larawan sa kahon. Maraming taong nagnanais na basahin ang buong Bibliya pero hindi ito natapos dahil ito ay napakahaba at kumplikadong mga bahagi, at hindi sila nagkaroon ng oras upang basahin ang lahat ng ito.

Matapos kong ilathala ang The Short Bible noong 2021, naging malinaw na kailangan ng mas maikling buod ng buong Bibliya, at kailangan itong isulat sa mas simpleng pananalita. Ang pinasimpleng bersyon na ito ay isinulat para sa mga taong hindi bababa sa 10 taong gulang at nakakabasa ng Ingles. (Ang mga pinasimpleng bersyon ng Ang Maikling Bibliya ay ginagawa sa ibang mga wika.)

Tulad ng ibang mga bersyon ng ng Ang Maikling Bibliya na nailathala, ibibigay ko ang 90% ng lahat ng aking royalties sa pamamagitan ng Bylsma Foundation sa mga organisasyon na walang tubong tumutulong sa mga taong nangangailangan, nagtataguyod ng katarungan sa mundo, naghahanap at nagpapalaganap ng katotohanan, tumutulong sa iba na maunawaan ang mga kuwento at kahulugan ng Bibliya, at hinihikayat ang mga nangangailangan ng mabuting balita.

Peter J. Bylsma
Oktubre 2023

PANIMULA

Ang Banal na Biblia ay isang koleksyon ng 66 na sinaunang dokumento na isinulat ng maraming may akda sa loob ng 2,000 taong panahon. Noong huling bahagi ng ikaapat na siglo, tinalakay ng mga pinuno ng simbahan ang lahat ng magagamit na dokumento at nagpasya sa isang pangwakas na set na kilala ngayon bilang kanon. Ang mga aklat ay pagkatapos ay inayos sa kanilang kasalukuyang pagkakasunud sunod at isinalin sa Latin. Ang Bibliya ay may dalawang bahagi. Ang Lumang Tipan ay may 39 na aklat at sumasaklaw sa mga 1,500 taon ng kasaysayan ng mga Israelita. Ang Bagong Tipan ay may 27 aklat at sumasaklaw sa mga pangyayari noong unang siglo AD sa Palestina at sa silangang rehiyon ng Dagat Mediteraneo.

Ang ilan sa mga dokumento ("mga aklat") ay medyo mahaba, habang ang iba ay ilang mga kabanata lamang. Ang mga aklat na ito ay hinati sa mga kabanata at talata upang madaling mahanap ng mga mambabasa ang mga partikular na bahagi. Mayroong higit sa 1,100 mga kabanata sa buong Bibliya, at aabutin ng higit sa 2,000 mga pahina upang mailathala ito sa format ng isang modernong aklat. Ang mga pangalan ng lahat ng mga aklat ay matatagpuan sa Apendiks A.

Ang Unang Bahagi ng aklat na ito ay buod ng Lumang Tipan; Ang Ikalawang Bahagi ay buod ng Bagong Tipan. Ang panahong 400 taon ay naghihiwalay sa mga pangyayaring inilarawan sa dalawang bahagi at tinatalakay sa Kabanata 14.

Iba't ibang bersyon ng Bibliya ang naisulat sa paglipas ng mga siglo. Ang pinakaunang bersyon sa Ingles ay nilikha noong unang bahagi ng 1600s ng mga iskolar ng relihiyon na nagtatrabaho para kay Haring James ng Inglatera Nagsimula iyan sa paglikha ng mga pagsasalin sa iiba't ibang wika, at maraming salin at bersyon ng Biblia ang umiiral ngayon, kabilang na ang mga bersyon na paraphrased na mas madaling basahin at maunawaan. (Ang Apendiks K ay may impormasyon tungkol sa mga bersyon na ito.)

Mga Nilalaman ng Bibliya

Ang mga aklat ng Bibliya ay sumasalamin sa iba't ibang uri ng literatura. Kabilang dito ang mga salaysay tungkol sa iba't ibang bayani, mga kasaysayan, mga batas, talambuhay, tula, talaangkanan at impormasyon sa sensus, mga aklat ng karunungan at mga kasabihan, mga koleksyon ng mga maikling kwento, mga talinghaga, mga inspirasyonal na liham, at mga malalalim at simbolikong mga hula tungkol sa hinaharap.

Ang laman ng Bibliya ay madalas na kulang sa mga detalyeng gustong malaman ng mambabasa. Sa kabilang banda, ang ilang mga seksyon ay may kasamang maraming mga detalye, ang ilan sa mga ito ay hindi mahalaga. Ang mga nilalaman ay hindi magkakasunod, kaya't mahirap maunawaan ang ilan sa mga pangunahing kaganapan. Karamihan sa mga sulatin ay naganap kung kailan ang pagsasaka ay ang pangunahing hanapbuhay, kaya maraming mga tukoy at metapora sa mga karaniwang bagay sa panahong iyon (tupa, kambing, lupa, buto, tubig, trigo, isda, ubasan, disyerto). Ang mga kuwento ay madalas na mayaman sa simbolismo, at ang usapan ay may halong pagsasalaysay.

Ang Bibliya ay isang seryosong aklat na walang gaanong katatawanan o romansa. Maraming malungkot na bahagi, ngunit marami ring mga bayani at tagumpay. May mga malalaking puwang din sa salaysay ng Bibliya na kailangang punan upang maunawaan ng mga makabagong mambabasa ang konteksto ng mga kuwento.

Buod ng mga Pangunahing Punto

Inilalarawan ng Biblia ang isang mapagmahal at mapagpatawad na Diyos na nagnanais ng kaugnayan sa mga tao sa mundo kung saan nagkakaroon ng pakikipagsapalaran ang kabutihan at kasamaan. Inilalarawan ng katagang Diyos ang isang makapangyarihang puwersa na may iba't ibang anyo, katulad ng kung paano ang tubig ay may dalawang iba pang anyo (singaw at yelo). Ang katagang Panginoon ay ginagamit din bilang salita para sa Diyos, at ang Diyos ay may Espiritung anyo.

- Ang Biblia ay may maraming konsepto na nag-uugnay sa kanilang paraan mula sa simula ng kuwento hanggang sa katapusan.

- Ang mundo ay may pisikal na dimensyon na maaaring makita at mayroon ding isang di-nakikitang supernatural at espirituwal na dimensyon.

- Ang mga hindi nakikitang pwersa ay may kakaibang kapangyarihan. Ang ilang mga puwersa ay mabuti at mapagmahal, ngunit mayroon ding mga masasamang hangarin na gumagawa ng mga masasamang bagay at nagtatangkang sirain ang mabuti.

- Iisa lamang ang tunay at kataas taasang puwersa (Diyos). May mga taong naniniwala na maraming diyos, ngunit ang mga diyos na ito ay hindi katulad ng tunay na Diyos. Bagaman hindi nagbabago ang kalikasan ng Diyos, hindi maaring hulaan kung paano gagamitin ng Diyos ang kanyang kapangyarihan. Ang isip ng Diyos ay maaring magbago sa pagtugon sa mga taos-pusong kahilingan ng mga tao ("panalangin").

- May buhay pagkatapos ng pisikal na kamatayan, at ang Diyos ang nagpapasya kung ano ang mangyayari sa isang tao pagkatapos mamatay. Mahal at pinatatawad ng Diyos ang lahat ng mga tao sa mundo, kaya posibleng makapasok ang lahat sa isang uri ng masayang buhay pagkatapos nilang mamatay. Ito ay nalalapat sa lahat ng tao, hindi kailanman batay sa kung ano ang kanilang nagawa sa kanilang buhay.

- Ang Diyos ay laging mabuti, maawain, mapagpatawad, matiyaga, at mapagmahal. Nais ng Diyos na mabuhay nang maayos ang lahat ng mga tao at higit pa sa nararapat nating ibigay sa mga tao (ang di karapat dapat na kabutihang ito ay tinatawag na "biyaya").

- Nais ng Diyos na magkaroon ng mapagmahal na relasyon sa lahat ng tao sa mundo. Hindi mahalaga kung ano ang hitsura nila, kung saan sila ipinanganak, o kung anong uri ng pamilya o tradisyon ang mayroon sila.

- Mayroong tama at maling paraan ng pamumuhay. Ang pagsunod sa mga tagubilin at utos ng Diyos ay nakakatulong sa atin sa pagharap sa mga problema ng buhay. Ang hindi pagsunod sa mga ito ay maaaring magdulot ng malalang pagsubok at paghihiwalay sa Diyos. Sa tulong ng Diyos, maaari nating baguhin ang ating mga pamamaraan at gawin ang tama.

- Pinili ng Diyos ang mga tao upang ipakita sa mundo kung ano ang tamang pamumuhay at relasyon sa mundo. Noon una, ginamit ng Diyos ang mga indibidwal at pamilya, pagkatapos ay isang espesyal na lipi ng mga tao (ang mga Israelita) na naninirahan sa isang lugar sa mundo (Canaan, na kilala ngayon bilang Palestina). Kapag nagpakasarili ang mga tao sa tribo, hindi sumunod sa mga turo ng Diyos, at hindi namuhay ng tama, nagpadala ang Diyos ng mensahe sa pamamagitan ng mga matapang na tao upang ipaalala sa kanila kung paano sila dapat mabuhay. Kapag patuloy na hindi sumusunod ang mga tao sa tribong ito, inangkin ng Diyos ang latat ng mga tao sa mundo upang maging bahagi ng kanyang pamilya. Ang mga taong nabibilang sa Diyos ay tinatawag na magmahal sa iba at siguraduhing patas ang buhay para sa lahat (nagbibigay ng katarungan).

- Kapag ang mga relasyon ay nasira o napipigilan, kailangan ng isang uri ng sakripisyo upang gumaling ang relasyon. Gayunpaman, ang mga sakripisyong ito ay dapat na tapat–ang ating mga motibo at aksyon ay nagpapatunay na tayo ay nagsisisi at gusto nating ayusin ang relasyon.

- Ang buhay ay hindi mahuhulaan at kadalasan ay hindi makatarungan. Ang ating mga plano ay naabala ng mga hindi inaasahang pangyayari na hindi natin kontrolado. Hinahamon ng Diyos ang ating buhay, puso, at mga priyoridad sa mga di-pangkaraniwang paraan na nagbabago sa ating direksyon. Sa mundong magkakasama ang mabuti at masama, nagdurusa ang mabubuting tao at umuunlad ang masasamang tao. Ang katapatan sa Diyos at kung paano tayo tumugon sa ating kalagayan ang pinakamahalaga. Ang walang limitasyong pag ibig, pagpapatawad, at biyaya ng Diyos ay mga kahanga hangang kaloob sa lahat ng tao, kahit na wala sa atin ang karapat dapat sa mga ito.

- Nais ng Diyos na tulungan ng mga tao ang mga nangangailangan. Ang Diyos ay lalong nagmamalasakit sa mga dayuhan at sa mga maysakit, mahihirap, napabayaan, nalulungkot at walang suporta. Ang pagtulong sa mga taong ito ay nagpapatunay na ang isang tao ay sumusunod sa Diyos.

- Ang mga paraan at hangarin ng Diyos para sa atin ay kadalasang naiiba sa mga paraan na karaniwan nating reaksyon. Halimbawa, dapat nating mahalin ang ating kaaway at umasa sa Diyos at sa iba sa halip na gawin ang gusto natin o sikaping gawin ang mga bagay-bagay sa pamamagitan ng ating sarili.

Sa huli, ang Bibliya ay isang mahaba at masalimuot na kuwento ng pag ibig. Ang pag ibig na ito ay hindi pisikal, emosyonal, o sentimental. Bagkus, ito ang anyo ng pag ibig na laging sumusuporta, nagtatanggol, at nagsasakripisyo para sa kapwa at patuloy na naghahanap ng tama at pinakamainam para sa mundo. Hinihikayat ng Bibliya ang lahat na matuto mula sa mga kuwento at turo nito at iisaalang-alang na sundin ang ganitong paraan ng pamumuhay.

Pagbibigay kahulugan sa Bibliya

Ang pagbibigay kahulugan sa Bibliya ay maaaring maging isang hamon. Sa ilang pagkakataon, ang may akda o tauhan ang nagsasabi sa mga manonood kung ano ang ibig sabihin ng kuwento. Sa ibang pagkakataon, nagkukuwento lang ang may akda nang walang ibang sinasabi, kadalasan dahil naunawaan ng mga manonood ang puntong ibinibigay. Kaya kailangang maunawaan ng isang mambabasa ang kalagayan upang maunawaan ang buong kahulugan ng ilang kuwento.

Kung minsan ang partikular na patnubay ay isinusulat para sa mga tao sa isang lugar sa isang partikular na oras, at maaaring hindi ito naaangkop sa mga naninirahan sa iba pang mga lugar o panahon — ang patnubay ay hindi isang pangkalahatang katotohanan para sa lahat ng tao na sundin sa lahat ng oras. Ang mga tamang interpretasyon ay karaniwang yaong naaayon sa mga pangunahing tema na tumatakbo sa lahat ng mga dokumento.

Kung minsan ang partikular na patnubay ay isinusulat sa mga tao sa isang lugar sa isang partikular na oras, at maaaring hindi ito naaangkop sa mga naninirahan sa iba pang mga lugar o panahon — ang patnubay ay hindi isang unibersal na katotohanan para sa lahat ng tao na sundin sa lahat ng oras. Ang mga tamang interpretasyon ay karaniwang yaong naaayon sa mga pangunahing tema na tumatakbo sa lahat ng mga dokumento.

Habang ang mga kasulatan ng Bibliya ay nagsasabi sa mundo tungkol sa mga katotohanan na may kaugnayan sa mabuti at masama, hindi lahat ng naisulat ay literal na totoo. Ang iba't ibang mga may akda ay gumamit ng iba't ibang paraan upang maihatid ang mahahalagang kahulugan, tulad ng mga alegorya, metapora, pagmamalabis, at mga talinghaga. Alam ng kanilang mga tagapakinig na nilayon silang gumawa ng isang punto sa halip na literal na kunin o mag ulat ng mga makasaysayang katotohanan.

Ang Kalikasan ng Diyos

Ang katagang Diyos sa Hebreo ay isang pangngalang pangmaramihan para sa isang makapangyarihang puwersa na may iba't ibang anyo, katulad ng kung paanong ang mga elemento at tambalan ay may iba't ibang anyo (solid, likido, gas). Ang katagang Panginoon ay ginamit sa mga kasulatan ng Bibliya bilang isa pang salita para sa Diyos. Ang iba't ibang katawagan para sa Diyos ay karaniwang panghalip na panlalaki (siya, kanyang, siya) o ang katagang Ama. Gayunpaman, ang Diyos ay hindi isang diyos ng lalaki at hindi lalaki o babae. Bilang isang multidimensional na puwersa, nilikha ng Diyos ang parehong lalaki at babaeng tao sa sariling "larawan" ng Diyos, na may kakayahang makilala ang tama at mali, nagtataglay ng kaluluwa, may kamalayan sa sarili at kamalayan sa ating kapaligiran, may kakayahang magkaroon ng makabuluhang relasyon sa Diyos at sa iba, at handang mahalin ang iba sa isang sakripisyo na paraan.

Nakikipag-ugnayan ang Diyos sa mga tao sa iba't ibang paraan. Bagaman ang mga pangyayari sa mga aklat ay naganap ilang siglo na ang nakalilipas, may katibayan na ang Diyos ay patuloy na nakikipag usap sa mga tao sa lahat ng mga paraan na ito.

1. Ang kahanga hangang kagandahan ng kalawakan at ang mga hinuhulaan na mga siklo at "mga batas ng kalikasan" ay nagbigay inspirasyon sa mga tao na makita ang planeta at ang mga mundo sa kabila bilang isang maayos at magandang paglikha na hindi random na dinisenyo.

2. Ang Diyos ay nakikipag usap gamit ang isang "Espiritu" na nakakaimpluwensya sa isip at damdamin ng tao at nagbibigay ng patnubay sa mga tao tungkol sa kanilang mga pagpili sa moralidad.

3. Kapag ang mga tao ay naglalaan ng oras upang makinig at maghanap ng patnubay, ang komunikasyon ay maaaring mangyari sa pamamagitan ng mga pananaw at isang hindi naririnig na "tinig" sa isip.

4. Kung minsan mas direkta ang komunikasyon — sa pamamagitan ng mga panaginip, pangitain, o mensahe mula sa mga anghel o "banal na dayuhan."

5. Sa mga bihirang pagkakataon, ginugulo ng Diyos ang mga normal na batas ng kalikasan upang direktang makialam sa mga gawain ng tao, na kadalasang nakakaapekto sa mga bihirang likas na kaganapan sa tamang panahon. Ang mga pangyayaring ito ay tinatawag na "mga himala."

6. Kung minsan ang mga tao ay binigyan ng inspirasyon ng Espiritu na sabihin ang mga salita ng Diyos sa iba sa pambihirang at kapani-paniwala na paraan.

7. Ang ibang mananampalataya ay nagbibigay ng makadiyos na payo at pinagsasabihan ang iba sa pamamagitan ng paggamit ng kanilang "espirituwal na mga kaloob."

8. Ang Biblia mismo ay available para pag-aralan natin kaya matututo tayo tungkol sa mga paraan ng Diyos kahit matagal na ang mga pangyayari.

9. Sa wakas, nagpakatawang-tao ang Diyos at namuhay sa lupa, nagbibigay sa atin ng pinakakongkretong halimbawa ng kung paano tayo dapat mabuhay at magmahalan.

Ginagamit ng Diyos ang maraming iba't ibang estratehiya at taktika upang matugunan ang pangkalahatang layunin na ipakita sa mundo kung paano mabuhay. Maraming tauhan sa Bibliya ang nagsasalita para sa Diyos, at ang ilan sa kanila ay kumikilos at nagsasalita sa hindi pangkaraniwan at kakaibang paraan. Iba't ibang uri ng himala ang nagaganap. Ang parusa ay dumarating sa iba't ibang anyo, kung minsan sa hindi inaasahang paraan. Bagama't ang likas na katangian ng Diyos ay hindi nagbabago, ang mga pamamaraan ng Diyos ay hindi mahuhulaan at madalas na nagbabago.

Organisasyon at Nilalaman ng Aklat na Ito

Ang bahagi 1 ay nagbubuod ng Lumang Tipan, kasama ang kabanata 13 na naglalarawan ng mga natatanging aklat na hindi magkasya sa isang kronolohikal na salaysay. Ang bahagi 2 ay nagbubuod ng Bagong Tipan. Ang panahon ng 400 taon ay naghihiwalay sa mga pangyayaring inilarawan sa Luma at Bagong Tipan, at ang kabanata 14 ay nagbibigay ng impormasyon tungkol sa nangyari sa panahong ito.

Ang talahanayan ng mga mahahalagang termino (mga tao, lugar, konsepto) na binabanggit sa bawat kabanata ay lilitaw sa dulo ng bawat kabanata. Kung ang termino ay lilitaw muli sa ibang kabanata, hindi ito isinama muli sa kabanatang iyon. Sa ilang mga kaso, higit sa isang tao o lugar ay may parehong pangalan. Halimbawa, may ilang mga tao na may pangalang Jose, at nakalista sila nang hiwalay sa kabanata kung saan sila unang binanggit.

Ang mga apendiks sa dulo ng aklat na ito ay nagbibigay ng mga pangalan ng lahat ng mga aklat ng Bibliya, isang timeline ng mga mahahalagang pangyayari na naganap, mga mungkahi para sa karagdagang pagbabasa, isang index ng mga pangunahing pangalan at paksa, ang mga bahagi ng Bibliya na sinipi, kung paano ang mga kabanata ng aklat na ito ay nakahanay sa mga aklat ng Bibliya, at mapa upang ipakita kung saan naganap ang mga pangunahing pangyayari.

Unang Bahagi

Ang Lumang Tipan

ANG SIMULA
Ang Paglikha, Masasamang Impluwensya, at ang mga Unang Kasunduan

Bago pa man magsimula ang panahon o umiral ang anumang bagay, isang multidimensional na Diyos ang naroroon sa sansinukob. Ang Diyos na ito ay makapangyarihan sa lahat, umiiral sa lahat ng dako, at alam ang lahat. Ang pagkatao ng Diyos ay lubos na mabuti, mapagpatawad, matulungin, at mabait, at patuloy na lumilikha ang Diyos. Unang nilikha ng Diyos ang mga anghel na nilayon upang sambahin ang lumikha at tumulong sa gawain ng Diyos. Nilikha ng Diyos ang liwanag, pagkatapos ay isang pisikal na mundo na binubuo ng isang pambihirang bilang ng mga bituin at planeta. Sa isang natatanging planeta, nilikha ng Diyos ang mga tubig at tuyong lupain na kalaunan ay nagbunga ng mga buhay na organismo — mga halaman at hayop sa lupa at sa tubig na pawang nagtataguyod sa sarili. At naging maganda ang lahat.

Ngunit ang ilan sa mga anghel ay naiinggit sa kapangyarihan ng Diyos at gusto nila ito para sa kanilang sarili. Naghimagsik sila, na nagdulot ng kasamaan na pumasok sa sansinukob. Lahat ng mabuti noon ay umiiral ngayon kasama ang mga tiwaling pwersa na lumalaban sa mabuti.

Pagkatapos ay nilikha ng Diyos ang pinakamahalagang nilalang, ang mga tao na kakaiba sa natatanging planeta. Gusto ng Diyos na magkaroon ng relasyon sa kanila, kaya ibinigay ng Diyos sa kanila ang ilang mga katangian ng Diyos—malikhain, nangangailangan ng relasyon sa iba, kayang malaman ang pagkakaiba ng tama at mali, kayang magmahal ng walang kondisyon, at handang ilagay ang interes ng iba sa harap ng kanilang sariling interes. Nagkaisa ang dalawang "imahen ng Diyos" na lalaki at babae at nagkaanak upang magpatuloy at lumago ang lahing tao. Ibinigay ng Diyos sa tao ang buong planeta at lahat ng nabubuhay dito upang tamasahin. Ang mga tao ay dapat mag-alaga ng planeta at sumunod sa ilang mga alituntunin upang matiyak na sila ay nakapagpapatibay sa sarili at mapanatiling nagkakaisa. Naniniwala ang Diyos na ang lahat ng ito ay napakabuti.

Sa simula, nasiyahan ang mga tao sa perpektong at masayang buhay sa planeta at sumunod sa mga tagubilin ng Diyos. Ngunit sa ilang mga punto, ang nangungunang masamang anghel (isang kalaban na tinatawag na Satanas) ay pumasok sa kanilang kamalayan, naghahasik ng mga binhi ng pagdududa tungkol sa kung gaano talaga kabuti ang buhay. Natapos ang paniniwala ng mga tao sa mga kasinungalingan ng masamang anghel at nilabag ang mga patakaran na sinabi ng Diyos na sundin nila. Ang pagsuway at kasakiman na ito ay nahawahan ang mga tao ng isang di-nakikita na sakit na tinatawag na kasalanan na nabuhay sa kanilang di-nakikita na kabutihan. Ang kasamaan ay nagdulot ng sakit at ginawang pakikibaka ang buhay.

Nagalit ang Diyos na sinaktan ni Satanas ang pinakamagandang nilikha. Pinahintulutan ng Diyos ang mga tao na magpasya tungkol sa kanilang mga buhay at gusto ng isang relasyon sa mga tao, kung ang mga tao ay nagnanais ng uri ng relasyong iyon. Alam ng Diyos na dahil sa kasamaan sa mundo, ang ilan ay magpapasya na huwag ituloy ang isang relasyon sa Diyos at sa halip ay susunod sa kanilang sariling landas. At maraming tao at anghel ang pumiling sundin ang mga paraan ng kasamaan. Ngunit sa halip na puksain ang kasamaan, pinapayagan ng Diyos na may kasamaan — ang pagtanggal ng lahat ng kasamaan ay nangangahulugang pagpatay sa lahat ng tao. Kaya ngayon ay nabubuhay tayo sa isang mundo kung saan nakikipaglaban ang Diyos kay Satanas at sa iba pang mga puwersa ng kasamaan hanggang sa panahon na isa sa mga panig ang magtatagumpay.

Walang sino man ang nakakaalam kung kailan, saan, o paano naganap ang lahat ng mga pangyayari. Ang alam natin ay (1) mayroong magandang pwersa na lumikha ng uniberso at ng lahat ng mga bagay dito, (2) ang mga tao ay gumagawa ng mga pagpapasiya na maaaring mabuti o masama, at (3) patuloy na ipinapakita ng Diyos ang mga benepisyo ng pagpili ng mabuti. Tinutulungan ng Diyos ang mga tao na mag-isip at kumilos sa mabuting paraan at kung minsan ay direkta niyang kinakalaban ang kasamaan upang magkaroon sila ng mas magandang buhay at may kahulugan na ugnayan sa Diyos at sa iba. Gayunpaman, mayroon pa ring mga masamang pwersa na nais na magpakagulo sa kabutihan. Kadalasan, ang impluwensiya ng mabuti at masama ay nagpapakita sa mga aksyon ng mga indibidwal, organisasyon, at sa paraan kung paano namumuhay ang mga tao sa mundo.

Sina Adan, Eba, at Noe

Ang mga rekord ng pinakamaagang aktibidad ng tao ay naglalarawan ng interaksyon ng magandang at masamang puwersa na nasa mundo. Ang unang kilalang mag-asawa, sina Adan at Eba, ay nanirahan sa isang hardin na tinatawag na Eden at may dalawang anak. Pinatay ng nakatatandang kapatid (Cain) ang kanyang nakababatang kapatid (Abel) dahil sa selos. Si Cain ay ipinadala sa ibang lugar at nagtatag ng sariling pamilya. Pagkatapos ay nagkaroon pa ng iba pang mga anak sina Adan at Eba, na nagkaroon din ng kanilang sariling mga anak–sa bandang huli, libu-libong tao ang naninirahan sa mundo.

Sa paglipas ng panahon, nagkainteraksyon ang lahat ng mga tao sa mundo. Ngunit sa pagdami ng populasyon ng tao, dumami rin ang karahasan at katiwalian, na nagdulot ng maraming sakit at kalungkutan. Sa huli, sobrang dami na ng kasamaan sa mundo kaya nilikha ng Diyos ang isang paraan upang alisin ang kasamaan. Tinawag ng Diyos si Noe, isang mabuting tao na may mabuting pamilya, upang magtayo ng isang malaking barko (isang arko) na magkakasya sa kanyang buong pamilya at ilang bilang ng lahat ng kilalang uri ng hayop. Nang matapos ang barko, nagpakalat ang Diyos ng malakas na ulan sa napakatagal na panahon. Ito ay nagdulot ng malaking baha at mataas na tubig na naglunod sa lahat ng mga tao at hayop na hindi nakasakay sa barko.

Sa kalaunan ay tumigil ang ulan at sapat na ang pagbagsak ng antas ng tubig kaya't nakalantad ang mga halaman at nagsimulang tumubo muli. Kalaunan ay nagpahinga ang barko sa mataas na lugar, at lahat ng hayop at miyembro ng pamilya ay umalis sa kaban at muling nagtayo ng kanilang mga tahanan. Sinunod ni Noe at ng kanyang pamilya ang tradisyon ng lugar na magsunog ng handog ng pasasalamat sa Diyos na hindi nila kilala. Isang bahaghari ang lumitaw, isang tanda na hindi na muling papawiin ng Diyos ang lahat ng kasamaan sa lupa.

Sina Abraham at Sara

Mga 4,000 taon na ang nakalilipas, kahit papaano ay sinabi ng Diyos sa isang lalaking nagngangalang Abram na lumipat sa Canaan (ang lugar na ito ay tinatawag na ngayong Palestina). Nanirahan siya kasama ang kanyang asawang si Sarai sa lungsod ng Ur sa timog silangang Iraq. Ang Canaan ay matatagpuan sa silangang baybayin ng Dagat Mediteraneo at napakaganda ng lupa. Noong panahong iyon, pinag uugnay nito ang mga pangunahing ruta ng kalakalan ng Aprika, Asia, at Europa, kaya madalas na nakikipag ugnayan ang mga mamamayan nito sa mga naninirahan sa maraming bahagi ng mundo. Sumunod si Abram sa Diyos at inilipat ang kanyang sambahayan 1,000 milya sa Canaan.

Sa kalaunan sinabi ng Diyos kay Abram na mamumuno siya sa isang partikular na lipi ng mga tao na kikilos sa paraang magpapakita sa iba kung paano dapat mamuhay ang mga tao sa mundo. Dapat sundin ng mga miyembro ng kanyang pamilya at mga alipin ng Diyos ang kanyang mga utos at patas na tratuhin ang ibang tao. Nagbigay ng pangako ang Diyos kay Abram: "Gagawin kitang isang dakilang bansa at pagpapalain kita, at papalaganapin ang iyong pangalan. Magiging pagpapala ka, at pagpapalain ng lahat ng angkan sa mundo." Sinabi rin ng Diyos kay Abram na magiging kasing dami ng mga bituin ang kanyang mga supling.

Nakumbinsi si Abram na dapat siyang magtiwala sa Diyos. Sumunod siya sa Diyos at iniwan ang kanyang tahanan para sa isang hindi kilalang kinabukasan, at itinuturing ng Diyos na tanda ito ng kanyang katuwiran (banal na pamumuhay). Binago ng Diyos ang kanyang pangalan mula kay Abram patungo kay Abraham at si Sarai naman ay naging Sarah.

Sa huli, binago ng Diyos ang pangako kay Abraham patungo sa isang kasunduan ("tipan"). Ang mga lahi ni Abraham ay magiging napakabunga at mamumuno sa rehiyon sa mahabang panahon basta't sila ay magtitiwala at susunod sa Diyos. Bilang tanda ng kasunduan, kinakailangan na lahat ng lalaking lahi ni Abraham ay tuli. Kasama na dito ang kanilang mga lingkod at alipin mula sa iba't ibang tribo. Ito ay magpapakilala sa mga sumusunod sa kanilang Diyos mula sa lahat ng iba pa. Ang sinumang lalaking lahi ni Abraham na hindi tuli ay nangangahulugan ng pagtanggi sa kasunduan.

Pero matapos ng maraming taong pagsubok na magkaroon ng anak, hindi makabuntis si Sarah. Dahil dito, hindi magkakaroon si Abraham ng mga anak na magmamana sa kanya. Kaya sinabihan siya ni Sarah na magkaanak kasama si Hagar, ang kanilang alipin mula sa Ehipto. Nagkaroon si Hagar ng isang anak na lalaki, at sa paglaki niya, naging sobrang selos si Sarah at nais niyang magkaroon ng sariling anak. Pinahirapan niya si Hagar at ang bata, na nagdulot sa kanilang pag-alis at pagtungo sa disyerto. Isang anghel ang nagsabi kay Hagar na ang pangalan ng bata ay Ishmael at ang kanyang mga magiging lahi ay maninirahan sa silanganan at hindi rin mabilang na katulad ng mga bituin.

Nang lumampas na si Sarah sa edad, sinabi ng isang anghel sa kanila ni Abraham na magkakaroon sila ng anak. Pareho silang natawa sa ideya, ngunit sinabi ng Diyos na ang isang batang lalaki ay isisilang sa isang taon at dapat na pangalaning Isaac ("anak ng pangako"). Hindi nagtagal ay isinilang si Isaac sa Beersheba, isang bayan na parang disyerto sa timog kanluran ng Canaan.

Sinubukan ng Diyos si Abraham

Noong bata pa si Isaac, sinubok ng Diyos ang pananampalataya ni Abraham. Sinabi ng Diyos kay Abraham na dalhin si Isaac sa malayong bundok upang sunugin bilang handog. Sa pagpapakita ng kanyang pananampalataya sa Diyos, ginawa ni Abraham ang sinabi sa kanya. Naglakbay sila ni Isaac sa bundok at kumuha ng kahoy, apoy, at kutsilyo upang gawin ang handog.

Habang umaakyat sila sa bundok, tinanong ni Isaac ang kanyang ama kung nasaan ang tupa na susunugin bilang handog. Sinabi ni Abraham na ang Diyos ang maglalaan ng tupa. Pagkatapos ay nagtayo si Abraham ng isang dambana at inayos ang kahoy; pagkatapos ay tinalian niya si Isaac at inilagay sa kahoy sa altar. Nang papatayin na ni Abraham si Isaac, narinig niya ang isang tinig na nagsasabi, "Huwag mong patayin ang bata. Dahil handa kang patayin ang nag iisang anak mo para sa akin, alam kong susunod ka sa akin." Pagkatapos ay nakita ni Abraham ang isang kambing sa isang palumpong at ginamit ito bilang handog kapalit ni Isaac.

Patuloy ang tinig: "Dahil sinunod mo ako, pagpapalain kita at dadagdagan ang iyong mga inapo upang sila ay maging tulad ng mga bituin sa kalangitan at buhangin sa dalampasigan. Bawat bansa sa mundo ay pagpapalain sa pamamagitan ng inyong mga inapo."

Sina Isaac at Rebekah

Nang si Isaac ay lumaki at naging isang binata, ipinadala ni Abraham ang kanyang pangunahing tagapayo sa Haran upang hanapan ng isang babae para kay Isaac na kanyang magiging asawa. Nakatigil si Abraham doon sa kanyang paglalakbay patungo sa Canaan at doon nakatira ang ilan niyang mga kamag-anak (ang lungsod ay matatagpuan mga 500 milya hilaga sa timog ng Turkiya). Ang babae ay dapat na kamag-anak, may magandang pag-uugali, at magalang sa mga taga-ibang lugar. Isang napakagandang at matapat na babae na nagngangalang Rebekah ang may mga katangian na ito, at pumayag ang kanyang pamilya na pakasalan si Isaac. Matapos silang ikasal, sila ay nanirahan kasama si Abraham, Sarah, at kanilang mga kamag-anak malapit sa Beersheba ng maraming taon.

Sina Esau at Jacob

Si Isaac at Rebekah ay nagpakahirap din na magkaanak ng maraming taon, ngunit sa wakas, sila ay nagka-kambal. Ang unang sanggol, si Esau, ay may mga buhok na pula. Ang pangalawang sanggol ay nagngangalang Jacob at may malambot na buhok. Si Esau ang paboritong anak ni Isaac, at si Jacob naman ang paboritong anak ni Rebekah. Isang araw, pumasok si Esau sa tolda na sobrang gutom at humingi kay Jacob ng kanyang nilutong estofado. Sinabi ni Jacob na bibigyan niya siya ng pagkain kung ibibigay ni Esau sa kanya ang karapatan bilang panganay na anak. Pumayag si Esau na ipagpalit ang kanyang malaking mana para sa pagkain.

Nang malapit nang mamatay si Isaac at halos bulag, hiniling niya kay Esau na mangaso ng pagkain, pagkatapos ay lutuin ito upang kainin niya ito at pagpalain si Esau bilang panganay na anak. Narinig ni Rebekah ang kanilang pag-uusap at gumawa ng plano para pagpalain si Jacob ni Isaac. Sinabi niya kay Jacob na patayin ang dalawang kambing mula sa kalapit na kawan para maluto sila at maihain kay Isaac bago bumalik si Esau mula sa pangangaso. Hindi inisip ni Jacob na magandang ideya ito—alam niyang masasabi ng kanyang ama ang pagkakaiba ng kanyang dalawang anak na lalaki.

Ngunit sumunod si Jacob sa utos at si Rebekah ang nagluto ng mga hayop. Pagkatapos ay pinasuot ni Rebekah kay Jacob ang mga damit ni Esau upang isipin ni Isaac na si Jacob ay si Esau kung sila ay magkakasama. Sinabi ni Jacob na siya si Esau at nalito si Isaac nang marinig ang boses ni Jacob agad pagkatapos na magpadala ng mga hayop si Esau. Nang lumapit si Jacob, hinawakan at naamoy ni Isaac ang mga damit ni Esau at ilang beses itong nagtanong kung siya ba talaga si Esau. Marami pang beses na nagsinungaling si Jacob, sinasabi na siya si Esau. Dahil halos bulag na si Isaac, hindi niya nakilala si Jacob.

Sa huli, naniwala si Isaac sa mga kasinungalingan ni Jacob at pinagpala niya si Jacob sa halip na kay Esau. Sa pagpapala, sinabi ni Isaac, "Nawa'y bigyan ka ng Diyos ng mabuting lupaing may maraming trigo at alak. Nawa'y maglingkod sa iyo ang mga tao at bansa. Pamunuan mo ang iyong mga kapatid. Ang mga nagpapala sa iyo ay mapapala, at ang mga sumusumpa sa iyo ay isusumpa."

Agad pagkatapos na magbigay ng pagpapala si Isaac kay Jacob, dumating si Esau mula sa bukid. Nalaman ni Isaac na niloko siya nang marinig niya ang boses ni Esau. Ngunit hindi inalis ni Isaac ang pagpapala na ibinigay niya kay Jacob, at hindi rin siya nagbigay ng ibang pagpapala kay Esau. Ito ay nagpapagalit kay Esau–nawala niya ang kanyang karapatan bilang panganay at ang pagpapala ng kanyang ama (parehong karaniwang ibinibigay sa panganay na anak). Nagplano si Esau na patayin si Jacob, ngunit nalaman ito ni Rebekah at ipinadala niya si Jacob sa malayo upang ligtas ito.

Si Jacob at ang Kanyang Pamilya

Si Jacob ay lumipat sa Haran kung saan nanirahan si Rebekah. Sa daan, siya ay nakaranas ng isang panaginip na ang kanyang mga lahi ay kakalat sa lahat ng dako, at sa pamamagitan ng kanyang mga lahi, lahat ng mga pamilya sa mundo ay magkakaroon ng pagpapala. Ito ay parehong mensahe na ibinigay ng Diyos kay Abraham at kay Isaac.

Makalipas ang ilang panahon, nakilala ni Jacob ang isang magandang babaeng tagapag-alaga ng tupa na nagngangalang Raquel sa Haran. Pinsan niya ito (anak ng kapatid ni Rebekah na si Laban). Gusto ni Jacob na maging kanyang asawa si Raquel at pumayag siyang magtrabaho kay Laban ng pitong taon para mabayaran ito. Ngunit mayroon ding isang mas hindi gaanong kagandahang nakakatandang kapatid si Raquel na si Lea, at sa kaugalian, ang panganay na anak ang mauna sa pag-aasawa. Nang matapos ni Jacob ang pitong taong pagtatrabaho para mabayaran si Raquel, sinabi ni Laban na kailangan din niyang magbayad para kay Lea. Kaya't nagtrabaho ulit si Jacob ng pitong taon para mabayaran si Raquel.

Habang nagtatrabaho si Jacob kay Laban, nagsimula na siyang magkaroon ng pamilya kasama ang dalawang asawa. Mas mahal ni Jacob si Raquel kaysa kay Lea, na nagdulot ng alitan sa pagitan ng dalawang kapatid. Si Lea ay nagka-apat na anak–sina Reuben, Simeon,

Levi, at Judah. Hindi magkaanak si Raquel, na naging dahilan ng mas matinding tensyon sa pagitan ng dalawang asawa. Nagseselos si Raquel kay Lea at gusto niya ng sariling mga anak. Pumayag si Raquel na ipaubaya kay Jacob ang kanyang alilang si Bilha bilang isa pang asawa upang magkaroon ng mga anak na maituturing na kanyang sariling mga lahi. Si Bilha ay may dalawang anak na lalaki, sina Dan at Nephtali.

Habang pinagmamasdan ni Lea ang paglaki ng pamilya ni Raquel, nagpasya siyang ibigay kay Jacob ang kanyang alilang si Zilpa bilang asawa nito. Si Zilpa ay nagkaroon ng dalawang anak na lalaki, sina Gad at Aser. Nang magkagayo'y nagkaroon pa si Lea ng dalawang anak na lalaki, si Isacar at si Zabulon, at ang isang anak na babae ay si Dina. Sa wakas, matapos ang maraming taon na hindi siya magkaanak, nagkaroon si Raquel ng sariling sorpresang pagbubuntis, at isinilang niya ang isang anak na lalaki na nagngangalang Jose.

Matapos mabayaran ni Jacob ang kanyang utang para sa mga anak ni Laban, nagtrabaho pa siya ng anim na taon pa para sa kanya. Sa panahong ito, pareho ang pamilya ni Jacob at ni Laban na umunlad. Naghanda na si Jacob na bumalik sa Canaan kung saan kanyang makukuha ang ari-arian ni Isaac at doon magpatuloy ng kanyang pamilya at kabuhayan. Matagumpay si Jacob sa pag-aalaga ng mga hayop na malulusog, na nagdulot ng inggit sa mga anak ni Laban. Bago bumalik sa Canaan, nanakaw ni Raquel ang ilang mahahalagang idolo mula sa bahay ni Laban. Lumisan ang pamilya nang hindi nagkaroon ng handang normal na pamamaalam.

Nang malaman ni Laban at ng kanyang mga kapatid ang pagnanakaw at pag-alis ng pamilya ni Jacob, nag-isip sila na nagtangka si Jacob na tumakas. Hinabol ng pamilya ni Laban si Jacob at ang kanyang mga kariton ng isang linggo. Nang sila ay makahabol, hinarap nila si Jacob tungkol sa pagnanakaw. Nagulat si Jacob sa kanilang akusasyon at sinabihan si Laban na hanapin ang mga ninakaw. Sinabi niya na kung sinuman ang may hawak ng mga idolo ay mamamatay (hindi niya alam na si Raquel ang nagnakaw mula sa bahay ni Laban).

Dahil nakaupo si Raquel sa mga ninakaw na idolo, hindi ito natagpuan ni Laban, kaya naramdaman ni Jacob na hindi siya nararapat na akusahan. Tumulong si Jacob sa pag-unlad ng kayamanan ni Laban at hindi siya binayaran sa loob ng anim na taon. Sa wakas, nagkasundo sila bilang magkakapatid na dapat magtulungan, at nagpaalam sila sa isa't isa bilang mga kaibigan.

BUMALIK SI JACOB SA CANAAN
Mga Krisis sa Pamilya at Isang Paglipat sa Ehipto

Habang naglalakbay si Jacob patungo sa Canaan, nagpadala siya ng mga mensahe kay Esau upang sabihin na papauwi na siya at handa siyang magbahagi ng kanyang kayamanan sa kapatid. Sumugod si Esau upang salubungin ang kanyang kapatid at nagpadala si Jacob ng mga hayop bilang regalo upang masiyahan si Esau. Sa kanyang paglalakbay, nakatagpo si Jacob ng isang estranghero at naglaban sila ng ilang oras, ngunit walang nagwagi sa kanila. Nais ng estranghero na huminto na sa paglalaban, ngunit sinabi ni Jacob na hindi siya aalis hangga't hindi nakakatanggap ng pagpapala ng estranghero. Binasbasan siya ng estranghero at sinabi na ang kanyang pangalan ay magiging Israel.

Nang makarating si Esau at ang kanyang mga tauhan kay Jacob at sa kanyang pamilya, nakatayo si Jacob sa harap ng kanyang pamilya at karavana upang salubungin si Esau. Si Raquel at si Jose ay nasa huli ng grupo. Lumuhod si Jacob sa harap ni Esau upang ipakita ang pagpapahalaga sa kanya, ngunit nagulat si Jacob nang yakapin siya ni Esau at umiyak sila sa isa't isa. Pagkatapos nito, bumalik si Esau sa kanyang tahanan sa Edom at si Jacob ay naglakbay papunta sa lugar malapit sa lungsod ng Shekem. Nang pumasok si Dinah sa lungsod, siya ay inatake dahil sa kanyang kagandahan. Natuklasan ito ng mga anak ni Jacob at binayaran nila ito sa pamamagitan ng pagpatay sa lahat ng mga lalaki sa lungsod.

Nalaman ni Jacob ang mga krimen na ito at labis siyang nagalit—lahat ng tao sa lugar ay lalaban sa mga ito. Kaya't lumipat sila ng lugar patungong timog at naglakbay sa mga bayan sa daan. Dahil sa takot sa kanila, walang nang makaabala sa kanila sa kanilang paglalakbay.

Kalaunan ay namatay si Raquel habang ipinanganak ang isa pang anak na lalaki, si Benjamin. Kaya si Jacob ay nagkaroon ng 12 anak na lalaki at isang anak na babae—ito ang mga anak ni Israel: sina Ruben, Simeon, Levi, Juda, Isacar, Zabulon, Dina, Dan, Nephtali, Gad, Aser, Jose, at Benjamin.

Si Jose at ang Kanyang mga Kapatid

Pinakamamahal ni Jacob si Jose sa lahat ng kanyang mga anak at ginawan siya ng balabal na maraming kulay. Sinasabi ni Jose kay Jacob ang masasamang bagay na ginawa ng kanyang mga kapatid, at sila ay naging galit sa kanya at nang-iinis sa kanya. Mayroon si Jose na mga panaginip kung saan siya ang namumuno ng kanyang mga kapatid, na lalong nagpakagalit pa sa kanila.

Isang taon, si Jose ay ipinadala upang tingnan ang kanyang mga kapatid na nagbabantay ng mga hayop sa mas magandang pastulan. Nang makita siya ng mga kapatid, nagplano silang itakwil siya. Inalis nila ang kanyang makulay na damit, itinapon siya sa malalim na hukay, at ibinenta sa mga dayuhan na nagdala sa kanya sa Ehipto. Pagkatapos, pinahiran ng dugo ng hayop ang damit ni Jose at dinala ito sa kanilang amang si Jacob, na naniwala na si Jose ay pinatay ng isang malupit na hayop. Si Jacob ay lubhang nalungkot kaya't siya ay umiyak ng walang tigil sa loob ng ilang linggo. Walang makapagpapagaan ng kanyang loob.

Si Jose sa Ehipto

Ibinenta ng mga mangangalakal si Jose kay Potifar, ang pinuno ng mga nagbabantay sa hari ng Ehipto (Faraon). Matalino si Jose kaya ipinamahala siya ni Potifar sa lahat ng bagay sa kanyang bahay. Bata pa at gwapo rin si Jose, at maraming beses siyang pinilit ng asawa ni Potifar na mahalin siya. Pero lumaban si Jose. Isang araw nang si Jose at ang asawa lamang ang nasa bahay, sinikap siyang yakapin ng asawa nang madamdamin, ngunit tumakbo si Jose palabas ng bahay. Para makaganti, sinabi ng asawa kay Potipar na sinalakay siya ni Jose ngunit tumakas siya nang sumigaw ito. Pagkatapos ay ibinilanggo ni Potifar si Jose.

Ngunit si Jose ay isang pinuno sa bilangguan. Binigyang kahulugan niya ang mga panaginip ng ilan sa mga bilanggo, at natupad ang mga pangyayaring hinulaan niya. Isang bilanggo na kilalang kilala ang hari at nalaman niye ang lahat ng nangyari kay Jose. Nang lisanin ng lalaki ang bilangguan at bumalik para paglingkuran ang hari, sinabi niya kay Faraon na kayang ipaliwanag ni Jose ang mga panaginip. Nang may mga panaginip si Faraon na hindi niya maintindihan, ipinapaliwanag niya ito kay Jose. Sinabi ni Jose na siya ay tagapagsalita lamang ng kanyang Diyos, na siyang tunay na tagapagpaliwanag.

Sinabi ni Jose kay Faraon na ang mga panaginip ay nagpapahiwatig ng pitong taon ng napakagandang ani, ngunit pagkatapos ay pitong taon ng matinding taggutom. Iminungkahi ni Jose na kumuha si Faraon ng isang matalinong tao para lumikha ng sistema ng pag-iimbak ng dagdag na pagkain sa mga taon ng kasaganaan upang magamit ang pagkain sa mga taon ng taggutom.

Lubos na nagustuhan ni Faraon ang planong ito at at nakita niya ang karunungan na bigay ng Diyos kay Jose. Nilagay ni Faraon si Jose, isang banyaga na may gulang na tatlumpung taon lamang noon, bilang pinuno ng buong kaharian ng Ehipto — tanging si Faraon lamang ang may mas mataas na posisyon. Isinagawa ni Jose ang plano na mag-imbak ng pagkain para sa darating na taggutom sa loob ng pitong taon ng magandang ani. Sa panahong ito, nagsimula si Jose ng pamilya kasama ang kanyang asawang Ehiptong babae at nagkaroon ng dalawang anak na sina Manase at Efraim.

Dahil sa Taggutom, Dinala ang mga Israelita sa Ehipto

Ang taggutom ay nakaaapekto sa buong rehiyon, kasama na ang Canaan, at ang trigo lamang para sa tinapay ang tumutubo. Dumagsa ang mga tao mula sa iba't ibang lugar patungo sa Ehipto upang makakuha ng pagkain, at at si Jacob ay nagpadala ng 10 sa kanyang mga anak na lalaki sa Ehipto upang kumuha ng mga butil samantalang si Benjamin ay nanatili sa bahay. Nang dumating ang mga kapatid kay Jose, sila'y pumunta sa kanya upang bumili ng trigo dahil siya ang namamahala sa lahat ng pagkain sa Ehipto. Ngunit hindi nakilala ng mga kapatid ni Jose ang kanilang kapatid dahil nagdisguise siya nang makita niya silang paparating at dahil akala nilang patay na siya.

Nagsimula si Jose na magtanong nang malupit sa kanila at inakusahan silang mga espiya na naghahanap ng impormasyon tungkol sa Ehipto. Nang usisain niya sila tungkol sa kanilang pamilya, sinabi nilang ang kanilang ama at isang kapatid ay naninirahan pa sa Canaan. Nag-konsulta ang mga kapatid sa isa't isa, na nagsasabing sila'y nagbabayad ngayon ng presyo para sa kanilang kasalanan sa pagtrato ng masama kay Jose at sa pagbebenta sa kanya. Hindi nila napagtanto na nakakaintindi si Jose ng kanilang wika. Naging napakaramdamin si Jose nang makita ang kanyang mga kapatid kaya kailangan niyang umalis ng kwarto upang umiyak nang mag-isa.

Nang bumalik si Jose, naging mabait siya at nagbenta sa kanila ng trigo upang dalhin pauwi sa Canaan. Binigyan din niya sila ng mga gamit para sa kanilang biyahe pauwi. Ngunit pinakulong niya si Simeon hanggang sa makabalik lahat ang mga kapatid, pati na si Benjamin. Nang huminto ang mga kapatid upang pakainin ang kanilang mga asno sa kanilang paglalakbay pauwi, nakita nila ang pera na ginamit nila sa pagbabayad ng trigo sa mga supot ng pagkain ng kanilang mga asno.

Labis na nag aalala si Jacob nang makauwi ang magkapatid at sinabi sa kanya ang nangyari sa Ehipto. Ayaw niyang sumama si Benjamin sa Ehipto dahil ayaw niyang mawala pa ang kaisa-isang anak ni Raquel. Nang maubos na ang kanilang trigo, hiningi ni Jacob sa kanyang mga anak na magpunta sa Ehipto upang bumili ng karagdagang trigo, at isinama nila si Benjamin.

Nang puntahan nilang lahat si Jose, iniulat nila na buhay pa ang kanilang ama, at ipinakilala nila si Benjamin bilang bunsong kapatid. Napaluha si Jose nang makita si Benjamin kaya kinailangan niyang lumabas muli ng silid para itago ang kanyang mga luha. Pagkatapos na kumuha ng lakas ng loob, bumalik si Jose at nagbigay sa kanila ng sobrang daming pagkain (mas marami ang binigay niya kay Benjamin kaysa sa mga kapatid). Si Simeon ay pinalaya sa kulungan, at nagulat ang lahat ng mga kapatid sa napakabuting pagtrato sa kanila.

Pagkatapos ay pinaglaruan ni Jose ang magkapatid. Pinapuno niya ng pagkain ang lahat ng kanilang sako ng kanyang lingkod at inilagay ang kanilang pera sa tuktok ng mga sako. Ngunit inilibing ng alipin ang sarong pilak ni Jose sa sako ni Benjamin. Pagkatapos na umalis ang mga kapatid, pinapunta ni Jose ang kanyang lingkod upang sila ay habulin at akusahan ng pagnanakaw ng tasa. Tinanggihan nilang kumuha ng kahit anong bagay na hindi sa kanila. Nagkasundo silang lahat na kung sino man ang mapatunayang kumuha ng bagay na hindi sa kanila ay magiging alipin ni Jose. Pagkatapos ng mabilis na paghahanap, natagpuan ng alpien ang tasa sa supot ni Benjamin.

Lubhang nangamba ang lahat ng mga kapatid at agad na bumalik upang makita si Jose. Si Juda, isa sa mga nakatatandang kapatıp, ay nagsalita nang pribado kay Jose at sinabi sa kanya kung paanong ayaw ng kanilang ama na bumalik ang bunsong anak na kasama nila sa Ehipto — namatay na ang isang anak na lalaki mula sa paborito niyang asawa at ayaw niyang mawala ang isa pa. Ngunit pinayagan ni Jacob si Benjamin na pumunta sa Ehipto dahil ito ay isang kondisyon para sa kanila na bumili ng mas maraming butil. Sinabi ni Juda na kung hindi sila makakasama ni Benjamin sa pagbabalik, tiyak na mamamatay ang kanilang ama. Pagkatapos ay inihandog ni Juda ang kanyang sarili upang maging alipin kapalit ni Benjamin.

Sa puntong iyon, hindi na napigilan ni Jose ang kanyang sarili. Pinaalis niya ang lahat ng nasa bahay, maliban sa 11 kapatid. Napaiyak siya ng malakas kaya naririnig siya ng lahat ng kapitbahay. Pagkatapos ay sinabi niya sa kanyang mga kapatid ang kanyang tunay na pagkatao, ngunit hindi nila siya naintindihan. Pinatawag niya sila na lumapit sa kanya at kinausap sila nang malumanay:

> Ako si Jose, ang inyong kapatid. Pinagbili ninyo ako sa mga taong papuntang Ehipto. Huwag kayong malungkot o magalit sa inyong mga sarili; ang Diyos ang nagpadala sa akin sa harap ninyo upang iligtas ang inyong buhay. Dalawang taon na ang taggutom at may limang taon pa. Ipinadala ako ng Diyos sa harap ninyo upang iligtas kayo bilang nalalabi sa lupa at patuloy na mabuhay. Hindi kayo ang nagpadala sa akin dito, kundi ang Diyos ang gumawa sa akin na parang ama ni Faraon at panginoon ng buong sambahayan at pinuno niya sa buong lupain ng Ehipto. Umuwi kayo at sabihin ninny sa ating ama na ako ay buhay at kayong lahat ay mabubuhay sa lupain ng Gosen, at kayo ay magiging malapit sa akin. Ikaw at ang inyong sambahayan ay mananatiling napakahirap kung hindi kayo makakapunta.

Umuwi ang magkapatid at sinabi kay Jacob ang lahat ng tungkol sa paglalakbay at kung paano buhay si Jose at isang pinuno sa Ehipto. Si Faraon ay natuwa sa balita na nagpunta sa Ehipto ang mga kapatid ni Jose at inanyayahan si Jacob at ang lahat ng mga kamag-anak niya na lumipat sa Ehipto kung saan ang buhay ay maganda at mabubuhay sila sa pinakamagandang lupain. Lumipat ang lahat sa Ehipto at dinala nila ang kanilang mga hayop at pag-aari. Nagsalita ang Diyos kay Jacob sa isang panaginip, na nagsasabing, "Ako ang Diyos ng iyong ama; kasama mo ako sa Ehipto at dadalhin kita pabalik sa Canaan."

Sumakay si Jose sa Gosen sakay ng kanyang karo para salubungin si Jacob at ang iba pang mga miyembro ng pamilya nang dumating sila. Binigyan sila ng pinakamagandang lupain, sa delta ng Ilog Nilo, at binigyan ni Jose ng pagkain ang lahat ng pamilya.

BUHAY SA EHIPTO
Iniligtas ng Diyos ang mga Israelita mula sa Karahasan

Namuhay si Jacob at ang kanyang pamilya sa Goshen ng labing-pitong taon. Bago siya namatay, binasbasan niya ang kanyang labing-dalawang anak at ang dalawang anak ni Jose, sina Manases at Efraim. Pagkamatay ni Jacob, nag-alala ang mga kapatid ni Jose na magagalit siya sa kanila dahil sa mga kasamaan na ginawa nila sa kanya. Humingi sila ng tawad at yumuko sa harap ni Jose. Ngunit ipinaliwanag ni Jose na aalagaan niya sila kahit na masama ang kanilang ginawa sa kanya. Ginawa ng Diyos na mabuti ang lahat ng masasamang bagay.

Pagdurusa ng mga Israelita sa Ehipto

Ang lipi ni Jacob at ng kanyang mga alipin ay tinatawag na mga Israelita at nagsasalita ng wikang Hebreo. Patuloy silang umuunlad at lumalaki sa bilang matapos mamatay sina Jose at kanyang mga kapatid. Ngunit may bagong Faraon na hindi interesado sa ginawa ni Jose at napansin na mas marami na ang bilang ng mga Israelita kaysa sa mga taga-Ehipto. Nagpasya siyang gawing alipin ang mga Israelita at pina-trabaho sila sa bukid at pagtatayo ng mga lungsod sa Ehipto. Nang patuloy na lumalaki ang bilang ng mga Israelita, nag-utos si Faraon sa mga nars ng Ehipto na patayin ang lahat ng sanggol na lalaki ng mga Israelita. Lubhang nagdusa ang mga Israelita at nanawagan sa kanilang Diyos.

Pinanganak si Moises at Nakipag-usap sa Diyos

May isang pamilyang Israelita na may anak na lalaki at babae at nagkaroon ng isa pang sanggol na lalaki sa panahong iyon. Takot silang na baka patayin siya ng mga taga-Ehipto, kaya itinago nila ito ng tatlong buwan. Ngunit hindi nagtagal ay natanto nila na hindi na nila siya maitatago pa, kaya inilagay nila siya sa isang basket at itinulak ito sa mga halaman na tumutubo sa baybayin ng Ilog ng Nilo. Ang kapatid niya ay nagtago at nagmasid kung ano ang mangyayari sa lumulutang na basket.

Ang anak na babae ni Faraon ay naliligo sa malapit at nakita niya ang basket. Kinuha niya ito at napagtanto na ito ay naglalaman ng isang batang Israelita na lalaki. Umiiyak ito at naawa ito sa kanya. Lumapit ang kapatid na babae sa anak ni Faraon at sinabing, "Dapat ko bang maghanap ng mag-aalaga sa kanya?" Pumayag ang anak ni Faraon, at pinaalagaan ang bata sa ina ng sanggol hanggang sa makakain siya ng solidong pagkain. Pagkatapos ay inampon siya ng anak ng Faraon bilang kanyang sariling anak. Pinangalanan niya itong Moises.

Bilang inampong apo ni Faraon, si Moises ay naging edukado at mahusay na manunulat. Nang tumanda siya, nalaman niyang ampon siya at kung sino ang tunay niyang ina at ama. Lalo niyang minahal ang mga Israelita at pinagmasdan niya ang malupit na pagmamaltrato sa kanila. Isang araw nakita niya ang isang Egipcio na hinahampas ang isang manggagawang Israelita. Nang akala ni Moises na walang tumitingin, pinatay niya ang Egipcio. Ngunit nakita ng ilang mga Israelita ang nangyari, at kalaunan ay nabalitaan ito ni Faraon. Sinubukan ni Faraon na patayin si Moises, ngunit siya'y nakatakas sa Midian, isang parang na lugar na ilang daang milya ang layo.

Noong nasa Midian si Moises, pinakasalan niya ang anak na babae ni Jetro at nagtatag ng pamilya. Inalagaan ni Moises ang mga kawan ni Jetro, at nang siya ay nasa paanan ng bundok, isang anghel ang nagpakita sa kanya sa isang palumpong na nagliliyab. Ngunit ito'y hindi nasusunog, at sinubukan ni Moises na alamin kung bakit.

Pagkatapos ay may tinig na nagmula sa palumpong. "Moises! Wag kang masyadong lumapit. Alisin mo ang iyong sandalyas dahil ikaw ay nasa banal na lupa. Ako ang Diyos nina Abraham, Isaac, at Jacob. Nakita ko ang sakit ng aking bayan sa Ehipto at narinig ko ang kanilang mga daing. Ako ay naparito upang iligtas sila at akayin sa mabuting lupain na umaagos ng gatas at pulot. Ipapadala kita kay Faraon kaya ilalabas mo ang aking bayan, ang bayan ng Israel, sa Ehipto."

Ngunit sinabi ni Moises sa Diyos, "Sino ako para pumunta kay Faraon at ilabas silang lahat sa Ehipto?"

Sumagot ang Diyos, "Ako ay sasaiyo, at kapag inilabas mo na sila sa Ehipto, sasamba ka sa Diyos sa bundok na ito."

Sumagot si Moises, "Gusto ng mga Israelita na malaman ang iyong pangalan. Ano po ba ang dapat kong sabihin sa kanila?" Sinabi ng Diyos kay Moises:

Sabihin mo AKO ang nagpadala sa akin. Ang Diyos ng ating mga ninuno–si Abraham, Isaac, at Jacob–ang nagpadala sa akin. Sabihin mo sa mga matatanda ng Israel, "Nakita ako ng Panginoon at sinabi niya sa akin, 'Nababahala ako sa inyo at sa mga nangyayari sa inyo sa Ehipto. Kaya ilalabas ko kayo mula sa pagkaalipin at dadalhin ko kayo sa Canaan, isang lupain na umaagos ng gatas at pulot.'" Pakikinggan ka nila. Pagkatapos ay sabihin mo kasama ng mga matatanda ng Israel sa hari ng Ehipto, "Ang Panginoon, ang Diyos ng mga Israelita, ay nakipagkita sa amin. Pakiusap namin na payagan kaming pumunta sa ilang upang makapagsamba sa aming Diyos." Ngunit alam kong hindi ka papayagan ng hari na umalis hangga't hindi siya napilitang gawin ito. Kaya sasapitin ng maraming himala ang Ehipto, at pagkatapos nito, papayagan ka na niya na umalis. Magbibigay sa inyo ng mga tagapamahala ng Ehipto ng mga kalakal na pilak, ginto, at damit na dadalhin ninyo.

Ngunit si Moises ay nag-aalinlangan pa rin sa pagtupad sa nais ng Diyos. Nagtanong siya, "Paano kung hindi sila maniwala sa akin o hindi ako pakinggan? Baka sabihin nila na hindi ka talaga lumitaw sa akin."

Sinabi ng Panginoon sa kanya, "Ano ang nasa iyong kamay?"

At sinabi niya, "Isang kahoy na tungkod."

Pagkatapos ay sinabi ng Panginoon, "Ihagis mo ito sa lupa." Itinapon ito ni Moises sa lupa, at ito ay naging ahas, na ikinatakot ni Moises. Ngunit sinabi ng Panginoon, "Kunin mo ito sa buntot nito," at nang gawin iyon ni Moises, ang ahas ay bumalik sa pagiging tungkod.

Pagkatapos ay sinabi ng Panginoon, "Ilagay mo ngayon ang iyong kamay sa loob ng iyong balabal." Nang gawin ito ni Moises at pagkatapos ay ilabas ito, ang kanyang kamay ay mukhang maputi na parang ketong (isang kinatatakutang sakit sa balat). Pagkatapos ay sinabi ng Panginoon, "Ilagay mo muli ang iyong kamay sa loob ng iyong balabal." Nang ipasok niya ito at ilabas, normal na naman ang kanyang balat.

Patuloy ng Panginoon, "Kung hindi sila maniniwala sa inyo dahil sa unang tanda, marahil sila'y maniwala dahil sa ikalawang tanda. Ngunit kung hindi sila maniniwala pagkatapos ng dalawang palatandaan, kumuha ka ng tubig mula sa Nile at ibuhos ito sa lupa. Ang tubig ay magiging dugo sa lupa."

Gumawa si Moises ng mas maraming dahilan kung bakit hindi siya dapat bumalik sa Ehipto. Sinabi niya sa Diyos, "Hindi ako magaling magsalita at may pagka-mabagal din. Paki-dala na lang ng iba." Nagalit ang Panginoon sa mga dahilan ni Moises at nagpatuloy:

Sino ba ang gumawa ng bibig mo? Sino ang nagpapabingi o nagpapabulag sa isang tao? Ako iyon! Ngayon, humayo ka! Ako ay nasa iyong bibig at tuturuan kita kung ano ang iyong sasabihin. Magaling magsalita ang kuya Aaron mo. Siya ay darating upang salubungin ka ngayon. Sabihin mo sa kanya ang sinabi ko sa iyo at siya ang iyon tagapagsalita. Kunin mo ang tungkod para maisagawa mo ang mga palatandaan para makita ng lahat na kasama mo ang Diyos.

Bumalik si Moises sa Ehipto

Pagkatapos ay nagkita sina Moises at Aaron at bumalik sila sa Ehipto. Ipinaliwanag niya ang sinabi sa kanya ng Diyos at ipinakita sa kanya ang mga palatandaang magagawa niya sa tulong ng Diyos. Nang makarating silang dalawa sa Ehipto, nakipagkita sila sa mga pinunong Israelita. Sinabi ni Aaron sa kanila ang sinabi ng Diyos kay Moises, at ginawa ni Moises ang mga tanda sa mga tao. Ang mga tao ay naniwala, at nang marinig nila na ang Diyos ay nagmamalasakit sa kanila at nalalaman ang nangyayari sa kanila, sila ay yumuko at sumamba sa kanilang Panginoon.

Ginawa rin ni Moises ang lahat ng tanda sa harap ng bagong hari. Sinabi ni Aaron kay Faraon, "Ang ating Panginoon, ang Diyos ng Israel, ay nagsasabi 'Hayaan mong umalis ang aking bayan upang makapagdiwang sila ng isang kapistahan sa akin sa ilang.'" Ngunit hindi pinayagan ng hari na lumisan ang mga manggagawa dahil hindi niya kayang mawalan ng maraming trabahador.

Pagkatapos ay pinahirapan lalo ni Faraon ang mga Israelita. Pinakuha niya sila ng sariling dayami para sa mga ladrilyo na kanilang ginagawa, ngunit kailangan pa rin nilang gumawa ng parehong bilang ng mga ladrilyo. Nang hindi nila nakamit ang tamang bilang ng mga ladrilyo, pinagpapalo ang mga tagapangasiwa ng mga Israelita at inaakusahan ang mga tao ng katamaran. Galit ang mga tagapangasiwa kay Moises dahil nadagdagan pa ang hirap ng kanilang trabaho dahil sa pagbabalik niya.

Si Moises ay nagsisi dahil mas lalong naging masama ang kalagayan ng mga tao pagkatapos niyang bumalik sa Ehipto. Nang sabihin ni Moises ulit sa mga tao na pangako ng Panginoon na ililigtas sila mula sa Ehipto, hindi siya pinaniwalaan ng mga tao. Lahat sila ay nag-iisip lamang kung gaano kahirap at malupit ang kanilang buhay.

Sinabi ng Panginoon kina Moises at Aaron na bumalik sila kay Faraon at sabihin muli sa kanya na hayaan na ang mga Israelita na umalis. Maraming beses nilang sinabi ito kay Faraon, at sa tuwing ipinakikita nila kay Faraon ang kapangyarihan ng Diyos sa ilang uri ng paghihirap na tanging ang mga Egipcio ang nasasaktan. Sa bawat pagkakataon, sinabi ni Moises kay Faraon sa pamamagitan ni Aaron, na sinabi ng Diyos ng mga Israelita, "Hayaan mo ang aking bayan upang ako'y kanilang paglingkuran." Sa tuwing pumayag si Faraon na hayaan silang umalis, at sa tuwing itinitigil ni Moises ang paghihirap sa pamamagitan ng pagbuka ng kanyang kamay. Ngunit sa bawat pagkakataon na nagiging maayos na ang kalagayan, nagbabago ng isip si Faraon at tumatanggi na payagan ang mga tao na umalis.

Ang mga gawain na ito ay nagpakita na ang kapangyarihan ng Diyos ng mga Israelita ay mas malakas kaysa sa mga mahika ng mga pari ng mga diyos ng mga Egyptian. Narito ang ilan sa mga nangyari.

- Una, nang hinampas nina Moises at Aaron ang Ilog ng Nilo gamit ang kanilang mga tungkod at ang lahat ng tubig ay naging dugo. Iniunat nila ang kanilang mga kamay sa lahat ng uri ng tubig, at lahat ng ito ay naging dugo. Namatay ang isda at nadungisan ang tubig kaya hindi ito nainom ng mga Ehipto.

- Ang mga palaka ay nagsipasok sa lahat ng bagay sa mundo ng mga Ehipto at nagkalat ang mga kulisap, langaw, at mga tipaklong sa kalawakan.

- Si Moises at Aaron ay nagdulot ng mga karamdaman upang patayin ang lahat ng mga hayop ng Ehipto, ang mga bagyo ng yelo ay pumatay sa lahat ng mga pananim at ang mga hayop at mga tao na nasa labas, at mayroon ding mga pantal sa balat na sumulpot sa mga Ehipto at sa kanilang mga alagang hayop.

Isang huling paghihirap ang nag-udyok sa Faraon na palayain ang mga Israelita. Sinabi ng Diyos kay Moises na ipunin ng mga Israelita ang mga ginto, pilak, at damit mula sa kanilang mga kapitbahay. Karamihan sa mga taga-Ehipto ay nagpakita ng respeto sa mga Israelita at nagbigay ng hinihingi nila. Sa ganap na hatinggabi, binawi ng Diyos ang buhay ng lahat ng mga panganay na bata at hayop. Ngunit mailalayo ng mga Israelita ang kanilang sarili sa kalamidad na ito kung susundin nila ang mga itinakdang tagubilin. Kailangan nilang patayin ang isang korderong bata at walang kapintasan sa paglubog ng araw, pagkatapos ay lagyan ng dugo ng kordero ang mga pintuan at poste ng kanilang tahanan. Dapat nilang ihawin ang kordero at kainin ng mabilis kasama ng mga mapait na damo at tinapay na walang pampaalsa.

Ang dugo sa mga pintuan ay tanda sa Diyos na ang anghel ng kamatayan ay dapat dumaan sa pamilyang naninirahan sa loob, na nagligtas sa panganay mula sa kamatayan. Ang mga tao ay hindi dapat lumabas hanggang umaga at susunugin ang anumang natitira mula sa pagkain na ito ng "Paskwa." At dapat nilang alalahanin ang mga pangyayaring ito, uliti ang mga hakbang na kanilang ginawa, at gawin itong permanenteng taunang pagdiriwang upang alalahanin kung paano sila iniligtas ng Diyos mula sa pagkaalipin. Nang gabing iyon, ginawa ng mga Israelita ang sinabi ni Moises na dapat nilang gawin.

Sinabi ni Moises kay Faraon, "Sinabi ng aking Diyos sa iyo, 'Ang Israel ay aking anak, aking panganay, at maglilingkod sa akin. Ngunit ayaw mong siyang palayain. Kaya't papatayin ko ang iyong panganay." At sa gabing iyon, naganap ang lahat ng sinabi ng Diyos. Sa bawat tahanan sa Ehipto, maliban sa mga Israelita, namatay ang mga panganay ng pamilya at hayop, mga inosenteng biktima ng patuloy na labanan sa pagitan ng mabuti at masama.

Labis na nags si Faraon nang gabing iyon kaya inutusan niya ang lahat ng mga Israelita at ang kanilang mga hayop na umalis sa Ehipto sa lalong madaling panahon. Ang malaking pag-alis ng mga tao ay kasama ang halos 600,000 mga kalalakihan, kasama ang kanilang mga asawa at mga anak at ang kanilang mga hayop. Kasama rin sa pag-alis ang ilang mga alipin at dayuhan. Ang mga inapo ni Jacob ay nasa Ehipto nang mahigit sa 400 taon, at ngayon ay bumabalik na sila sa Canaan.

KABANATA 4

ANG MGA ISRAELITA AY UMALIS SA EHIPTO
Sinusuportahan ng Diyos ang mga Nagrereklamong mga Israelita at Nagbigay ng mga Batas para sa Buhay

Pinamunuan ni Moises ang mga Israelita patungong timog, papunta sa Dagat na Pula. Sinundan nila ang mga haligi ng mga ulap sa araw, at ng mga haligi ng apoy sa gabi. Hindi nagtagal matapos silang umalis, nakarating na sila sa tabi ng malaking anyong tubig. Sinusubaybayan ni Faraon ang mga galaw ng mga Israelita at nais niyang sila ay bumalik upang maging alipin muli. Alam niyang malapit na sila kaya't nagtungo ang kanyang hukbo ng mga karwahe at kabayo upang patayin at hulihin ang mga ito.

Nang makita ng mga Israelita na papalapit na ang hukbo ng Ehipto, natakot sila at nagalit kay Moises dahil dinala niya sila palayo sa Ehipto. Sinabi ng mga tao na mas mabuti pa ang mabuhay bilang mga alipin sa Ehipto kaysa mamatay sa ilang.

Sinabi ng Diyos kay Moises na ipag-utos sa mga tao na maglakad papunta sa tubig at itaas ang kanyang tungkod at kamay sa ibabaw ng dagat upang hatiin ang tubig upang makatawid ang lahat sa tuyong lupa. Samantala, isang haligi ng ulap ang kumalat sa pagitan ng mga Israelita at ng hukbong Ehipto upang protektahan ang mga Israelita sa anumang pagsalakay. Itinaas ni Moises ang kanyang tungkod at kamay sa ibabaw ng tubig na nagdulot ng malakas na hangin na naghiwalay sa mga tubig at nagpatuyo sa lupa. Pagkatapos ay lumakad ang mga Israelita sa tuyong lupa patungo sa kabilang panig.

Sa umaga, hinabol ng mga Ehipto ang mga Israelita gamit ang kanilang mga karwahe at kabayo sa pamamagitan ng parehong landas sa tuig. Matapos tawirin lahat ng mga Israelita hanggang kabilang dako, itinaas muli ni Moises ang kanyang tungkod at kamay sa tubig at pinigilan ang hangin. Agad na bumalik sa normal ang antas ng tubig at mabilis na tumaas sa paligid ng buong hukbo ng Ehipto. Nalunod ang bawat kawal at kabayo ng Ehipto.

Nang makita ng mga tao ang mga bangkay na lumulutang sa tubig, namangha sila sa kapangyarihan ng Diyos at naniwala kay Moises. Ipinagdiwang nila ang kanilang tagumpay at pinarangalan ang Diyos na nagpalaya sa kanila at sumakop sa kanilang kaaway. Hindi maaaring maipagmamalaki ng mga Israelita ang pagkapanalo laban sa hukbong Ehipto; tanging ang Diyos lamang ang may pananagutan dito.

Pinamunuan ni Moises ang mga Tao sa Ilang

Nang akayin ni Moises ang mga Israelita sa ilang, dumanas sila ng maraming paghihirap. Hindi sila makahanap ng sapat na tubig na maiinom, ngunit nagbigay ang Diyos ng tubig sa mahimalang paraan. Sinalakay sila ng mga kawal mula sa kalapit na lipi, ngunit pinamunuan ni Josue ang mga Israelita tungo sa tagumpay. Mabato na ang lupa at hindi na maaaring magbigay ng pagkain.

Nang magreklamo ang mga tao tungkol sa gutom at iniisip ang pagkain na kanilang kinakain sa Ehipto, ang Diyos ay may isang matamis na sangkap na parang cracker (manna, o "tinapay") na lumitaw sa lupa sa umaga tulad ng hamog na nagyelo at nagpakawala ng mga ibon ("karne") mula sa langit sa gabi. Ang tinapay ay tatagal lamang ng isang araw (matutunaw ito sa araw o mabubulok sa susunod na umaga). Sa ikaanim na araw ng linggo, dumoble ang dami nito sa lupa, at kapag naluto na, tatagal ito ng dalawang araw. Sinabi ni Moises sa mga tao na nais ng Diyos na kunin nila ang natitira mula sa ikaanim na araw at huwag gumawa ng anumang gawain sa ikapitong (huling) araw ng linggo. Itinatag nito ang tradisyon ng "Sabat," isang araw ng pahinga sa pagtatapos ng linggo.

Nang malapit na ang mga Israelita sa Midian, muling nakilala ni Moises si Jetro at sumama siya sa kanyang pamilya. Sinabi sa kanya ni Jetro na ang pangangasiwa sa lahat ng mga tao ay napakalaking trabaho para sa isang tao. Sinabi niya na si Moises ay dapat maging kinatawan ng Diyos sa mga tao at turuan sila tungkol sa mga batas ng Diyos at kung paano mamuhay ng tama.

Ngunit kailangan ni Moises na pumili ng mga taong nagmamahal sa Diyos at ayaw sa kasinungalingan upang maging mga lider at hukom na magbibigay ng magandang payo at mag-mamahala ng mga maliit na pagtatalo. Dapat lamang na asikasuhin ni Moises ang mga malalaking problema. Sumunod si Moises sa payo ni Jetro at bumuo ng sistema upang siguraduhin ang maayos na pagsusubaybay sa lahat ng mga lider.

Nang magkampamento ang mga Israelita sa paanan ng Bundok Sinai, nagkasundo ang Diyos at ang mga tao. Sinabi ng Diyos kay Moises, "Sabihin mo sa mga sambahayan ni Jacob at sa mga anak ni Israel: 'Nakita ninyo kung ano ang ginawa ko sa mga taga-Ehipto.

Kung susunod kayo sa aking mga utos at batas, kayo ay magiging aking bayan. Kayo ay magiging banal na bansa sa akin, at pananatilihin ko kayong ligtas at malusog.'" Sinabi ni Moises sa mga tao ang sinabi ng Diyos, at sumang ayon ang mga tao na sumunod.

Ang Mga Pangunahing Utos at Iba pang mga Batas

Pagkatapos ay bumaba ang Diyos sa Bundok Sinai sa isang ulap ng nagniningas na usok na tumatakip sa bundok, at umakyat si Moises sa tuktok ng bundok kung saan niya nakilala ang Diyos, na nagsabi, "Ako ang Panginoon ninyong Diyos, na naglabas sa inyo sa Ehipto at sa pagkaalipin. Ako ay isang mapanibughuing Diyos, inilalagay ang mga kasalanan ng mga magulang na galit sa akin sa kanilang mga anak. Ngunit magpapakita ako ng mapagmahal na kabaitan sa mga taong nagmamahal sa akin at sumusunod sa aking mga utos." Pagkatapos ay sinabi ng Diyos ang 10 utos na ito kay Moises.

(1) Ako ang iyong tanging Diyos. (2) Huwag gumawa ng anumang idolo o bagay na katulad ng diyos, at huwag sumamba o maglingkod sa mga ito. (3) Huwag gamitin o sabihin ang aking pangalan ng walang pakundangan–igalang ito nang lubos. (4) Alalahanin ang araw ng Sabat–gawin itong banal. Gawin ang lahat ng iyong trabaho sa loob ng anim na araw, ngunit sa ikapitong araw, walang magtatrabaho sa iyong sambahayan, kasama na ang iyong mga alipin, hayop, at mga bisita. (5) Igalang mo ang iyong ama at ina upang magkaroon ka ng mahabang buhay. (6) Huwag pumatay. (7) Huwag makikiapid. (8) Huwag magnakaw. (9) Huwag magsinungaling laban sa iba. (10) Huwag pagnasaan ang anumang pag-aari ng iyong kapwa–hindi ang kanilang bahay, asawa o mga alipin, o mga hayop.

Bukod sa 10 utos na ito, sinabi ng Diyos kay Moises ang tungkol sa maraming batas na dapat sundin ng mga tao. Karamihan ay may kaugnayan sa pagbibigay ng katarungan at pagtiyak na ang mga tao ay namumuhay sa tamang paraan.

• May mga batas tungkol sa pagmamay ari ng mga alipin (kung ang isang tao ay bumili ng aliping Israelita, ang alipin ay kailangang makalaya sa ikapitong taon nang walang anumang karagdagang pagbabayad).

- Mayroong mga batas tungkol sa mga personal na pinsala. Halimbawa, "Ang taong pumapatay o kumikidnap ng ibang tao o nanunumpa laban sa kanyang ama o ina ay dapat na parusahan ng kamatayan. At kung mayroong laway, ang parusa ay dapat na katumbas ng nangyari: buhay para sa buhay, mata para sa mata, ngipin para sa ngipin, kamay para sa kamay."

- Mayroong mga batas tungkol sa mga karapatan sa ari-arian at relasyon. Kabilang dito ang, "Ang sinumang nag-aalay ng hain sa ibang diyos ay paparusahan. Huwag magpakasama sa mga dayuhan, sapagkat kayo ay naging dayuhan din sa Ehipto. Huwag magdulot ng masama sa mga babaing balo o ulila. Kung sasaktan mo sila at sila ay sumigaw sa akin, maririnig ko ang kanilang daing at aka'y magagalit."

- May mga batas tungkol sa pera. "Kung magpapahiram ka ng pera sa sinuman sa mga kababayan ko na mahirap, huwag kang maningil ng interes. Hindi mo dapat ipagpaliban ang pag aalay mula sa iyong ani. Ang ikasampung bahagi (10%) ng lahat ng bagay mula sa lupain ay pag aari ng Panginoon."

- May mga batas tungkol sa katarungan at mga alituntunin ng tamang pamumuhay. "Huwag kang sumali sa masamang tao at magsabi ng kasinungalingan. Kung makasalubong mo ang hayop ng iyong kaaway na gumagala, kailangan mong ibalik ito sa kanya. Hindi ka dapat kumuha ng suhol, sapagkat binubulag nito ang mga tao mula sa pag alam ng katotohanan at maaaring makapinsala sa iba. Maging mabait sa mga dayuhan—alam mo kung ano ito na mamuhay sa ibang lugar. Mag-ani ng iyong lupain sa loob ng anim na taon, ngunit sa ikapitong taon, huwag kang magtrabaho at hayaang kumain ang mga nangangailangan."

Sinabi ng Diyos kay Moises na isang anghel ang magbabantay sa kanila habang naglalakbay sila patungo sa Canaan. Kung ang mga tao ay susunod sa Diyos, matatalo nila ang mga taong magtatangkang pumigil sila. Hindi nila dapat itago ang anumang bagay na may kaugnayan sa mga diyos ng mga tribong sinakop nila. Kontrolado nila ang isang malawak na rehiyon at itinatago lamang ito para sa kanilang sarili dahil ang pagpapaalam sa ibang mga tribo na manirahan sa kanila ay makasisira sa kanilang pamumuhay at pagmamahal sa Diyos.

Bumaba si Moises sa bundok at sinabi sa mga tao ang sinabi ng Diyos. Nakinig ang mga tao at sinabing susundin nila ang mga utos at batas ng Diyos. Isinulat ni Moises ang lahat ng bagay na sinabi ng Diyos sa kanya upang mapanatili ang mga utos at batas bilang paalala para sa iba sa hinaharap.

Mga Karagdagang Biyahe na Pag-akyat sa Bundok

Tinawag muli ng Diyos si Moises sa bundok at isinama si Josue. Nanatili sila ng 40 araw. Sinabi ng Diyos kay Moises na dapat mag ambag ang mga tao ng ilan sa kanilang mga ari arian upang makapagtayo ng tabernakulo kung saan ang Diyos ay maninirahan kasama ng mga tao. Bukod pa rito, isang malaki at magarang kahon na mabubuo (ang Kaban ng Tipan) upang mag-imbak ng mga sagradong bagay na nakolekta sa daan patungong Canaan. Ang iba pang mga bagay ay gagawin para sa tabernakulo, at binigyan ng Diyos si Moises ng detalyadong mga tagubilin kung paano dapat gawin at gamitin ang lahat ng mga ito. Ibinigay din ang detalyadong mga tagubilin tungkol sa kung paano dapat magsakripisyo ang mga pari at kung paano dapat mangyari ang iba pang mga gawaing pagsamba. Ang kapatid ni Moises na si Aaron ang magiging Mataas na pari, at ang kanyang mga anak ay magiging mga pari rin. Nang matapos ang Diyos sa pagbibigay ng mga tagubilin na ito, bumaba si Moises sa bundok na may dalawang patag na batong na may nakasulat na mga salita ng 10 utos.

Nang bumalik sina Moises at Josue, nakita nila na ang ilan sa mga tao ay nagtayo ng gintong rebulto ng isang guya. Ilang linggo na ang nakalipas mula nang umakyat sina Moises at Josue sa bundok at hindi na bumalik, kaya akala ng mga taong ito ay patay na sila at sinabi kay Aaron na likhain ang gintong guya bilang diyos na dapat nilang sundin. Sinasamba ng mga tao ang guya at nagsakripisyo para dito.

Labis na nagalit si Moises nang makita niya ang gintong guya at ang mga taong sumasayaw sa paligid nito. Itinapon ni Moises ang mga batong tapyas sa lupa, na nabasag sila sa maraming piraso. Ipinasunog ni Moises ang gintong guya sa lupa. Pagkatapos ay sinabi niya sa mga tao, "Kayong mga nabubuhay para sa Panginoon, lumapit sa akin!" Ang mga inapo ni Levi at marami pang iba ay nagtipon kasama ni Moises. Pagkatapos ay sinabi ni Moises sa mga Levita na patayin ang mga hindi lumapit. Mga 3,000 mapanghimagsik at suwail na lalaki ang napatay.

Sa ganitong paraan naalis ng mga Israelita ang mga taong nagdudulot ng problema habang naglalakbay sila.

Pagkatapos ay sinabi ni Moises sa mga sumasamba sa gintong guya na sila ay gumawa ng isang malaking kasalanan. Hiniling ni Moises sa Diyos na patawarin sila. Ang Diyos ay labis na nagalit, na tinatawag ang mga tao na napakatigas ng ulo sa kanilang paglaban sa pagbabago, at nais na lipulin silang lahat. Ngunit ipinaalala ni Moises sa Diyos ang pangakong gagawin silang isang dakilang bansa. Binago ng Diyos ang kanyang isip at sinabing ipagpatuloy ni Moises ang pamumuno patungo sa Canaan.

Pagkatapos ay umakyat si Moises sa bundok sa ikatlong pagkakataon. Nag-ukit siya ng dalawa pang tapyas ng bato na may 10 utos para palitan ang mga nabasag. Sinabi muli ng Diyos kay Moises ang tungkol sa orihinal na kasunduan na ginawa kina Abraham, Isaac, at Jacob: ang mga Israelita ay mga tao ng Diyos at pagpapalain at pupunta sa Canaan at susunod sa mga utos at batas ng Diyos. Nang bumaba si Moises sa bundok pagkaraan ng 40 araw, ang kanyang mukha ay "nagliwanag." Pagkatapos ay nagbigay siya ng mga tagubilin kung paano magtayo ng tabernakulo batay sa sinabi ng Diyos na dapat itong magmukhang. Nang matapos ito, may mga seremonya na ginanap upang basbasan ang mga pari na magtatrabaho dito. Nang matapos ang mga seremonya, isang ulap ang tumakip sa tolda sa tabernakulo, at pinuno ito ng Diyos. Ang Diyos na naghatid at nagligtas sa Israel sa wakas ay namuhay kasama ng mga piniling tao.

Karagdagan Pang Mga Panuntunan para sa Pamumuhay

Ilang buwan pa ang ginugol ng Diyos sa pagbibigay kay Moises ng maraming tuntunin tungkol sa kung paano gagawin ng mga pari ang kanilang mga gawaing pangrelihiyon, kung paano sumasamba ang mga tao, at kung paano mamuhay ang Israel — bilang bayan ng Diyos — bilang isang komunidad. Si Aaron at ang kanyang mga inapo, lahat mula sa tribo ni Levi, ay opisyal na ginawang mga pari. Ang ibang mga Levita ay nagtrabaho upang suportahan ang mga gawaing panrelihiyon.

Ang ilan sa mga patakaran ay mga tiyak na batas samantalang ang iba ay pangkalahatang alituntunin. Ang Diyos ay banal, at ang mga Israelita ay pinili upang maging isang banal na bayan, ang mga kinatawan ng Diyos sa lupa upang ipakita sa iba kung paano mamuhay at luwalhatiin ang Diyos. Ngunit dahil ang mga tao ay laging magkakasala sa ilang paraan, ang mga tao ay dapat tumayo sa harap ng Diyos at magsisi, na nagsasakripisyo at nagsunog ng mga handog upang ipakita ang kanilang hinagpis at malinis sa kanilang mga kasalanan. Ang mga handog at hain na ginawa sa tabernakulo ay kailangang maging mataas na kalidad, gamit ang pinakamainam na butil at mga hayop na walang anumang mga depekto, na sumisimbolo sa pagiging perpekto.

Ang pagbubuhos ng dugo ang susi sa sakripisyo para ayusin ang nasirang relasyon ng Diyos at ng mga tao. Sinabi ng Diyos kay Moises, "Ang buhay ng katawan ay nasa dugo." Ang dugo ay magmumula sa mga hayop, hindi sa tao. Sa pamamagitan ng mga hain at handog, pinatawad ng Diyos ang mga tao, inihiwalay sila sa kanilang mga kasalanan, na ipinanumbalik ang relasyon ng Diyos at ng mga tao. Kaugnay ng ideyang ito ay isang espesyal na Araw ng Pagbabayad sala na dapat ipagdiwang minsan sa isang taon. Kabilang dito ang pagsasakripisyo ng isang kambing at pagpapatong ng mga kamay ng Mataas na Pari sa ulo ng isa pang kambing, pagkumpisal ng lahat ng kasalanan ng mga tao, at paglilipat ng mga kasalanan ng mga tao sa kambing na iyon. Ang pangalawang kambing na ito ay pagkatapos ay inilabas sa ilang upang sumisimbolo na inalis ang mga kasalanan ng mga tao (isang diskita o "scapegoat").

Nagbigay si Moises ng detalyadong tagubilin tungkol sa kung ano ang dapat kainin at hindi kainin, kung ano ang maaaring hawakan at hindi hawakan. Ang mga tagubilin ay praktikal at nakatulong sa pagpapanatili ng kalusugan ng mga tao. Halimbawa, ang sinumang may sakit sa balat ay kailangang ihiwalay at panatiliin ang agwat sa iba — kailangan nilang umalis sa kampo, magsuot ng punit na damit, hindi magsuklay ng buhok, at sumigaw ng, "Marumi! marumi!" sa iba hanggang sa sila ay maging malusog. Ang mga bagong paraan ng paghuhugas ay kailangang sundin, na medyo advanced para sa oras na iyon; kapag sinunod, ang mga pamamaraang ito ay nagbigay sa mga Israelita ng kalamangan sa digmaan at kung gaano katagal sila mabubuhay.

Bagama't karamihan sa mga tuntuning ito ay tumatalakay sa mga seremonyang panrelihiyon at mga bagay na may kaugnayan sa kalusugan, ang ilang mga tuntunin ay tumatalakay sa mga prinsipyo ng moralidad at katarungan. Halimbawa, may mga tuntunin at parusa na nauugnay sa mga partikular na krimen, at ang mga tao ay inutusan na "ibigin ang iyong kapwa gaya ng iyong sarili." Ang mayaman at mahirap ay parehong hahatulan sa parehong paraan. Ang mga dayuhan ay dapat tanggapin at mahalin tulad ng iba, kung paanong tinanggap ng mga Ehipsiyo ang mga Israelita sa panahon ng taggutom. Ang isang bukid ay hindi dapat anihin hanggang sa gilid nito, at ang mga dukha at mga dayuhan ay pinahintulutang kainin ang pagkain sa gilid gayundin ang anumang nahulog sa lupa noong unang pag-aani.

Isang taon ng Sabat ang itinatag na katulad ng lingguhang araw ng Sabat. Sa ikapitong taon, ang lupa ay hindi dapat bungkalin, at ang pagkain na nagmumula rito ay malayang makukuha ng sinumang nagnanais nito. Ang pagkain mula sa ikaanim na taon ay dapat itabi upang tumagal hanggang ikapitong taon (katulad ng patriot sa manna linggu-linggo). At tuwing 50 taon — ang dagdag na taon pagkatapos ng pitong siklo ng taon ng Sabat — ipinagdiriwang ang Taon ng Jubileo. Ang mga ari-arian ng mga mahihirap na naibenta upang mabuhay ay kailangang ibalik sa mga orihinal na may-ari.

Ang mga patakaran at tagubilin ay natapos sa mga paalala ng mga kahihinatnan ng kung paano namumuhay ang mga tao. Maraming gantimpala at pagpapala para sa mga sumusunod sa mga batas at utos ng Diyos, ngunit ang parusa ay nangyayari kapag ang mga tao ay hindi sumusunod. Kung ang bansang Israel ay sumira sa kasunduan nito sa Diyos, mawawala ang kanilang lupain, magkakalat sa buong rehiyon, at magiging alipin ng mga kaaway nito. Subalit kahit na sumuway ang mga tao, may kapatawaran at pagkakasundo kapag ang mga tao ay nagsisi at humihingi ng tawad ang mga tao at nagsimulang sumunod sa Diyos muli. Walang permanenteng paghuhusga para sa mga taong sumuway sa Diyos – laging may paraan upang muling makuha ang mga benepisyo ng kasunduan. Ang kalikasan ng Diyos ay mapagpatawad at napakaganang pagdating sa pakikipag-ugnayan sa mga tao, na siyang pinakamahalagang nilalang.

KABANATA 5

BUHAY SA DISYERTO
Kawalan ng Pananampalataya Nagpapahaba sa Paglalakbay Pabalik sa Canaan

Nang magkampo ang mga Israelita sa paanan ng Bundok Sinai, ang kanilang populasyon ay ilang milyong katao, kasama na ang isang hukbong mayroong humigit-kumulang na 600,000 na mga lalaki[1]. Ang buong tribu ng mga Levita ay nag-alaga sa lahat ng bagay na may kaugnayan sa tabernakulo at nakatuon sa Diyos. Matatagpuan ang tabernakulo sa gitna ng lahat ng mga kampamento, at si Moises ay gumawa ng mga patakaran tungkol sa pagharap sa mga may sakit at magnanakaw. Ang mga nagnanais na maglaan ng kanilang sarili sa Diyos sa loob ng isang limitadong panahon ay naglalaan ng isang Nazareno ng pangako upang hindi kumain ng kahit anong uri ng ubas, hindi humawak ng bangkay, at hindi magpagupit ng kanilang buhok (isang tanda sa iba na sila ay naglaan ng pangako).

Isang taon pagkatapos umalis sa Ehipto, ipinagdiwang ng mga tao ang Paskwa, at ibinigay ni Moises sa mga pari ang pagpapala ng Diyos upang sabihin sa mga tao: "Pagpalain kayo ng Panginoon at ingatan kayo. Paliwanagin ng Panginoon ang kanyang mukha sa inyo at maging mapagbiyaya sa inyo. Lilingapin kayo ng Panginoon at ibibigay sa inyo ang kapayapaan."

---

[1] Ang napakaraming bilang na nakasulat sa mga banal na kasulatan ay maaaring hindi katulad ng kahulugan ng ating pagkaunawa sa mga numero. Malamang na hindi ilang milyong tao ang makakaligtas nang matagal sa mga lugar na kakaunti ang tubig. Ang mga Israelita ay maaaring nagkaroon ng ibang paraan para sa pagbibilang ng mga tao at hayop, at ang salitang "libo" ay maaaring hindi nangangahulugan ng parehong bagay na ginagawa nito ngayon (marahil ang isang 0 ay idinagdag sa ilan sa mga numero, na ginagawang 60,000 sa 600,000, kapag ang ilan sa mga unang kuwento ay kinopya ng iba nang mas maraming mamaya). Ang napaka advanced na edad na mga tao ay sinabi na nabuhay ay maaaring sumasalamin sa isang iba't ibang paraan ng mga numero ay ginagamit upang masukat ang oras. Si Methuselah ang sinasabing pinakamahabang buhay na tao at namatay sa edad na 969 (tingnan sa Genesis 5:7), ngunit ang kanyang edad sa simula ay maaaring may decimal point, na magiging dahilan upang siya ay mga 97 taong gulang.

Mga Krisis sa Daan Patungo sa Canaan

Pagkatapos ay nagsimula ang paglalakbay ng mga Israelita patungo sa Canaan, na mga 250 milya ang layo. Nasa tabernakulo ang Diyos, at nang bumangon ang ulap mula sa tabernakulo, nagpatuloy ang mga Israelita. Ang mga pari ay gumamit ng mga trumpeta na ginawa mula sa mga sungay ng hayop upang ipahayag ang mga pulong, hudyat ng oras upang sumulong, maghanda para sa labanan, at ipagdiwang ang mga handog sa panahon ng kanilang mga kapistahan.

Isang taon matapos lisanin ang Ehipto, ipinagdiwang ng mga tao ang Paskwa, at binigyan ni Moises ang mga pari ng basbas ng Diyos upang sabihin sa mga tao: "Pagpalain kayo ng Panginoon at ingatan kayo. Ang Panginoon ay nagpapaningning sa iyo ng kanyang mukha at maging biyaya sa iyo. Ibinaling ng Panginoon ang kanyang mukha sa iyo at bigyan ka ng kapayapaan."

Pagkatapos maglakbay ng 30 milya, ang ilan sa mga tao ay nagsimulang magreklamo tungkol sa pagkain. Pinangarap nila ang pagkain na mayroon sila sa Ehipto, lalo na ang karne, at pagod na silang kumain ng parehong pagkain araw-araw. Nagalit ang Diyos sa kanilang saloobin, na ikinatakot ni Moises at napaisip siya na ang kanyang trabaho ay labis para sa kanya. Sinabi ni Moises sa Diyos, "Hindi ko kayang pangalagaan ang lahat ng mga taong ito nang mag-isa; sobra ang pasanin ko. Patayin mo ako ngayon." Sinabi ng Diyos kay Moises na tipunin ang 70 lalaki sa paligid ng kanyang tolda, at pinuno sila ng Espiritu upang sila ay maging matalino at tumulong na pamunuan ang mga tao.

Pumunta ang mga Espiya sa Canaan

Nang malapit na ang mga Israelita sa Canaan, sinabi ng Diyos kay Moises na na magpadala ng isang lalaki mula sa bawat 12 tribo upang pumunta sa Canaan at maghanap ng impormasyon tungkol sa mga taong naninirahan doon at kung anong uri ng pagkain ang kanilang itinatanim. Sinabi ni Moises sa 12 espiya, "Pumunta kayo at alamin kung malakas o mahina ang mga tao doon, kung ilan sila. Alamin kung mabuti o masama ang lupa, kung mataba o mahirap ang lupa at kung mayroong mga puno. Alamin kung anong uri ng mga bayan ang kanilang pinaninirahan at kung may mga pader o mga kuta. Kung maaari, magdala kayo ng ilang bunga ng lupa."

Ang 12 espiya ay nagsagawa ng masusing pagsusuri sa rehiyon at bumalik pagkatapos ng 40 araw. Iniulat nila na ang lupain ay napakaganda, ngunit ang mga tao ay malakas at mahirap talunin sa digmaan. Sinabi ng sampung espiya na imposible ang pag-aari ng Canaan dahil sa malalaking lungsod at may mahusay na mga depensa, at mayroong mga malalakas na mandirigma ang iba't ibang tribo. Ang mga tao ay napakalalaki–para sa mga espiya ay parang mga tipaklong sila kumpara sa kanila.

Pero iba ang opinyon ng dalawa sa mga espiya, sina Caleb at Josue. Sinabi nila, "Aakayin tayo ng Diyos sa lupain kung nalulugod sa atin ang Panginoon. Kung hindi tayo magrerebelde sa Panginoon at hindi tayo natatakot sa mga taong nakatira doon, lalamunin natin sila. Wala na ang kanilang proteksyon kung kasama natin ang Panginoon."

Nakumbinsi ng Samsung nagdududa ang mga lider na imposibleng magtagumpay sa paglusob. Pagkatapos ay sinimulan nilang sigawan si Moises at Aaron dahil sa pagdadala sa kanila sa walang kabuluhan na paglalakbay. Binantaan nila sina Caleb at Josue na babatuhin at naisipan pa nilang palitan si Moises ng isang pinuno na magdadala sa kanila pabalik sa Ehipto.

Labis na nainis ang Diyos sa mga Israelita at sinabi kay Moises, "Hanggang kailan sila tumangging maniwala sa akin, kahit na matapos ang lahat ng ginawa ko para sa kanila Sasaktan ko sila ng salot at lilipulin sila."

Ngunit nangatuwiran si Moises na ang reputasyon ng Diyos ay masisira dahil alam ng lahat ng ibang bansa kung ano ang ipinangako ng Diyos na gagawin para sa mga Israelita. "Sasabihin ng mga bansa na hindi mo nadala ang iyong mga tao sa lupaing ipinangako mo sa kanila, kaya pinatay mo sila sa ilang. Kilala ka bilang Diyos na mabagal sa pagkagalit, puno ng pagmamahal, at nagpapatawad sa aming mga kasalanan at pagrerebelde. Bilang isang mapagmahal na Diyos, patawarin mo ang kasalanan ng mga taong ito, tulad ng pagpapatawad mo sa kanila sa bawat pagkakataon mula nang umalis sila sa Ehipto."

Sumang-ayon ang Panginoon kay Moises. "Papatawarin ko sila ayon sa iyong hiling. Ngunit walang sinuman na nasa gulang na 20 taong gulang pataas, maliban kay Caleb at Josue, ang makakapasok sa Canaan tulad ng aking pangako sa kanila. Sila ay mamamatay sa ilang. Ang kanilang mga anak ay magdurusa dahil sa kanilang kawalan ng pananampalataya sa pamamagitan ng pagiging mga pastol sa ilang sa loob ng 40 taon, isang taon para sa bawat araw na nilibot ng mga espiya ang lupain. Sila ay magdurusa para sa kanilang mga kasalanan at malalaman kung ano ang pakiramdam na ako ay laban sa kanila."

Sinabi ng Diyos kay Moises na pangunahan ang mga tao sa disyerto pabalik sa Dagat na Pula. Ang 10 espiya na naghasik ng gulo sa mga tao ay tinamaan ng salot at namatay. Pagkatapos makita na namatay ang mga espiya, at sa harap ng posibilidad ng 40 pang taon ng paglalakbay sa ilang, nagpakumbaba ang mga tao. Ngunit maraming kanilang pagsisisi ay hindi totoo; nagpakumbaba lamang sila upang magpatuloy ang paglalakbay patungo sa Canaan. Sinabi ni Moises sa kanila na dapat silang magkasama at lahat ay dapat bumalik sa ilang, at hindi kasama ng Diyos ang sinuman na lalabas sa grupo. Ngunit may ilan sa kanila na nag-insist na magtungo sa hilaga nang sila-sila lamang upang sakupin ang Canaan. Nang gawin nila ito, sila ay natalo.

Hinamon si Moises

Habang naghahanda ang mga tao na magtungo sa timog, apat na lalaki ang nagdala sa kanya ng 250 na lubos na iginagalang na mga pinuno ng komunidad at hinamon ang kanyang awtoridad. Isa sa mga rebelde ay isang Levita na nagduda sa awtoridad ng mga pari ng pamilya ni Aaron. Sinabi ni Moises sa kanilang lahat na bumalik sa kanyang tolda kinabukasan. Pagbalik nila kinabukasan, sinabihan ng Diyos sina Moises at Aaron na tumabi. Pagkatapos ay sinabi ni Moises sa mga nagtipon malapit sa mga tolda, "Kung ang mga pinunong rebeldeng ito ay mamatay ng isang normal na kamatayan, kung gayon hindi ako isinugo ng Panginoon. Ngunit kung ang Panginoon ay gumawa ng isang bagay na hindi pangkaraniwan, kung gayon malalaman mo ang mga lalaking ito na tinatrato ang Diyos nang may paghamak." Pagkasabi nito ni Moises, agad na naghiwalay ang lupa, at ang mga pinuno ng rebelde at ang kanilang mga sambahayan ay nahulog sa isang butas sa lupa. Nang magkagayo'y nagsara ang lupa, at silang lahat ay nawala. Pagkatapos ay sinunog ng apoy ang 250 pang kalalakihan.

Kinabukasan, nagalit ang buong komunidad ng Israel kay Moises at kay Aaron at nagreklamo na pinatay nila ang maraming mga tao ng Diyos. Hinarap sila ng mga lider mula sa bawat 12 tribo. Nagdulot ng salot ang Diyos sa mga Israelita, at ito ay tumigil lamang nang tumakbo si Aaron ng mabilisan upang mag-alay. Ngunit sa oras na ito, libu-libong mga tao ang namatay.

Patuloy na Namumuno si Moises

Nang lumipat ang mga Israelita sa ilang, kakaunti ang tubig dahil napakaraming tao ang naninirahan sa gilid ng disyerto. Nagsimula na naman magreklamo ang mga tao at hinihiling na mabuti pang mamatay na sila o bumalik sa Ehipto.. Sinabi ng Diyos kay Moises na kunin ang isang mahabang patpat at sabihin sa bato sa harap nila na gumawa ng tubig. Nang magtipon ang mga tao sa tabi ng bato, hindi nakatiis si Moises at dalawang beses na tinamaan ang bato ng patpat, na nagbunga ng isang buhos ng tubig. Ngunit hindi pinarangalan ni Moises ang Diyos sa proseso at tinamaan ang bato sa halip na sabihin ito upang makabuo ng tubig. Dahil sa kanyang kawalang pasensya, sinabi ng Diyos kina Moises at Aaron na hindi sila makakapasok sa Canaan.

Pinamunuan ni Moises ang mga tao sa timog sa isang lambak na kontrolado ng ilan sa kanilang mga kaaway, at muling nagreklamo ang mga tao tungkol sa kakulangan ng tubig at tinapay at ang kapus palad na pagkain. Upang parusahan sila, nagpadala ang Diyos ng mga makamandag na ahas, at maraming Israelita ang kinagat at namatay. Nagtapat ang mga tao at hiniling kay Moises na ipatanggal ng Diyos ang mga ahas. Sinabi ng Panginoon kay Moises na gumawa ng ahas na tanso at ilagay ito sa poste, at ang sinumang nakagat ay maaaring tumingin dito at mabuhay.

Pagpunta sa Canaan

Pagkatapos ay bumalik ang mga Israelita sa isang rehiyon sa silangan ng Canaan kung saan sinalubong sila ng iba't ibang kaaway sa daan. Nanalo ang mga Israelita sa lahat ng digmaan at sinakop ang lupain sa silangang bahagi ng Dagat Asin. Nagkampo sila sa silangan ng Ilog Jordan sa tapat ng Jerico, isang malaki at makapangyarihang lungsod.

Naghanda si Moises at ang iba pang mga pinunong Israelita na tumawid sa Ilog Jordan patungo sa Canaan. Ang bilang ng mga sundalo sa kanilang hukbo ay halos kapareho ng noong umalis ang mga Israelita sa Ehipto mahigit 40 taon na ang nakalilipas. Ngunit dalawa lamang sa kanila ang iisang tao, sina Caleb at Josue, ang dalawang espiya na naniniwalang aakayin sila ng Diyos sa tagumpay sa Canaan.

Pagkatapos ay nagbigay si Diyos kay Moises ng mga espesyal na tagubilin tungkol sa gagawin ng mga tao kapag pumasok na sila sa Canaan.

Kapag tumawid kayo sa Jordan patungong Canaan, palayasin ninyo ang lahat ng mga naninirahan doon, wasakin ninyo ang lahat ng mga larawan at mga idolo ng kanilang mga diyos, at gibain ninyo ang lahat ng kanilang mga dambana. Sakupin at manirahan sa lupain, sapagkat ibinigay ko ito sa iyo. Kung hindi ninyo sila palalayasin, sila ay magiging sagabal sa inyo—magbibigay sila ng problema sa inyo, at pagkatapos ay gagawin ko sa inyo ang plano ko para sa kanila.

Dahil hindi na makakapasok si Moises sa Canaan, pinili ng Diyos si Josue na maging bagong lider ng mga Israelita. Nagbigay ng mga tagubilin si Moises tungkol sa kung paano dapat gawin ang mga handog at mga selebrasyon sa Canaan. Inirekord rin niya ang lahat ng mahahalagang pangyayari na nangyari at kung ano ang sinabi sa kanya ng Diyos pagkatapos na umalis ang mga Israelita sa Ehipto.

Ibinigay ni Moises ang Kanyang mga Huling Salita

Bago tumawid ang mga tao sa Ilog Jordan patungo sa Canaan, kinausap sila ni Moises at ibinuod ang mga pangunahing pangyayari na naganap sa nakalipas na 40 taon. Binigyang-diin niya kung gaano kahalaga ang parangalan ang Diyos, sundin ang mga utos, at sundin ang mga alituntuning itinatag niya — lahat ng ito ay mula sa Diyos.

Binalaan din ni Moises ang mga tao tungkol sa mga bunga ng hindi pagiging tapat. Alam niya na magiging espirituwal ang kanilang malaking hamon. Sinabi niya sa kanila:

Kung ikaw ay magiging tiwali at gumawa ng masama sa paningin ng Panginoon, magagalit ang Diyos, at mabilis kang masasawi sa lupain. Ikakalat kayo ng Panginoon sa ibang mga bansa, at iilan lamang sa inyo ang makakaligtas. Ngunit kung mula roon ay hahanapin mo ang Panginoon nang buong puso at buong kaluluwa, matatagpuan mo ang Diyos. Kalaunan, babalik ka sa Panginoon, na maawain at hindi ka pababayaan o sisirain o lilimutin ang mga pangakong ginawa sa iyong mga ninuno. Pakinggan mo, Oh Israel: Ang Panginoon nating Dios ay iisang Panginoon. Kailangan mong mahalin ang Panginoon mong Diyos nang buong puso, buong kaluluwa, at buong lakas.

Nagbigay si Moises ng higit pang mga tagubilin tungkol sa kung ano ang dapat mangyari kapag pumasok ang mga Israelita sa Canaan. Dadalhin sila ng Diyos sa tagumpay laban sa mas malaki at mas malakas na mga bansa, at ang mga bansang ito ay dapat na ganap na mawasak. Ang mga Israelita ay hindi dapat masindak sa mga bansang sumasakop sa Canaan dahil ang "dakila at kasindak-sindak" na Diyos ay kasama nila. Hindi sila dapat gumawa ng anumang mga kasunduan sa ibang mga bansa at hindi dapat magpakita sa kanila ng anumang awa. Hindi sila dapat magpakasal sa mga pamilya ng ibang mga bansa dahil mag-uudyok ito ang mga Israelita na sumunod sa ibang mga diyos. Ang anumang bagay na may kaugnayan sa ibang diyos ay kailangang sirain.

> Upang maiwasang maging mapagmataas ang mga Israelita sa kanilang tagumpay, sinabi ni Moises sa kanila, "Hindi dahil kayo ay matuwid o mabuti kaya ninyo aariin ang kanilang lupain. Sa halip, ito ay dahil sa kasamaan ng mga bansang ito. Tutal, itinuturing tayo ng Diyos na mga taong matigas ang ulo." Dapat ibigin at sundin ng mga tao ang Diyos, hindi sa pormal at nakagawiang paraan, kundi dahil unang nagpakita ang Diyos ng pag-ibig sa mga Israelita sa maraming paraan. Ang pag-ibig ang nasa puso ng relasyon — kailangan itong ipakita ng Diyos at ng mga Israelita.

Sinabi ni Moises sa mga tao na alalahanin ang kabutihan ng Diyos sa pamamagitan ng pagbabasa ng mga kwento tungkol sa kung paano sila iniligtas ng Diyos mula sa Ehipto at sa lahat ng iba pang mga nangyari simula noon. Sinabi ni Moises sa kanila na palibotin ang kanilang sarili ng mga paalala tungkol sa kabutihan na iyon at sumunod sa mga utos ng Diyos. Ibinigay niya sa kanila ang mensaheng ito mula sa Diyos:

> Ilagay ninyo ang aking mga salita sa inyong mga puso at isipan; ikabit ninyo ang mga ito bilang tanda sa inyong mga kamay at noo. Ituro ninyo ang mga ito sa inyong mga anak, usap-usapan ninyo ang mga ito habang kayo ay nasa tahanan o naglalakad sa kalsada, kapag kayo ay humihiga at bumabangon. Inilatag ko sa harap ninyo ang isang pagpapala at isang sumpa. Kayo ay pagpapalain kung pakikinggan

ninyo ang aking mga utos, ngunit kayo ay sasapitin ng sumpa kung hindi ninyo pakikinggan ang aking mga utos at lalayo sa akin upang sumunod sa ibang mga diyos.

Sinabi ni Moises sa mga tao na ang Diyos ay humihiling lamang na igalang ng mga tao ang Panginoon. "Lakad sa pagsunod, magmahal at maglingkod sa Panginoon ng buong puso at kaluluwa. Sundin ang mga utos at mga pasta ng Diyos na ibinibigay ko sa inyo ngayon para sa inyong kabutihan. Hindi ito masyadong mahirap para sa inyo. Ngayon, inilalagay ko sa harap ninyo ang buhay at kasaganaan, kamatayan at pagkapuksa. Piliin ninyo ang buhay."

Sinabi ni Moises kay Josue na ang Panginoon ay kasama niya, nauna sa kanya, at hinding-hindi siya iiwan. Samakatuwid, hindi siya dapat matakot o masiraan ng loob. Palihim na nakipag-usap ang Diyos kina Moises at Josue at sinabing talagang tatalikod ang mga tao sa Diyos. Ang nakalipas na 40 taon ay nagpatunay na ang mga Israelita ay likas na mapanghimagsik at matigas ang ulo, maikli ang oras ng atensyon, kadalasang nakakalimutan, at binabalewala ang mga pagpapala ng Diyos. Sinabi ng Diyos kay Moises na magsulat ng isang awit na maaaring kantahin ng mga tao kapag ang mga bagay ay sumama sa hinaharap. Inilarawan ng kanta kung paano sila iniwan ng mabuting Diyos dahil hindi sila tapat sa mga utos ng Diyos. Aawitin ng mga Israelita ang awit at naaalala kung bakit sila nagdusa.

Nakita ni Moises ang Canaan mula sa isang burol sa silangan ng Ilog Jordan. Pagkamatay niya, sinabi ni Josue sa mga tao na maghanda sa pagtawid sa Ilog Jordan at pumasok sa Canaan.

KABANATA 6

ANG PANANAKOP SA CANAAN
Mga Tagumpay ni Josue sa Pag-alis ng Idolatriya sa Karaminhan ng mga Lugar

Maraming iba't ibang "bansa" ng mga tao ang nanirahan sa Canaan nang magkampo ang mga Israelita malapit sa Jerico, at ang mga tribo ay hindi nagkakasundo. Marami sa mga lungsod ang may matibay na pader, at ang kanilang mga pinuno ay binayaran ang mas makapangyarihang mga bansa upang hindi maagaw ang kanilang teritoryo. Ang mga bansang sumasakop sa Canaan ay naniniwala sa maraming diyos na ang mga tao ay humihingi ng kakila-kilabot na mga bagay. Halimbawa, karaniwang iniisip ng mga tao na gusto ng kanilang mga diyos na patayin ang mga bata bilang sakripisyo.

Tinawid ng Israel ang Jordan at sinalakay ang Jerico

Nagsugo si Josue ng dalawang espiya para malaman pa ang tungkol sa Jerico, ang unang lunsod na kanilang lalabanan. Nakilala nila ang isang makasalanang babae na nagngangalang Rahab na nagsabi sa kanila na alam na ng lahat ng tao sa Canaan ang tungkol sa mga Israelita at ang kanilang makapangyarihang Diyos, at ang plano nilang sakupin ang buong lupain. Lahat ay takot na takot sa kanila.

Napansin agad ng mga espia nang bumisita sila kay Rahab, at pumunta ang mga guwardiya ng lungsod sa kanyang bahay at sinabihan siya na palayain sila. Ngunit itinago niya sila sa kanyang bubungan at sinabi sa mga guwardiya na wala na sila roon. Naniwala ang mga guwardiya sa kanya at umalis upang hanapin sila. Pagkatapos ay humiling si Rahab na iligtas siya at ang kanyang pamilya mula sa darating na kalunus-lunos na pangyayari–iniligtas niya sila at nais niyang maligtas rin. Nilikha ng mga espia ang isang plano upang tiyakin na hindi siya mamamatay kapag inatake ang lungsod. Pagkatapos ay pinaikot ni Rahab ang dalawang espia sa pamamagitan ng isang lubid pababa sa lupa sa pamamagitan ng isang bintana sa pader, at naglakbay sila papunta sa kay Josue sa kabila ng ilog.

Kinaumagahan, inutusan ni Josue ang mga Israelita na magtipon sa Ilog Jordan, na nasa yugto ng baha sa tagsibol. Dinala ng mga pari ang

Kaban ng Tipan sa gilid ng ilog, at hindi nagtagal ay tumigil ito sa pag agos matapos nilang ilagay ang kanilang pakain sa tubig. (Isang malaking bahagi ng bato ang naputol lamang sa gilid ng burol na 15 milya pataas, na naging dahilan upang mabuo ang isang imbakan ng tubig at tumigil ang pagdaloy ng ilog.) Tumawid ang mga tao sa ilog at nagkampo malapit sa Jerico. Ang mga tao ay namangha sa kapangyarihan ng Diyos.

Isinara ang mga pintuang-daan ng Jerico dahil inaasahan nito ang pakikipaglaban sa mga Israelita. Ngunit hindi umatake si Josue. Sa halip, sinabi ng Panginoon kay Josue na magmartsa ang buong hukbo sa palibot ng lungsod minsan sa isang araw sa loob ng anim na araw. Ang mga pari ang nanguna sa parada at tumugtog ng kanilang mga trumpeta habang ang ibang mga pari ay nagdadala ng Kaban, at ang hukbo ay nakasunod sa likuran. Tahimik ang mga sundalo habang nagmamartsa. Sa ikapitong araw, nagmartsa sila sa palibot ng lungsod nang pitong beses, at nang marinig nila ang isang mahabang tunog ng trumpeta, nagsigawan silang lahat ng malakas. Gumuho ang mga pader ng lungsod at pumasok ang mga sundalo sa hindi nakaprotektang lungsod at pinatay ang lahat maliban kay Rahab at kanyang mga kasapi sa pamilya, na pinayagan na manirahan kasama ng mga Israelita. Sinunog ni Josue ang Jerico hanggang sa tuluyan itong mawala at sinumpa ang lungsod.

Mabilis na kumalat ang balita sa rehiyon tungkol sa nangyari sa Jerico. Alam ng iba't ibang hari na namamahala sa buong lupain sa Canaan na mas malakas ang diyos ng Israel kaysa sa kanila, at nawalan sila ng lakas ng loob na lumaban. Sinalakay ng mga Israelita ang maraming iba pang mga lungsod sa rehiyon, ngunit kung may magtago ng mahahalagang bagay para sa kanilang sarili, ang hukbo ay matatalo sa labanan at ang magnanakaw ay papatayin.

Nakita ng mga taga-Gibeon na sila ay napahamak at nilinlang ang Israel na gumawa ng isang kasunduan sa kapayapaan sa kanila. Nagpanggap sila bilang mga mahihirap na dayuhan na nag-alok na maging mga lingkod ng Israel. Si Josue ay gumawa ng isang kasunduan sa mga Gibeonita, ngunit hindi nagtagal ay nalaman niyang ito ay isang panlilinlang. Ngunit pinarangalan pa rin niya ang kasunduan–ang mga Gibeonita ay hindi pinatay, ngunit para sa kanilang panlilinlang, sila ay isinumpa upang tagapaglingkod sa Israel.

Nagbuklod ang mga hari sa paligid upang mag-ambagan sa kanilang mga hukbo upang labanan ang mga Israelita bilang iisang hukbo. Kanilang inatake ang Gibeon, ngunit nagmartsa nang buong magdamag si Josue at ang kanyang hukbo at nagulat sila sa umaga. Lumaban ang mga Israelita sa buong araw at nagtagumpay laban sa mga hukbo ng mga kalaban sa

Gibeon. Sinundan pa nila ang tumatakas na mga hukbo at pinatay ang mga hari ng mga sumalakay na hukbo. Pumunta si Josue at ang kanyang hukbo sa timog at sinakop ang maraming iba pang mga lungsod, walang iniwan na nabuhay. Sa kanyang pagtatapos, nasakop na niya ang buong rehiyon, mula sa gitna ng Canaan at lahat ng mga lugar sa timog.

Si Josue Ay Namuno Sa Mga Atake Sa Hilagang Bahagi

Pagkatapos nito, siya at ang kanyang hukbo ay lumiko sa hilaga. Ang mga bansa sa hilagang Canaan ay narinig ang nangyari sa mga hukbo sa gitna at timog Canaan at nagkaisa upang labanan ang hukbo ng Israel. Sa isang sorpresang pag-atake, nilusob ng hukbong Israelita ang pinagsama-samang puwersa ng ilan sa magkasalungat na hukbo, at pagkatapos ay natalo nito ang napakalaking hukbong pinamumunuan ng mga karo ng malaking lunsod ng Hazor at sinunog ang lahat na ito. Pagkatapos nito, sinundan ng hukbo ng Israel ang mga kalaban sa hilagang mga bansa hanggang sa Feniciaia. Lahat ay pinatay, subalit maliban sa Hazor, walang lungsod ang sinira, dahil gagamitin pa ito ng mga Israelita sa hinaharap. Ang mga Israelita ay nag-aari ng lahat ng mga hayop at mga bagay na mahalaga ng mga tao para sa kanilang sarili. Dito natapos ang lahat ng labanan.

Ang Pagsakop Ay Nagtapos

Nagtagal ng pitong taon bago natapos ni Josue ang lahat ng labanan, at nasakop nila ang 31 kaharian sa Canaan. Ang mga nasa Gibeon lamang ang gumawa ng kasunduan sa kapayapaan sa Israel at sila ay naging mga alipin ng Israel. Ngunit may mga lugar na hindi nasakop, kaya't may mga taong mula sa ibang tribo pa rin na naninirahan sa rehiyon. Sa pangkalahatan, nagawa ni Josue ang ipinag-utos sa kanya ng Diyos at ni Moises — ang pagpatay sa mga naninirahan sa Canaan na may malalamig na puso laban sa iisang tunay na Diyos. Ito ang nagsanhi para makatira na ang mga Israelita sa lupain ng pangako, ngunit patuloy pa rin silang nakikisama sa mga hindi naniniwala.

Ibinigay ni Josue ang lupain sa 12 tribo ng Israel ayon sa bilang ng mga tao sa bawat tribo: ang mas malalaking tribo ay nagmana ng mas maraming lupain. Ang mga hukbo ng tatlong tribo ay nakakuha ng lupain na gusto nila sa silangan ng Ilog Jordan. Ang mga Levita ay bibigyan ng 48 na bayan upang manirahan sa loob ng lupain ng bawat tribo at lupain sa labas ng mga bayang ito para sa kanilang mga hayop[2]. Anim na bayan na minana ng tribo ni Levi ang itinalaga bilang "mga ligtas na kanlungan" upang ang mga tao ay makahanap ng kaligtasan kung hindi sinasadyang nakapatay sila ng isang tao. Ang mga tribo ay nagtalaga ng mga lungsod at pastulan para sa mga Levita. Si Caleb, ang tanging iba pang nakaligtas mula sa nakaraang henerasyon na tumawid sa Canaan bukod kay Josue, ay binigyan ng lungsod ng Hebron. Ang Shiloh ay ginawang sentro ng relihiyon kung saan itinatago ang Kaban ng Tipan at kung saan pinangangasiwaan ang mga pambansang alitan.

Nang ipamahagi ni Josue ang lupain sa mga tribo, matanda na siya. Tinipon niya ang mga pinuno ng mga tribo upang ipaalala sa kanila na manatiling tapat sa iisang tunay na Diyos at huwag makihalubilo sa mga Canaanita na naninirahan sa rehiyon. Ipinaalala niya sa kanila na ang mabubuting bagay ay dumarating sa kanila dahil sumusunod sila sa Diyos ngunit lilipulin sila ng Diyos kung sila ay kumilos sa masasamang paraan. Ang mga labanan at paglilinis ng Canaan ay nilayon upang maalis ang mga kapangyarihan ng kasamaan sa rehiyon, ipakita sa mundo ang kapangyarihan ng Diyos ng Israel, at lumikha ng isang lipunan ng mga banal na tao na hindi nakipagkompromiso sa kasamaan. Sinabi niya sa mga naroon:

Matakot sa Panginoon at maglingkod sa Diyos nang buong katapatan. Alisin mo ang alinman sa mga diyos na sinasamba ng iyong mga ninuno noong araw. Ngunit kung tila mahirap para sa iyo ang paglilingkod sa Panginoon, kailangan mong piliin kung sino ang iyong paglilingkuran, kung ito ba ay ang mga diyos na pinaglingkuran ng iyong mga ninuno, o ang mga diyos ng mga taong naninirahan sa lupain na iyong tinitirhan. Pero ako at ang pamilya ko, maglilingkod kami sa Panginoon.

Nangako ang mga pinuno na magtitiwala, maglilingkod, at sasamba sa Panginoon, susundin ang mga utos at utos ng Diyos, at hindi makikihalubilo sa mga Canaanita.

---

[2] Ang mga 12 tribo na namana ng lupa ay ang mga sumusunod: Reuben, Simeon, Judah, Issachar, Zebulun, Benjamin, Dan, Naftali, Gad, Asher, at ang dalawang anak ni Jose na sina Efraim at Manase. Ang tribo ni Levi ay nakatanggap ng mga lungsod sa gitna ng 12 tribo.

ANG ISRAEL AY NAKIKIPAGLABAN SA CANAAN
Ang Mga Tribu ay Naghiwalay, Tinalikuran ang Kanilang Pananampalataya, at Sinimulan ang Pagkawala ng Pagpapala ng Diyos

Dahil sa layo at kakulangan ng pagkakaisa sa pagitan ng 12 na tribu, walang lugar para sa mga lider ng tribu na magdesisyon o magtakda kung paano magtulungan. Bilang resulta, bawat tribu ay nagbuo ng sariling paraan ng pamumuhay sa lugar kung saan sila nanirahan.

Ang mga tribo ay nakipaglaban sa mga naninirahan pa sa rehiyon. Ilang malalaking lungsod pa rin ang kontrolado ng mga Canaanita dahil hindi sapat ang lakas ng mga Israelita sa kanilang lugar upang talunin sila sa digmaan. Sa ilang mga kaso, ang mga lokal na tao ay muling itinayo ang mga lungsod na sinira ng mga Israelita at nagiging malakas silang muli. Ang ilang mga Israelita ay naging kaibigan ng mga Canaanita at tinanggap ang kanilang pamumuhay, kabilang na ang pakikibahagi sa mga seremonya ng relihiyon sa ibang mga diyos. Ang ipagpapakasal ng mga Israelita sa mga Canaanita ay humantong sa lalong pagkasira ng katapatan ng mga Israelita sa mga utos at ritwal ng relihiyon ng Diyos. Binalaan ni Moises ang mga tao tungkol sa hindi paggawa ng mga bagay na ito, at nangako ang mga tao na hindi gagawin ang mga ito. Pero karamihan sa mga tao ay ginawa ang anumang gusto nilang gawin.

Sa sumunod na ilang siglo, tinalikuran ng mga Israelita ang kanilang pananampalataya sa Diyos nang madalas kaya inalis ng Diyos ang mga pagpapalang ipinangako kina Moises at Josue. Ang espirituwal na kawalang-tapat na ito, kung saan sinira ng mga tao ang mga pangakong nanatili silang tapat sa Diyos, ay humantong sa kanila na pinangungunahan ng iba. Iba't ibang mga pinuno ng Israel na may pananampalataya sa Diyos ang tumulong sa mga tribo na mapagtagumpayan ang dominasyon na iyon at lumikha ng mga panahon ng kapayapaan at kasaganaan hanggang sa maganap ang susunod na pag ikot ng kawalang katapatan.

Pana-panahong Pang-aapi at mga Tagumpay

Ang mga Israelita ay unang sinalakay ng kanilang mga kaaway sa hilaga na naging napakasakit sa loob ng walong taon. Tinalo ni Otniel, isang hukom at pinuno ng militar mula sa lipi ni Juda at nakababatang kapatid ni Caleb, ang mga hukbo, na nagsimula ng 40 taong kapayapaan. Ngunit ang mga Israelita ay muling gumawa ng masama sa paningin ng Diyos, at ibang tribo sa silangan ang lumusob sa kanila at namahala ang Canaan sa loob ng 18 taon. Si Ehud, mula sa lipi ni Benjamin, ay niloko at pinatay ang dayuhang hari at nakamit ang tagumpay militar laban sa hukbong iyon. Ito ay humantong sa 80 taon ng kapayapaan.

Pagkatapos nito ang rehiyon ay sinakop ng mga makapangyarihang Canaanita na nakabase sa Hazor, na muling itinayo. Ang propetang Israelita at hukom na si Debora ay nagsagawa ng mga alitan sa mga Israelita habang pinagmamasdan niya ang masasamang bagay na ginagawa sa kanyang bayan.

(Ang mga propeta ay nagsasalita ng mga kaisipan at aral ng Diyos sa mga tao at lider, at kung minsan ay nagbibigay sila ng mga pangako tungkol sa hinaharap.) Sinabi ng Diyos sa kanya na kausapin si Barak, at sabihin na nais ng Panginoon na siya ang mamuno ng mga hukbo laban sa matatag na hukbo ng Hazor. Pangako ng Diyos kay Barak ang tagumpay, ngunit sasama lamang siya kung kasama niya si Debora. Pumayag si Debora, at kasama nila ay natalo nila ang hukbo ng Hazor nang mangyari ang malakas na pag-ulan bago ang labanan, at naipit sa putik ang kanilang mabibigat na karuwaheng bakal. 40 taong kapayapaan ang sumunod sa kanilang tagumpay.

Sina Gedeon at si Jepte

Sa huli ay muling naging hindi tapat ang Israel at gumawa ng lahat ng uri ng masasamang bagay. Ang mga masungit na nomado mula sa Midian ay sinasalakay mines ang pagkain at hayop ng mga Israelita. Ang pana-panahong pagsalakay na ito ang nagtulak sa mga Israelita na manirahan sa mga kuweba at burol.

Nang humingi ng tulong ang mga Israelita sa Diyos, tinawag ng Panginoon si Gideon, isang batang magsasaka, upang pamunuan sila. Sinabi sa kanya ng isang estranghero na gagawin siya ng Diyos na isang makapangyarihang mandirigma, ngunit nag-alinlangan siya kung ito ay posible. Wala siyang pagsasanay, mula sa isang maliit na nayon sa pinakamahina na tribo, at siya ang bunso sa kanyang pamilya. Alam niyang pinabayaan ng Diyos ang mga lipi ni Israel dahil sa patuloy nilang pagiging makasalanan. Ngunit sinabi ng dayuhan na ang Diyos ay sasakanya at palalayasin ang lahat ng mga Madianita.

Nais ni Gideon ng isang tanda upang patunayan na kasama niya ang Diyos. Nagkaroon ng ilang mga himala upang patunayan kay Gideon na pinili siya ng Diyos upang mamuno sa hukbo at magtagumpay. Mayroon siyang mahigit sa 32,000 na tauhan sa kanyang hukbo, ngunit sinabi ng Diyos na masyadong marami ito – kung mananalo siya sa labanan, hindi magbibigay ng papuri ang mga tao sa Diyos. Sa pamamagitan ng isang serye ng mga pagsubok upang bawasan ang bilang ng mga tauhan sa hukbo, natapos si Gideon na mayroon lamang 300 na tauhan. Sa ganitong maliit na hukbo, kung mananalo si Gideon sa isang labanan sa kabila ng lahat ng mga paghihirap, tanging ang Diyos lamang ang makakakuha ng papuri.

Ang mga tauhan ni Gideon ay naglunsad ng isang sorpresang pag atake sa gabi, na nagdulot ng pagkalito at takot sa mga kaaway, na nagsimulang makipaglaban sa isa't isa. Marami sa kanila ang umatras at hinabol ng mga tauhan ni Gideon na mahigit 40 milya ang layo, sa kabila ng Ilog Jordan. Mahigit sa 135,000 sundalo at lider ng kaaway ang napatay sa mahabang labanan na ito.

Pagkatapos ng mga digmaan, nais ng mga Israelita na gawing hari nila si Gideon at ang mga anak nito ang sumunod na mga hari. Ngunit tumanggi siya at sinabing ang Diyos ang kanilang hari. Gayunman, humingi siya ng gintong hikaw sa lahat ng kumuha ng ginto mula sa kaaway. Binigyan ng mga tao si Gideon ng 43 libra ng ginto, at gumawa siya ng isang napakagandang damit para sa kanyang sarili at dinala ito sa kanyang bayan. Doon ito naging isang banal na kasuotan na pinaparangalan ng mga tao higit pa sa kaysa sa Diyos.

Ang tagumpay ay nagdulot sa mga Israelita ng 40 taong kapayapaan. Pero nang mamatay si Gideon, nagsimulang sumamba ang mga Israelita sa diyos ng lugar, si Baal. Nakalimutan nila ang ginawa ni Gideon at ng Panginoon para sa kanila. Matapos pangunahan ng ilang hukom ang Israel sa loob ng 45 taong kapayapaan, muling sinimulan ng mga Israelita ang pagsamba kay Baal at sa iba pang mga diyos, at sinakop ng mga makapangyarihang dayuhan ang rehiyon at minamaltrato ang mga Israelita.

Matapos ang 18 taong paghahari ng mga Ammonita sa silangan, hiniling ng mga Israelita sa Diyos na patawarin ang kanilang nakaraang pagkamakasalanan. Winasak nila ang kanilang mga banyagang diyos at naglingkod sa Panginoon. Pagkatapos ay hiniling nila kay Jepte na mamuno sa isang hukbo upang talunin ang dayuhang kapangyarihang ito. Siya ay isang anak sa anak na minamaltrato ng kanyang mga kapatid sa ama, at siya ay tumakas at nanirahan sa mga taong walang tirahan sa gilid ng disyerto. Naging sikat siya bilang isang walang takot na mandirigma na namuno sa isang pangkat ng mga bandido. Sinabi ng mga Israelita na kung siya ay mananalo sa digmaan, gagawin nila siyang kanilang pinuno.

Pumayag si Jepte at sa umpisa ay sinikap na makipag-ayos ng mapayapang solusyon sa kaaway na hari tungkol sa pagtatalo sa lupa, ngunit nabigo ang pagsisikap na iyon. Pagkatapos ay nagpunta si Jepte at nilipol ang 20 ang mga kaaway na lunsod at pinamunuan ang buong Israel sa loob ng anim na taon hanggang sa kanyang kamatayan.

Si Samson at ang mga Filisteo

Sinundan si Jepte ng iba't ibang hukom na naglingkod pa ng 25 taon, ngunit pagkatapos noon, tumalikod ang mga Israelita sa Panginoon at sumunod sa mga banyagang diyos. Napasailalim sila sa pamumuno ng mga Filisteo, isang malakas na tribo na sumakop sa matabang lupain sa Dagat Mediteraneo. Ang kanilang kontrol sa Canaan ay tumagal ng 40 taon.

Sinabi ng isang anghel sa isang mag-asawang nakatira malapit sa teritoryo ng mga Filisteo at hindi sila nagkaroon ng anak na magkakaroon sila ng anak na lalaki. Siya ay magiging isang Nazareo mula sa kapanganakan — hindi siya maaaring kuman ng anumang uri ng ubas, hindi hahawak ng patay, at hindi magpuputol ng buhok. Ang batang lalaki ang magliligtas sa Israel mula sa mga Filisteo. Nang siya'y isilang, pinangalanan siyang Samson.

Naging tanyag si Samson dahil sa kanyang malaking lakas. Ngunit siya rin ay mapusok at mabilis na mapagtimpi at kulang sa karunungan at mabuting kaugalian. Halimbawa, nakipagtalik siya sa mga babaeng hindi niya kakilala, nagpakasal sa mga dayuhan, at madalas na sinira ang kanyang panata na hindi hahawakan ang patay. Pinatay niya ang libu libong Dahil sa kanyang katapangan at lakas, siya ay pumatay ng libu-libong mga Filisteo, at namuno sa Israel sa loob ng 20 taon.

Delaila

Sa huling bahagi ng kanyang paghahari, si Samson ay nagmahal sa isang babae na tinatawag na Delaila. Hiniling ng mga Filisteo na alamin niya kung bakit napakalakas ni Samson, at binayaran nila siya upang malaman ang kanyang lihim. Ilang beses na tinanong ni Delaila si Samson kung paano siya naging ganoon kalakas. Sa tuwing nagsisinungaling siya tungkol dito, at sa tuwing sasabihin ni Delaila sa mga Filisteo ang sinabi niya. Nang tangkaing dakpin siya ng mga Filisteo, nilabanan niya ang mga ito dahil malakas pa rin siya.

Maraming beses na nagreklamo si Goliath kay Samson tungkol sa kung paano niya ito pinasinungalingan. Sinabi niya na hindi siya mahal ni Samson at tinatrato siyang parang tanga. Kinulit niya araw-araw hanggang sa magsawa si Samson sa kanyang pagngangalit. Hindi naisip ni Samson ang layunin ni Delaila, at sa wakas ay sinabi niya sa kanya na mawawala ang kanyang lakas kung gugupitin ang kanyang buhok.

Sinabi ni Delaila ang lihim na ito sa mga Filisteo, at matapos niyang putulin ang kanyang buhok habang siya'y natutulog, iniwan siya ng Diyos at madaling siyang nahuli ng mga Filisteo. Dinukot nila ang kanyang mga mata, ginawang bilanggo at pilit nilang pinagtrabaho upang gilingin ang mga butil.

Sa paglipas ng panahon, lumago muli ang buhok ni Samson at bumalik ang kanyang lakas. Nang ilabas ng mga pinuno ng mga Filisteo si Samson mula sa bilangguan para pagtawanan sa harap ng napakaraming tao, inutusan ang kanyang tagapag-alaga na ilagay siya sa gitna ng dalawang haligi na nagtataas ng gusali upang siya ay makasandig sa mga ito.

Pagkatapos ay nanalangin si Samson sa Panginoon, "Maaari lang po Panginoon, alalahanin ninyo ako. Palakasin mo pa akong muli at hayaan mo akong maghiganti sa mga Filisteo sa dalawang mata ko." Pagkatapos ay pinagtibay ang kanyang sarili sa pagitan ng dalawang haligi sa gitna na sinusuportahan ang templo at buong lakas niyang na itinulak ang mga haligi. Bumagsak ang templo at pinatay ang lahat ng mga tao rito.

Sina Noemi at Ruth

Sa magulong panahong ito, ang mga kasapi ng mga tribo ng mga Israelita ay nagpalipat-lipat sa buong rehiyon. Naganap ang mga paglipat na ito dahil sa mga labanan, taggutom, at upang mapagsama ang mga miyembro ng pamilya. Sa panahon ng isang taggutom, ang isang maliit na pamilya na nakatira sa Betlehem ay lumipat sa ibayo ng Dagat ng Asin. Namatay ang asawa at iniwan ang kanyang asawang si Naomi at dalawang anak na lalaki. Nag-asawa ang mga anak ng dalawang lokal na babae na sina Orpah at Ruth. Nang mamatay ang mga anak, si Naomi at ang kanyang dalawang manugang na babae na lamang ang naiwan.

Narinig ni Noemi na nagbigay ang Diyos ng pagkain sa Juda, ngunit gusto niyang mag isa para makapag asawa muli sina Orpa at Ruth. Iginiit ni Ruth na sumama kay Noemi at sinabing, "Kung saan ka pupunta, pupunta rin ako; kung saan ka titira, door din ako titira. Ang iyong mga tao ay magiging aking mga tao rin, ang iyong Diyos ay magiging aking Diyos. Kung saan ka mamatay, door rin ako mamamatay, at ako ay ililibing din doon. Nawa'y parusahan ako ng Panginoon ng malubhang parusa kung sakaling maghiwalay tayo." Tinatalikuran niya ang dati niyang buhay at ipinangako ang kanyang sarili sa mga paraan ng mga Israelita.

Nang dumating sina Noemi at Ruth sa Betlehem, sinabi ni Ruth na gusto niyang magtrabaho sa mga bukid ng sebada na aanihin. sa mga taniman ng barley na kasalukuyang inaani. Siya ay nagtrabaho para kay Boaz, isang mayamang may-ari ng lupa na kamag-anak ng yumaong asawa ni Naomi. Nang makita ni Boaz si Ruth sa sakahan, nalaman niya na siya ay manugang ni Naomi at masipag na manggagawa.

Sinabi ni Boaz kay Ruth na magtrabaho siya para sa kanya at bantayan ang mga taniman. Nagbigay-pugay si Ruth kay Boaz at tinanong siya, "Bakit mo napansin at nagustuhan ako, kahit na ako ay isang dayuhan?"

Sumagot si Boaz, "Nabalitaan ko ang mga ginawa mo para sa biyenan mo matapos mamatay ang iyong asawa, at kung paano mo iniwan ang iyong mga magulang at lupain upang pumunta at manirahan dito kasama ang mga hindi mo kilala. Sana'y gantimpalaan ka ng Diyos ng Israel sa iyong kabutihan."

Sumagot si Ruth kay Boaz, "Nawa'y patuloy akong paboran ng iyong mga mata. Pinaramdam mo sa akin ang kahinahunan sa pamamagitan ng iyong mabuting pag-uusap, kahit na hindi ako isa sa iyong mga alipin." Nagbigay si Boaz ng pagkain kay Ruth upang dalhin sa bahay, at ipinaliwanag ni Ruth kay Naomi ang mga nangyari sa araw na iyon.

Si Ruth ay patuloy na nagtrabaho para kay Boaz sa pamamagitan ng ilang higit pang mga ani sa taong iyon habang nakatira sa bahay kasama si Naomi. Nang maglaon, nagpakasal sila at nagkaroon ng isang anak na lalaki na nagngangalang Obed, na nang maglaon ay naging ama ni Jesse, na nagkaroon ng anak na lalaki na nagngangalang David, na magiging pinakadakilang pinuno ng Israel. Malaki ang pagbabago sa katayuan ni Ruth dahil sa kanyang integridad at lakas ng loob na baguhin ang kanyang katapatan.

Iba pang mga Salungatan at Panahon ng Kapayapaan

Sa loob ng mga siglong ito, mayroong patuloy na ugnayan. Ang mga Israelita ay magsisimula sa paggalang sa Diyos, ngunit sila ay nasasanay, nakikiayon sa mga kaugalian at kultura ng lokal na mga tao, at unti-unting nakakalimot na sundin ang Diyos. Ito ay nagdulot ng pang-aapi ng iba at nagpakaranas ng kawalan ng pagpapala ng Diyos. Kapag sobrang naging masama ang situwasyon ng mga Israelita, sila ay nananalangin sa Diyos para sa tulong, at nagpakita ang mga bayani upang talunin ang mga umapi sa kanila. Ang mga tagumpay ay dahil sa kapangyarihan ng Diyos, hindi sa kapangyarihan ng mga hukbong Israel. Sa pamamagitan ng kahinaan at limitasyon ng tao, ipinakita ang kapangyarihan at kaluwalhatian ng Diyos. Patuloy pa rin ang katapatan ng Diyos at pagpapatawad sa mga tumawag ng tulong, sumunod sa mga tuntunin ng mabuting pamumuhay, at nagpakita ng pananampalataya. Ang mga tagumpay ay nagdulot ng kapayapaan (shalom sa Hebreo) at katarungan hanggang sa magsimula ulit ang siklo ng pagkababa.

PAGPUPUTONG NG NAGKAKAISANG HARI
Ang Inisyal na Pambansang Katayuan ay May Halo halong Mga Resulta

Ang mga iba't ibang tribu ng mga Israelita ay nag-away-away sa isa't isa at kung minsan ay nagagalit kapag hindi kasama sa mga labanan kung saan sila ay magkakamit ng kahit ano sa isang tagumpay. Nakikipaglaban rin ang mga tribu sa isa't isa dahil sa mga nangyaring pagkakasala sa pagitan ng mga kasapi ng iba't ibang tribu. Sa panahong ito ng mga digmaang sibil, nagnanakaw ang mga tao mula sa iba't ibang tribu, kasama na ang pagkuha ng mga babae mula sa ibang tribu upang maging kanilang mga asawa. Hindi naramdaman ng mga tribu ang kahit anong pagkakaisa at naiinggit sa isa't isa. Walang hari, at bawat tribu ay kumikilos para sa sarili nitong interes.

Nang walang nagpapagkaisang hari at walang paraan upang pumili ng susunod na hari, may kaunting prestihiyo lamang ang mga tribu ng Israel sa rehiyon. Ang mga Filisteo ang pinakamalaking banta sa Israel–malakas ang kanilang hukbo at ekonomiya samantalang mahina ang sa Israel. May mga kalaban din ang Israel sa hilaga at silangan, at hindi nakakabuti na may dagat sa kanilang kanluran dahil wala namang karanasan ang Israel sa paggamit ng malalaking bangka. Sila ay napapalibutan ng mga problema at kailangan nilang magtanggol sa kanilang sarili, ngunit hindi nakakapagtrabaho ang 12 tribu ng Israel sa anumang paraan upang magawa ito.

Si Samuel, ang Propeta at Hukom

Sa panahong ito, ang relihiyosong buhay sa Israel ay halos napabayaan. Ang mga pari nag-aasal nang hindi nararapat at nagsamantala sa mga taong pumupunta sa tabernakulo sa Shiloh upang sumamba at mag-alay ng mga hain.

Isang babaeng walang anak na tinatawag na si Hanna ay dumating sa tabernakulo isang araw at malakas na umiiyak. Sa loob ng maraming taon, nagnanais siyang magkaroon ng anak, at nagpanata siya sa Diyos:

57

"Kung magkakaroon ako ng anak, ibibigay ko siya sa iyo sa lahat ng mga araw ng kanyang buhay." Nakita ng pangulong pari si Hanna na nananalangin at tinanong siya tungkol sa kanyang panalangin. Sinabi niya sa kanya, "Pumunta ka nang may kapayapaan. Nawa'y bigyan ka ng Diyos ng Israel ng iyong hinihiling." Lumakas ang loob ni Hanna at ibinigay ng Diyos ang kanyang hiling–nagkaroon siya ng isang anak at pinangalanan niya itong Samuel.

Si Samuel ay nagtrabaho at nanirahan sa tabernakulo noong bata pa siya at seryoso niyang ginampanan ang kanyang mga tungkulin. Isang gabi, narinig niyang may tumawag sa pangalan niya. Sa huli ay nalaman niya na ang Diyos ang tumatawag sa kanya. Sinabi ng Diyos na ang pantalong pari at ang kanyang mga anak ay malilipol dahil hindi nila pinarangalan ang Diyos, at kalaunan ay namatay sila sa digmaan. Kumalat ang balita sa buong Israel na si Samuel, na bata pa rin, ay propeta ng Diyos.

Ang mga Filisteo ay nangingibabaw at minamaltrato ang mga Israelita sa loob ng 20 taon, at sa huli ay bumaling ang Israel sa Panginoon. Sinabi ni Samuel sa mga tao na lipulin ang kanilang mga banyagang diyos at sundin ang Diyos. Itinabi ng mga tao ang kanilang ibang mga diyos at naglingkod lamang sa Panginoon. Pagkatapos ay tinipon ni Samuel ang mga Israelita sa isang lungsod at ipinagdasal sila. Nabalitaan ng mga Filisteo ang tungkol sa pagtitipon at sinalakay ang mga Israelita. Ngunit nagdala ang Diyos ng kulog sa rehiyon at umatras ang mga Filisteo. Hinabol at pinatay ng mga Israelita ang marami sa kanila, at tumigil ang mga Filisteo sa pagsalakay sa Israel sa loob ng maraming taon.

Si Samuel ay naging isang hukom at relihiyosong lider sa buong Israel sa natitirang bahagi ng kanyang buhay. Naglakbay siya sa bayat lungsod upang gumawa ng mga legal na desisyon, inilaya ang mga lungsod na nasakop ng mga Filisteo, at itinaboy ang mga Filisteo na naninirahan sa ibang mga lugar. May kapayapaan sa pagitan ng Israel at ng mga katabi nito habang si Samuel ang namumuno.

Si Saulo, ang Unang Hari ng Israel

Nang matanda na si Samuel, hiniling ng mga nakatatanda sa kanya na magtalaga ng isang hari na mamumuno sa bansa — gusto nilang maging katulad ng ibang mga bansa na may hari. Sinabi ng Panginoon kay Samuel na tinatanggihan nila ang Diyos bilang pinuno ng Israel at ang pagkakaroon ng hari ay mangangahulugan na ang mga Israelita ay kailangang gumugol ng maraming pera at oras at umupa ng maraming tao upang maglingkod sa hari at protektahan ang kaharian.

Nang ilarawan ni Samuel ang mga mangyayari kung magkakaroon sila ng hari, hindi pinakinggan ng mga tao ang kanyang babala. Sinabi nilang nais nilang magkaroon ng hari at maging katulad ng ibang mga bansa. Sinabi ng Diyos kay Samuel na maghalal ng isang hari, at sa kinabukasan, darating ang isang lalaki mula sa tribu ng Benjamin (ang pinakamaliit at pinaka-walang prestihiyosong tribu sa 12 tribo) na dapat maging unang hari ng Israel.

Kinabukasan, pumasok sa bayan ang isang matangkad at guwapong lalaki na nagngangalang Saulo na naghahanap ng kanyang mga asno. Nakilala ni Samuel si Saulo at pribadong sinabi sa kanya na siya ay magiging unang hari ng Israel. Binasbasan ni Samuel si Saulo at inilarawan ang mga pangyayari na magaganap kinabukasan upang patunayan kay Saulo na siya ang pinili. Naging iba na ang personalidad ni Saulo at naganap ang lahat ng inilarawan ni Samuel kinabukasan. Napuno ng Espiritu ng Diyos si Saulo at siya'y nagsalita ng katotohanan ng malinaw. Namangha ang mga taong nakakakilala kay Saulo sa kanyang pagbabago.

Pagkatapos ay pinangunahan ni Samuel ang isang proseso kasama ang mga pinuno ng lahat ng mga tribo upang pumili ng isang hari. Bumunot sila ng mga dayami upang pumili ng isang tribo, pagkatapos ay ginawa ang parehong upang pumili ng isang angkan at muli upang pumili ng isang pamilya sa angkan na iyon at sa wakas, isang lalaki sa loob ng pamilya. Ang pamamaraang ito ng paggawa ng mga desisyon ay kadalasang ginagamit bilang isang paraan para sa Diyos na gumawa ng desisyon. Sa kalaunan ay napili si Saulo, at nang siya ay dinala sa harap ng mga tao, malinaw na siya ang pinakamagaling sa mga naroroon. Sinabi ni Samuel sa kanila, "Tingnan ninyo ang lalaking pinili ng Panginoon. Walang katulad niya sa lahat ng mga tao." Malakas na sumagot ang mga tao, "Mabuhay ang hari!" Siya ay 30 taong gulang noon.

Pagkatapos, sinabi ni Samuel ang kanyang huling talumpati sa mga Israelita at ipinaalala sa kanila ang kanilang nakaraan. Sinabi niya na mahal sila ng Diyos, at dapat nilang mahalin at parangalan ang Diyos. Ngunit gusto nila ng isang hari, at ngayon ay mayroon na sila. Hangga't ang mga tao ay naglilingkod at sumunod sa Panginoon, magiging maayos ang lahat.

Gayunpaman, kung sila ay tumalikod muli gaya ng dati, ang kamay ng Diyos ay magiging laban sa Israel at sa hari nito, gaya ng nangyari noong nakaraan. Ang pagkakaroon ng isang hari ay hindi magliligtas sa kanila.

Ang mga Kapintasan ni Saulo

Sa kabila ng kanyang kahanga-hangang pisikal na anyo, may mga kapintasan si Saulo na sumisira sa kanyang pagkakataong maging dakila. Insecure siya at hindi niya masyadong iniisip ang sarili niya. Siya ay nagmula sa pinakamaliit na tribo at palaging nag-aalala sa kung ano ang iniisip ng iba tungkol sa kanya. Malinaw sa mga nasa larangan ng digmaan na kulang siya sa tiwala sa kanyang mga estratehiyang militar. Kulang siya sa mabuting paghuhusga kapag nakikitungo sa iba, nagdududa sa motibo ng iba, naiinggit kapag kinikilala ang iba, at nagtatayo ng mga monumento para parangalan ang kanyang sarili.

Ngunit ang pinakamasama sa lahat, sinuway niya ang Diyos. Natakot siya at nag-alay ng mga sakripisyo nang masyadong maaga kapag mukhang maaaring matalo siya sa isang labanan. Bago ang isang mahalagang digmaan, sinabi ni Samuel kay Saulo na nais ng Diyos na lubusang lipulin niya ang kanilang mga tao at lahat ng kanilang ari-arian. Gayunman, matapos manalo sa digmaan, iniligtas ni Saulo ang kanilang hari, at hinikayat siya ng kanyang mga kawal na hayaan silang mag-alaga ng pinakamagagandang hayop. Nang makilala ni Samuel si Saulo pagkatapos ng digmaan, sinabi ni Saulo na nawasak na ang lahat. Pero alam ni Samuel na hindi ito totoo — narinig niya ang ingay ng mga tupa at baka sa likuran.

Ang dahilan ng pagpapaliwanag ni Saulo ay ang kanyang mga sundalo ay nag-iingat ng mga hayop upang gamitin sa mga alay. Galit na galit si Samuel at sinabi, "Mas nasisiyahan ba ang Panginoon sa iyong mga alay at mga hain kaysa sa pagsunod sa kanyang mga utos? Mas mahalaga ang pagsunod sa Diyos kaysa sa pag-aalay ng mga matabang hayop. Ang paghihimagsik ay kasalanan at ang pagiging mayabang ay kasamaan. Dahil sa iyong pagtanggi sa salita ng Panginoon, tinanggihan ka ng Diyos bilang hari." Hindi na kailanman nakipag-usap si Samuel kay Saulo.

Bumangon si David, Nahulog si Saulo

Habang nagdadalamhati si Samuel para kay Saulo at sa Israel, ipinapunta siya ng Panginoon sa Betlehem at nakipagkita kay Jesse, ang apo nina

Boaz at Ruth, upang matukoy ang susunod na hari. Ang unang anak na lalaki na nagpakita kay Samuel ay si Eliab, na may napakagandang pisikal na anyo. Naisip ni Samuel na ito ang tiyak na magiging lalaking nais ng Diyos na maging hari. Ngunit sinabi ng Diyos kay Samuel, "Hindi, huwag mong isaalang alang ang kanyang mga hitsura o taas. Hindi tinitingnan ng Diyos ang nakikita ng mga tao, ang kanilang panlabas na anyo. Ang Panginoon ay tumitingin sa puso."

Dinala ni Jesse ang pito sa kanyang mga anak kay Samuel, na tinanggihan silang lahat. Tinanong niya kung mayroon pang iba, at ang bunso ay nag-aalaga ng mga tupa. Tinawag si David at pumasok sa kwarto, malusog at gwapo. Sinabi ni Samuel na si David ang susunod na hari. Si David ay isang mahusay na tagapagsalita, isang matapang na mandirigma, isang musikero, at isang makata. Nang si Saulo ay pinahihirapan ng masasamang espiritu, sinabi sa kanya ng kanyang mga lingkod ang tungkol sa kakayahan ni David na tumugtog ng lira (isang maliit na alpa), na nagpaginhawa sa mga espiritu ni Saulo. Maraming beses siyang pinapunta ni Saulo bilang bisita habang si David ay patuloy na naging pastol ng mga tupa ng kanyang pamilya.

Goliath

Nang magbanta ang mga Filisteo na aatakehin muli ang Israel, nagkakaharap ang dalawang hukbo sa mga burol sa itaas ng isang libis. Ang hukbo ng mga Filisteo ay mayroong mga baluti na yari sa bakal at tanso, at may isang sundalong nagngangalang Goliath na halos pitong talampakan ang taas. Mayroon siyang mabigat na panangga sa dibdib at sandata na perpekto para sa pakikipaglaban sa malapit. Gayunpaman, dahil sa kanyang hindi karaniwang laki, mayroon siyang kapansanan na nagpapabagal at nagpapababa ng kanyang paningin, kaya maaaring patayin siya ng isang taong gumamit ng ibang pamamaraan.

Sa loob ng mahigit isang buwan, pumapasok si Goliath sa libis araw-araw at hinahamon ang sinumang sundalo ng Israel na handang lumaban sa kanya. Ang panig ng talo ay magiging alipin ng kabilang panig. Sa ganitong paraan, hindi magkakaroon ng malawakang pag-aagawan ng dugo sa digmaan. Takot na takot si Saulo at ang kanyang buong hukbo sa hamon na ito, at walang nang magboluntaryo na labanan si Goliath.

Marami sa mga anak ni Jesse ay kasama ni Saulo sa lugar ng labanan, ngunit si David ay nasa bahay na nag-aalaga ng mga tupa. Pinapunta ni Jesse si David upang magdala ng pagkain sa kanyang mga kapatid, at nang makarating si David, nalaman niya tungkol sa hamon ni Goliath. Boluntaryong nag-alok si David na labanan si Goliath, ngunit sinabi ni Saulo na wala siyang pag-asa laban sa ganung kalaki at karanasan na mandirigma.

Sinabi ni David kay Saulo, "Ako ang nag aalaga ng mga tupa ng aking ama, at kapag ang isang leon o oso ay umatake sa isang tupa, pinapatay ko ito. Kung kaya kong pumatay ng leon o oso, tiyak na mapapatay ko ang Filisteong ito. Sinuway niya ang mga hukbo ng Diyos na buhay."

Sumang-ayon si Saulo na payagan si David na labanan si Goliath. Nilagyan ni Saulo ng mabibigat na armor si David, ngunit sinabi ni David na hindi niya kayang lumaban ng ganun. Sa halip, gagamitin niya ang mga armas na ginagamit niya bilang isang tagapag-alaga ng tupa: isang kahoy na tungkod, ilang maliliit na bato, at isang pagsasangga. Ang mga bato, na mabilis na sinipa at pinalabas ng pagsasangga, ay maaaring maglakbay ng higit sa 100 milya kada oras at napakapanganib sa kamay ng isang bihasang tagasangga, kahit na mula sa daan-daang talampakan ang layo. Kasama ang Diyos sa kanyang panig at isang mapanganib na armas sa kanyang kamay, lumapit siya sa libis na punong-puno ng kumpiyansa upang labanan si Goliath.

Nang makita ni Goliath kung gaano kaliit si David at wala itong panangga, kinutya at isinumpa niya ito. Ngunit sinabi ni David sa kanya, "Ikaw ay lumalaban sa akin ng tabak at sibat, ngunit ako'y lalaban sa iyo sa pangalan ng Panginoong Makapangyarihan, ang Diyos ng mga hukbo ng Israel na iyong nilalait. Kaya't ngayon ay ipagkakaloob ka ng Panginoon sa aking mga kamay. Pupugutin ko ang iyong ulo at malalaman ng buong mundo na may Diyos sa Israel."

Nang lumapit si Goliath para atakihin, tumakbo si David palapit, naglagay ng isang bato sa kanyang pagsasangga, at itinira ito ng diretso sa higanteng kalaban. Tumama ang bato sa noo ni Goliath at siya ay napabagsak sa lupa. Tumakbo si David patungo sa kanya, kinuha ang tabak ni Goliath, at pinugutan ng ulo ang higante, itinaas ito para makita ng lahat. Nang makita ng mga Filisteo na patay na si Goliath, tumalikod at tumakbo. Hinabol sila ng hukbong Israel at pinatay habang umaalis sila.

Tinugis ni Saulo si David

Si David ay naging napakatanyag, at itinago siya ni Saulo sa kanyang sambahayan kung saan nagkaroon si David ng napakalapit na pakikipagkaibigan kay Jonatan, ang anak ni Saulo. Lubhang matagumpay si David sa kanyang mga pakikipaglaban, na nagpataas ng kanyang popularidad. Nainggit si Saulo sa kasikatan ni David nang marinig niya ang mga taong sumisigaw pagkatapos ng mga labanan, ""Pinatay ni Saulo ang kanyang libu libo, pinatay ni David ang kanyang sampu sampung libo." Lalong nagduda si Saulo at ilang beses nang sinubukang patayin si David, ngunit palagi itong nakakatakas. Ipinadala ni Saulo si David sa mga pakikipaglaban, umaasang ito ay mapapatay, ngunit palagi namang nagbabalik si David ng matagumpay.

Ang anak na babae ni Saulo ay naging asawa ni David, at binalaan siya nito na gustong patayin siya ni Saulo. Nakatakas si David at muntik na siyang madakip ng ilang beses habang hinahabol siya ng mga tauhan ni Saulo sa buong rehiyon. May ilang pagkakataon si David na patayin si Saulo, ngunit sa tuwing pipiliin niyang huwag gawin ito dahil si Saulo ay hinirang ng Diyos na hari. Ang proseso ng Diyos ang magbibigay daan sa kanya upang maging hari sa tamang paraan. Nagtago si David sa iba't ibang lugar at sa huli ay lumipat sa teritoryo ng mga Filisteo upang magkaroon ng kaligtasan.

Sa huli ay napatay si Saulo at ang kanyang mga anak sa isang digmaan sa mga Filisteo. Hindi siya nakatanggap ng isang karangalan na paglilibing bilang isang hari, at dahil sa kanilang tagumpay, nakuha ng mga Filisteo ang kontrol sa buong Canaan. Ang buhay ni Saulo ay isang trahedya. Siya ay nagmula sa mga mapagkumbabang simula ngunit nakamit ang posisyon ng kapangyarihan at prestihiyo. Ngunit dahil sa kanyang mga personal na pagkukulang, hindi tamang mga pag-uugali, at paglabag sa mga utos ng Diyos, nawala niya ang pagpapala ng Diyos at nabigo sa kanyang mga desisyon na nagbunga ng isang kahiya-hiyang katapusan.

SI HARING DAVID AT SI HARING SOLOMON
Ang mga May Kapintasan ng mga Tauhan na Namuno sa Panahon ng Ginintuang Panahon ng Israel

Nang mabalitaan ni David ang pagkatalo ng Israel at pagkamatay ni Saulo, alam niyang panahon na niya para maging hari. Nagpunta siya sa Hebron at pinangalanang bagong hari. Ngunit ang isa sa mga anak ni Saulo ay kinoronahan bilang susunod na hari ng ibang tribu. Ang mga pamilya ng dalawang lalaki ay nagkaroon ng pagtatalo sa loob ng ilang taon tungkol sa kung sino ang tamang hari. Sa pamamagitan ng sunud-sunod ng mga negosasyon at away sa pagitan ng mga sumusuporta sa bawat lalaki sa panahon ng digmaang sibil, si David ay lumitaw bilang hari. Siya ay 30 taong gulang.

Paghahari ni David at Lumalawak ang Israel

Matapos siyang maging hari, sinalakay at tinalo ni David ang mga dayuhang kapangyarihan na sumakop sa Jerusalem, at ang lungsod ay nakilala bilang Lungsod ni David (tinutukoy din bilang Sion dahil sa isang burol sa lungsod na may ganoong pangalan). Ang lungsod ay naging kabisera ng pulitika at relihiyon ng bansa, at sa tulong ng mga Feniciaia, isang malaking palasyo ang naitayo. Ang palasyong ito ang naging tahanan ni David. Sumayaw siya sa mga lansangan ng Jerusalem nang pumasok sa lungsod ang Kaban ng Tipan. Maraming asawa si David at marami pang ibang babae na pawang nagkaroon ng maraming anak. (Maraming tao ang napatay sa labanan, kaya maraming bata ang kailangan panatilihing malakas ang populasyon. Ang mga asawa ng mga lalaking napatay sa digmaan ay nangangailangan ng isang lalaki na magtataguyod sa kanila, kaya sila ay naging asawa ng ibang mga lalaki.)

Sinabi ng Diyos kay David sa pamamagitan ng propetang si Natan, "Dakilahin ko ang iyong pangalan. Magbibigay ako ng lugar para sa aking mga tao upang magkaroon sila ng sariling tahanan at hindi na maabala. Kapag natapos na ang iyong mga araw, ibabangon ko ang iyong supling na kahalili mo, at itatatag ko ang kanyang kaharian. Kapag nagkamali siya, parurusahan ko siya, ngunit hindi siya iiwan ng aking pag-ibig. Ang iyong bahay at kaharian ay mananatili magpakailanman."

Maraming beses na nilupig ng mga hukbong ni David ang mga Filisteo at ang mga kaaway sa timog-silangan. Lumusob siya hanggang sa hilaga patungo sa Damasko at sa silangan para sakupin ang mas maraming teritoryo. Binigyan ng Panginoon si David ng mga tagumpay saan man siya magpunta, at lagi niyang ibinibigay sa Diyos ang papuri sa mga tagumpay ng militar at materyal na kasaganaan habang lumalawak ang kanyang kaharian.

Si David at si Bathsheba

Isang gabi, nakita ni David ang isang magandang batang babae na naliligo. Gusto niyang malaman kung sino siya, at nalaman niya na ang pangalan niya ay Bathsheba. Kasal siya kay Uria, isang sundalo na nasa malayo sa isang digmaan. Tinawag ni David si Bathsheba sa kanyang palasyo, at sila'y nagtalik. Makalipas ang ilang sandali, ibinalita ni Bathsheba kay David na siya ay nagdadalang-tao. Nagplano si David na ipapatay si Uria sa labanan. Pagkatapos ay pinakasalan ni David si Bathsheba at nagkaanak sila.

Akala ni David ay nagawa niya ang perpektong krimen. Walang nakakaalam ng buong kuwento ng lahat ng pangyayari na humantong sa kamatayan ni Uria. Pero alam ng Diyos ang lahat. Ikinuwento ni propetang Natan kay David ang tungkol sa isang mayamang lalaki na nagnakaw sa isang mahirap na tao. Nagalit si David sa mayaman at sinabing kailangan siyang mamatay. Pagkatapos ay sinabi ni Natan kay David:

> Ikaw ang mayaman! Sinasabi sa iyo ng Diyos ng Israel, "Pinahiran kita ng langis bilang hari ng Israel at iniligtas kita mula kay Saulo. Ibinigay ko sa inyo ang kanyang bahay at mga asawa. Ibinigay ko sa inyo ang buong Israel at Juda. Bakit mo hinamak ang Panginoon sa paggawa ng masama? Pinapatay mo si Uria at kinuha ang kanyang asawa. Ngayon, hindi na aalis ang espada sa iyong bahay. Ang iyong pamilya ay maaapektuhan ng kasamaan, at magmamasid ka kapag kinuha ko ang iyong mga asawa at ibibigay ko sila sa isang taong malapit sa iyo. Nagkasala ka nang palihim ngunit ito ay maibubunyag sa harap ng marami."

Matapos marinig ang hulang ito, sinabi ni David kay Natan, "Nagkasala ako laban sa Panginoon."

Sumagot si Natan, "Pinatawad na ng Panginoon ang iyong kasalanan — hindi ka mamamatay. Ngunit ang iyong anak ay mamamatay dahil sa iyong kasalanan." Di-nagtagal pagkatapos ipanganak ang sanggol ni Bathsheba, nagkasakit ito at namatay pagkaraan ng isang linggo. Hindi nagtagal ay nagkaroon ng isa pang sanggol na lalaki ang mag-asawa at pinangalanan siyang Solomon.

Si David ay isang maaawain na ama at sa loob ng maraming taon, nagkaroon ng alitan sa kanyang pamilya at sa buong kaharian. Tulad ng inaasahan ni Natan, lumaganap ang imoralidad at paghihimagsik, at nagkaroon ng maraming pagdanak ng Hugo sa loob ng Israel at sa kanyang pamilya.

Sa huli ay nagplano si David na magtayo ng isang magarbong Templo, at sa pagtatapos ng kanyang pamumuno, nagdaos siya ng isang pampublikong pagpupulong upang kilalanin si Solomon bilang kanyang kahalili (hindi pa 30 taong gulang si Solomon). Nang mamatay si David, inilibing siya sa Jerusalem, ang Lungsod ni David. Kilala pa rin siya bilang pinakadakilang pinuno ng Israel, kahit na siya at marami pang iba ay nagdusa dahil sa kanyang maraming kasalanan.

Si Haring Solomon at ang Templo

Si Solomon ay hari sa panahon ng kapayapaan at kasaganaan. Ang pinakamahalagang nagawa niya ay ang pagtatayo at paglalaan ng permanenteng Templo na naging sentro ng pagsamba sa relihiyon ng Israel. Hanggang sa panahong iyon, ang tabernakulo ay gumagamit ng mga tolda para sa pagsamba. Ang Israel ay may kasunduan sa kapayapaan sa mga Feniciaia, at naglaan sila ng mga bihasang arkitekto at teknolohiya upang magdisenyo ng Templo na naaayon sa mga plano para sa tabernakulo na inilatag ni Moises. Ang Templo ay napakalaki at kinuha ang dalawang beses na dami ng lupa kaysa sa hanay ng mga tolda para sa kinakailangang tabernakulo . Halimbawa, ang pasukan ng Templo ay may malalaking haligi na gawa sa tanso, 24 talampakan ang taas at 18 talampakan ang paligid. Ang malalaking pintuan nito ay naglagay ng ginto at magagandang dekorasyon na nagbubukas sa santuwaryo, na may maayos na dekorasyon na sahig at pader mula sa Lebanon — walang bato na makikita sa loob. Lahat ng bato para sa Templo ay pinutol sa tibagan kaya walang kaingayan habang itinatayo ang Templo.

Pitong taon ang lumipas bago natapos ang Templo, at nang matapos ito, tuwang tuwa ang mga tao kaya libu libong hayop ang kanilang isinakripisyo sa dedikasyon nito upang ipakita ang kanilang pasasalamat sa Diyos. Nanalangin si Solomon sa Diyos sa publiko.

Ang Karunungan at Kayamanan ni Solomon

Si Solomon ay kilala rin sa kanyang karunungan bilang isang hari na marunong humarap sa mga kaso na magulo at kakaiba. Nanalangin siya sa Diyos para sa karunungan, at ibinigay ito sa kanya. Sa isang kaso, dalawang babae ang nagpunta sa kanya at pareho silang nag-angkin na sila ang tunay na ina ng isang bata. Sinabi ni Solomon na dahil pareho silang nag-angkin na sila ang ina, hatiin niya ang bata at ibigay ang kalahati sa bawat babae. Nang marinig ito, isang ina ang nagsabi na ibibigay na lamang niya ang bata sa isa pa, na nagpapatunay na siya ang tunay na ina.

Dumagsa ang mga tao mula sa iba't ibang panig ng mundo kay Solomon para matuto sa kanyang karunungan. Nang bumisita sa kanya ang reyna ng Sheba na taga-Arabiya na may dalang maraming palaisipan, nasagot niya ang lahat. Siya ay nagulat at nagsabing siya ay mas marunong kaysa sa inaasahan ng lahat. Malawak din ang isinulat ni Solomon tungkol sa karunungan.

Dahil sa karunungan at kahusayan niya sa organisasyon ay napapanatili ni Solomon ang kapayapaan sa Israel sa mga kapitbahay nito at tumulong na yumaman ang bansa habang lumalago ang pakikipagkalakalan nito sa iba. Ang Israel ay nasa sangang-daan sa pagitan ng Europa, Asia, at Aprika, na nagbigay-daan sa pakikipagkalakalan sa iba. Ang lumalagong kayamanan ng mga tao ay tumaas habang nagbabayad sila ng malalaking buwis, at sa mga regalo mula sa maraming bisita, si Solomon ang naging pinakamayamang hari sa mundo.

Sa panahon ng kanyang paghahari, kumuha si Solomon ng maraming asawa, kabilang ang mga babae mula sa ibang bansa. Sa kabila ng babala ni Moises na huwag magpakasal sa mga dayuhan, pinakasalan niya ang anak na babae ng Faraon ng Ehipto at ang mga babae mula sa lima sa mga bansa sa mga hangganan ng Israel. Itinulak niya ang imperyo ng Israel nang higit pa kaysa kay David at nakilala ang mga kababaihan na may iba't ibang sistema ng paniniwala, na pinahintulutan ni Solomon dahil sa kanyang pagiging maluwag. Ang kanyang harem ay may 700 asawa at mga prinsesa at mayroon pang 300 kababaihan na nagbunga ng mas maraming anak para sa kanya. Dahil sa tagumpay at kasaganaan, naging bahagi ng kanyang pagpapasya ang pagkompromiso ng kanyang mga paniniwala at nagkaroon siya ng mga imahen para sa pagsamba at nagtayo ng mga altar para sa mga diyos na kaugnay ng kanyang mga asawa. Ito ay hindi sumunod sa unang utos ng Diyos. Dahil sa kanyang pagsuway, ang kaharian ay nahati pagkatapos mamatay ni Solomon.

Nang malapit nang matapos ang paghahari ni Solomon, bumangon ang mga kalaban sa palibot ng kaharian at hinamon ang kanyang pamamahala. Ang mga banta ay nagmula rin sa loob. Si Jeroboam ay isa sa mga opisyal ni Solomon at nakilala niya ang isang propeta na nagsabi sa kanya na ang Israel ay mahahati sa dalawang bahagi pagkamatay ni Solomon at na si Jeroboam ang magiging pinuno ng isang bahagi ng kaharian. Pagkatapos ay sinubukan ni Solomon na patayin si Jeroboam, ngunit si Jeroboam ay tumakas patungo sa Ehipto.

Naghari si Solomon sa loob ng 40 taon. Siya ay pinalitan ng kanyang anak na si Rehoboam. Ang kanyang reputasyon bilang isang matalinong pinuno ay nananatili hanggang sa araw na ito, ngunit marami sa kanyang mga tagumpay ay nangangailangan ng halos pagkabihag ng mga Israelita, na nagbuwis ng malaki upang gawing malakas ang Israel. Halos 500 taon na ang lumipas mula nang si Moises ay mag-aklas at itayo ang tabernakulo sa ilang. Ngayon ang Israel ay isang bansa tulad ng iba, na may isang hari at isang permanenteng lugar upang sambahin. Tulad ni David, ang pamana ni Solomon ay pinaghalong kadakilaan at mga personal na kabiguan.

ANG NAHATING KAHARIAN
Ang Masasamang Hari sa Hilaga at Timog na Lumaban sa mga Babala ng mga Propeta

Nang mamatay si Solomon, dalawang lalaki ang nag-isip na dapat silang maging hari. Bilang kahalili ni Solomon, si Rehoboam ay kinoronahang hari ng mga tribo ng Israel. Gayunpaman, nagreklamo ang ilang lider na gusto nila ng kaluwagan mula sa mababang sahod at mabigat na buwis na ipinataw sa kanila ni Solomon. Bumalik si Jeroboam mula sa pagkabilanggo sa Ehipto at nanatili siya na kasama sila. Nang magpasya si Rehoboam na hindi pagaanin ang mga pasanin na ito at humingi ng higit pa sa mga tao, ang lahat ng mga nasa tribu maliban sa Juda ay umalis at ginawang hari si Jeroboam.

Nasa bingit ng digmaang sibil ang bansa. Ngunit naiwasan ang digmaan nang sabihin ng isang propeta na gusto ng Diyos na hatiin ang mga tribo sa dalawang kaharian. Ang mga nasa tribo ni Juda at Benjamin ay nasa timog, at tinawag nila ang kanilang sarili na Juda. Ito ay kilala bilang Katimugang Kaharian at kasama ang kabisera sa Jerusalem. Yaong mula sa 10 iba pang tribo sa hilaga ay tinawag ang kanilang sarili na Israel, at ang kanilang "bansa" ay kilala bilang Hilagang Kaharian.

Ang dalawang bansa ay magkatunggali at madalas na naglabanan sa mga sumunod na taon. Ang hangganan sa pagitan ng mga kaharian ay mga 10 milya sa hilaga ng Jerusalem. Pareho silang mayroong 20 na mga hari, at ang kanilang paghihiwalay ay nagbawas ng lakas sa bawat kaharian. Dahil dito, madalas silang inaatake ng mga dayuhang mananakop. Iba't ibang mga propeta ang nagsalita at sumulat sa dalawang bansa kapag lumihis ang kanilang mga tao sa mga utos ng Diyos.

Ang Hilagang Kaharian at ang Kanilang mga Propeta

Binago ni Jeroboam ang mga paraan ng pagsamba sa relihiyon sa hilaga. Nagtatag siya ng mga gintong tupa bilang kanilang diyos at nagtalaga ng mga pari na walang karanasan sa pagtupad ng kanilang mga tungkulin. Kahit sino ay maaaring maging pari, at ito ay isang madaling trabaho na may maraming benepisyo. Ang paghahari ni Jeroboam ay tumagal ng 22 taon. Tinutulan niya ang mga propeta na hinatulan ang kanyang mga masamang desisyon.

Sa 20 hari na naglingkod sa Hilaga, iilan ang may napakahabang paghahari (ang isang hari ay namuno sa loob ng 41 taon), at ang ilan ay napakaikli (ang isang hari ay tumagal lamang ng pitong araw). Halos lahat ng mga hari ay masasama. Maraming propeta ang nagsalita ng katotohanan ng Diyos sa mga taong nasa kapangyarihan tungkol sa pangangailangang tumalikod sa masasamang paraan, ngunit ang mga propetang ito ay karaniwang hindi pinansin o pinatay. Narito ang mga ilang kuwento ng mga propetang ito.

Amos

Sa huling bahagi ng pamumuno ni Jeroboam, isinulat ng magsasaka na si Amos ang mensahe ng Diyos sa mga taong sa kanya ay nangangaral. Sa panahong iyon, nagtatamasa ang rehiyon ng madaling buhay sa panahon ng kasaganaan. Ngunit hindi pantay ang pamapahagi ng kayamanan, at maraming mga katiwalian na umiral. Sa pamamagitan ng pag-aabuso sa sariling luho at pang-aapi sa mga mahihirap, masagana ang buhay ng mayayaman habang marami ang nagsisikap. Nariyan ang moral na pagkakalulong at kahambugan sa kultura ng Israel.

Isinulat ni Amos na ang mga ritwal ng relihiyon ay walang kabuluhan kapag mayroong kawalan ng katarungan. Una niyang pinuna ang kawalan ng katarungang panlipunan sa ibang mga bansa, at sinabing darating sa kanila ang banal na paghatol. Ang mga Israelita ay natuwa nang marinig na ang kanilang kinapopootan na mga kapitbahay, mga dayuhang walang diyos, ay parurusahan! Pagkatapos ay binanggit niya ang kasamaan ng mga Israelita sa Katimugang Kaharian na ipinagmamalaki kung gaano sila relihiyoso, ngunit sinuway nila ang Diyos. Alam niyang sasang-ayon ang kanyang taga-hilaga sa lahat ng isinulat niya sa ngayon.

Ngunit pagkatapos ay inilarawan niya ang lahat ng mga bagay na nangyayari sa Hilagang Kaharian. Ang mga kasamaan sa lipunan, kawalang-katarungan, imoralidad, kalapastanganan — lahat sila ay umiral, tulad ng nangyari sa mga lugar na pinangalanan niya. Kung ang iba ay nararapat parusahan, gayon din ang Israel. Sa katunayan, ito ay mas masahol pa dahil ang mga Israelita ay pinili ng Diyos at dapat na mas makaalam. Ang mayayamang tao ng Israel ay napopoot sa pananagutan, nilabanan ang katotohanan, tumanggap ng mga suhol, pinabayaan ang mahihirap, at hinaras ang matuwid. Ang parusa sa kanila ay hindi maiiwasan. Hinulaan ni Amos ang isang pagpapatapon, at walang makakapigil dito. Ang parusang ito ay ilalapat sa lahat ng bayan ng Diyos, hindi lamang sa mga nasa Hilagang Kaharian. Hindi masusuhulan ang Diyos ng mga alay at hain hangga't nananaig ang kasalanan ng mga tao.

Gusto ng pinunong pari na patayin si Amos, ngunit alam ni Amos na sinasabi niya ang katotohanan ng Diyos, kaya patuloy niyang hinuhusgahan ang mga lider at ang mga tao. Nagtapos si Amos sa pamamagitan ng pagpapakalat na babalik ang mga Israelita mula sa pagkabihag at magkakaroon ng panahon ng kapayapaan at magpapatuloy ang dinastiya ni David sa pamamagitan ng nalalabing mga taong nanatiling tapat.

Elias

Si Elias ang pangunahing propeta na nagsabi ng katotohanan ng Diyos sa Hilagang Kaharian. Nabuhay siya sa panahon ng paghahari ni Ahab at ng kanyang masamang asawang si Jezebel. Matapos mahulaan ni Elias ang tagtuyot na magwawakas lamang kapag sinabi niyang mangyayari ito, nagtago siya sa disyerto, at pagkatapos at nakatira kasama ang isang napakahirap na babaeng balo sa hilaga ng Canaan. Nagpadala si Jezebel ng mga tauhan upang patayin siya at ang ibang mga propeta sa daan, ngunit hindi nila siya nakita.

Sinabi ng Diyos kay Elias na sabihin kay Haring Ahab na naganap ang tagtuyot dahil hindi sinunod ng Israel ang Diyos. Sinabi ni Elias kay Ahab na tumawag ng mga 850 propeta ni Baal at iba pang mga diyos sa Bundok Carmel para sa pagsubok ng kapangyarihan. Si Elias ang magiging tanging propeta ng Diyos. Ang bawat panig ay may isang toro na susunugin ng apoy na dulot ng kanilang diyos. Nauna ang mga propeta ng hari. Naglagay sila ng toro sa isang altar at tinawag si Baal upang sindihan ang toro.

Walang nangyari. Ang mga propeta ay sumayaw at nanalangin mula umaga hanggang tanghali, ngunit walang apoy na nagsimula. Tinuya sila ni Elias: "Sumigaw kayo ng mas malakas. Tiyak na si Baal ay isang diyos! Marahil siya ay malalim ang iniisip, o abala, o naglalakbay. Baka tulog na siya." Ang mga propeta ay sumigaw ng mas malakas at hiniwa ang kanilang sarili. Giniba nila ang altar ni Elias at at patuloy na nagdasal nang malakas hanggang sa oras ng paghahandog sa hapon. Walang tugon mula kay Baal.

Pagkatapos ay itinayo muli ni Elias ang kanyang altar at naghukay ng isang kanal sa paligid ng kanyang altar. Sinabi niya sa mga propeta ng hari na ibuhos ang tubig sa toro upang ito ay lubos na babad at napuno ng tubig ang kanal. Pagkatapos ay nanalangin si Elias, "Diyos nina Abraham, Isaac, at Israel, ipapaalam sa lahat ngayon na ikaw ay Diyos sa Israel at ako ang iyong lingkod." Bumagsak ang apoy mula sa langit at sinunog ang toro, ang altar, ang lupa, at natupok ang lahat ng tubig sa kanal.

Pagkatapos ay nagpatirapa ang lahat ng nanonood at sumigaw, "Ang inyong Panginoon ay Diyos!" Sinabi ni Elias sa kanila na patayin ang lahat ng propeta ni Baal, at sinabi niya kay Haring Ahab na umuwi bago dumating ang ulan. Nagsimula ang malakas na pag ulan at natapos ang 40 buwang tagtuyot.

Nang marinig ni Jezebel ang nangyari, gusto niyang patayin si Elias. Tumakas siya sa katimugang ilang, mga 200 milya ang layo. Nang naroon siya, sinabi sa kanya ng Diyos sa isang banayad na bulong sa Damasco, sa malayong hilaga. Tiniyak sa kanya ng Diyos na may 7,000 pa ring tao na nagpaparangal sa Diyos at hindi sumasamba kay Baal.

Nang maglakbay si Elias sa hilaga, natagpuan niya si Eliseo at pinahiran siya bilang susunod na propeta. Mayroon pang ilang pagtatagpo si Elias kay Haring Ahab sa mga sumunod na taon, at kasama ni Eliseo, nagpahayag siya ng katotohanan sa Hilagang Kaharian ng Israel hanggang sa si Elias ay kinuha ng langit sa gitna ng isang bagyo sa harap ng mga mata ni Eliseo. Naghanap ang malaking grupo ng tatlong araw para sa bangkay ni Elias, ngunit walang bangkay na nakita.

Eliseo

Pagkatapos ay naging pangunahing propeta si Eliseo sa Hilagang Kaharian, at gumawa siya ng maraming himala sa mga tao. Sa isang pagkakataon, mayroong isang Syriano na nagtatrabaho para sa hukbong Israel na nagngangalang Naaman, na may napapansing sakit sa balat. Siya ay kasal sa isang babaing Israelita na nagsabi sa kanya tungkol sa mga himala ni Eliseo sa pagpapagaling. Nagkita sila ni Eliseo na sinabihan si Naaman na maghugas sa ilog ng Jordan nang pitong beses. Nagalit si Naaman sa kahilingang ito, ngunit sinabi ng kanyang mga lingkod na kung hinihingi sa kanya ni Eliseo na gumawa ng malaking gawain na kakailanganin ang kanyang lakas upang gumaling, siguradong gagawin niya ito. Masyado ba siyang mayabang para maghugas sa ilog? Kaya nagpakumbaba si Naaman at naligo sa ilog, at gumaling siya.

Naglaban paminsan minsan ang Israel at Syria at unti unting lumiit ang Hilagang Kaharian nang mawalan ito ng lupain. Sa paggamit ng kanyang kaalamang ibinigay ng Diyos, madalas na pinapayuhan ni Eliseo ang mga pinuno ng Israel tungkol sa mga plano ng Siria, kaya laging handa ang Israel sa kanilang mga pag atake. Akala ng hari ng Syria ay may traydor sa gitna nila, ngunit ipinaalam sa kanya na maaaring mahulaan ni Eliseo ang hinaharap at alam niya nang maaga ang mga pag atake.

Pagkatapos ay gusto ng hari ng Siria na patayin si Eliseo. Nang marinig ng hari kung saan nananahan si Eliseo, isinugo niya ang kanyang hukbo upang palibutan ang lungsod. Kinaumagahan, nakita ng lingkod ni Eliseo ang mga karo ng Siria at tinanong niya si Eliseo kung ano ang dapat nilang gawin. Sabi ni Eliseo, "Huwag kang matakot. Mas marami pa tayong karo kaysa sa kanila. Buksan ang iyong mga mata at makita ang mga ito. "

Nakita ng alipin ang maraming kabayo at karo na nag aalab sa apoy sa mga burol. Nang lumapit ang mga taga Siria sa lungsod, binulag sila ng Diyos. Pagkatapos ay sinabi ni Eliseo sa kanilang mga pinuno na aatakihin nila ang maling lungsod at aakayin niya sila sa kung saan nila makikita kung sino ang kanilang hinahanap. Sinamahan ni Eliseo ang mga bulag na sundalo patungo sa Samaria, kung saan matatagpuan ang hari at hukbo ng Israel. Nang ibinalik sa kanila ng Diyos ang kanilang paningin, napapaligiran na pala sila ng kanilang mga kalaban!

Tinanong ng hari ng Israel si Eliseo kung ano ang dapat niyang gawin. Sinabi ni Eliseo na dapat bigyan ng pagkain at inumin ang hukbong Syrian at pagkatapos ay pauwiin. Sinunod ng hari ang utos ni Eliseo, at pagkauwi ng mga taga Siria, pinatigil nila ang kanilang pagsalakay sa Israel sa loob ng maraming taon.

Nang muling magsimula ang pagsalakay ng mga Siryano, pinalibutan nila ang Samaria at pinigilan ang pagpasok ng pagkain sa lungsod. Nagdulot ito ng taggutom sa lungsod. Sinabi ni Eliseo sa mga tao na maglalaan ang Diyos ng pagkain kinabukasan. Apat na walang tirahan na ketongin na nakatira malapit sa lungsod ang desperado sa pagkain kaya humingi sila ng pagkain sa mga taga Siria. Pagdating nila sa kampo ng kaaway, wala silang nakitang sundalo. Sa halip, nakakita sila ng maraming pagkain at lahat ng mga hayop ng Syrian. Sa kalagitnaan ng gabi, ang Diyos ay lumikha ng mga tunog na parang kulog na kahawig ng isang hukbong naniningil na may mga karo, at ang hukbo ng Syria ay tumakas para sa kanilang buhay, sa kabila ng Ilog Jordan. Pagkatapos ay nagpunta ang mga tao sa Samaria upang kunin ang lahat ng pagkain at mga hayop na naiwan.

Hosea

Si Hosea ay isa sa mga huling propeta na nagbabala sa Israel tungkol sa kanilang darating na kapahamakan. Sa pamamagitan ng tula, sinabi niya sa kanyang tagapakinig na hiniling ng Diyos sa kanya na kumuha ng isang prostituta bilang asawa at magkaanak sa kanya. Sa ganitong paraan, mauunawaan niya kung paano nararamdaman ng Diyos kapag nakikipag-ugnayan sa isang hindi tapat na kasosyo. Ang mga pangalan ng kanyang mga anak ay nagpapakita na para bang ang Israel ay nangangaliwa sa kanilang kasal sa pamamagitan ng pagsamba sa ibang mga diyos. Kaya naman, iiwan sila ng Diyos dahil sa kanilang pangangaliwa.

Nagbabala si Hosea sa Israel na sila ay hindi na mapoprotektahan ng Diyos, at ang kanilang mga palasyo at nakukutaang lungsod ay malulupig. Inaasahan ng Diyos ang awa at pagkilala, hindi mga sakripisyo at mga sinunog na handog. "Kailangan bumalik sa Diyos ang Israel, magpakita ng pagmamahal at katarungan, at laging maghintay sa Diyos." Tinapos ni Hosea ang kanyang mensahe katulad ng kay Amos, na unang nagpahayag na patuloy na mamahalin sila ng Diyos tulad ng pagmamahal ng mga magulang sa kanilang mga anak. Ang Diyos ay nagpapatawad at nagpapagaling sa mga tapat, at ang ilan ay babalik at maninirahan sa lupain na ibinigay ng Diyos sa kanila.

Ang Katimugang Kaharian at ang mga Propeta Nito

Tulad ng mga hari sa hilaga, marami sa mga hari ng Juda ang hindi tapat sa Diyos. Mas mahaba ang panahon ng kapayapaan at kasaganaan sa Katimugang Kaharian kaysa sa hilaga at mas mahabang panahon nang ang mga inapo nina David at Solomon ay nakinig sa mga propeta ng Diyos at tumigil sa pagsamba sa ibang mga diyos. Mayroong mga tapat sa hilaga na lumipat at pumunta sa Timugang Kaharian—ang Jerusalem ay patuloy na iginagalang at malapit sa hangganan. Sa 20 mga hari ng Juda, si Manases ang pinakamatagal na naging hari (55 taon), habang ang ilan ay naging hari lamang sa loob ng tatlong buwan.

Tulad ng mga nakatira sa Hilagang Kaharian, ang mga naninirahan sa Juda ay gumawa ng kasamaan sa paningin ng Panginoon. Sa ilalim ni Rehoboam, ang unang hari, nagtayo ang mga tao ng maraming altar sa ibang mga diyos at nagpakaligaw sa parehong masamang paraan ng mga taong orihinal na nakatira sa Canaan. Nag-atake ang Ehipto sa Jerusalem at kinuha ang lahat ng gintong kagamitan na inilagay ni Solomon sa Templo at palasyo ng hari.

Kung paanong ang mga propeta ay nagsalita at sumulat sa mga pinuno at mga tao sa hilaga at gumawa ng mga hula tungkol sa mga pangyayaring darating, iba't ibang propeta ang nagsalita at sumulat sa parehong paraan sa mga nasa Katimugang Kaharian. Narito ang mga kuwento ng ilan sa mga propetang ito.

Si Jehosaphat

Si Jehosaphat ay isang hari na may 25-taong paghahari. Gumawa siya ng mga reporma na nagbalik sa mga tao sa mga gawaing pangrelihiyon na ginamit sa ilalim nina David at Solomon. Inalis niya ang mga altar para sa mga dayuhang diyos, at ang kanyang mabubuting patakaran ay nagdulot ng kapayapaan sa pagitan ng Juda at ng mga Filisteo at mga bansang Arabo. Nagkaroon din siya ng magandang relasyon sa Hilagang Kaharian, kaya walang kaaway ang Juda sa mga hangganan nito. Ang mga patakarang ito sa relihiyon at pulitika ay humantong sa kapayapaan at kaunlaran ng ekonomiya sa Katimugang Kaharian. Nang siya ay sinaway ng isang propeta, nakinig siya at gumawa ng mga reporma. Halimbawa, nagluklok siya ng mga hukom na idiniin ang pagiging patas at hindi tumatanggap ng suhol.

Ngunit hindi nakinig si Jehoshaphat sa bawat propeta nang siya ay hinamon, at ilan sa kanyang mga paraan ay ipinasa niya sa kanyang anak na si Jehoram nang sila ay naghari ng sabay. Nang si Jehoram ay kumuha ng ganap na kontrol sa trono, bumalik ang Juda sa pagsamba sa mga idolo at nakaranas ng mga digmaan muli. Pinatay ni Jehoram ang anim niyang mga kapatid at nagtatag ng mga altar sa mga idolo. Ang kanyang tanging anak na lalaki na si Ahaziah ay nagpatuloy sa nakakasulasok na pamamahala ng kanyang ama.

Isaias at mga Hula ng Isang Darating na Hari

Si Isaias ang sumulat ng pinakamarami sa lahat ng mga propeta. Isinilang siya noong panahon ng kasaganaan, at ang kanyang malawak na tula at iba pang mga sulatin ay malupit na kinondena ang patuloy na pagbagsak ng moralidad ng Israel dahil sa katiwalian at kawalang katadongan nito. Ngunit nagbigay din siya ng malaking pag-asa sa mga bagay na darating sa hinaharap. Ang paghatol at pag asa ay nabubuo sa buong mga salita ni Isaias, na isinulat sa loob ng maraming taon.

Una niyang isinulat na kinokondena ng Diyos ang mga nasa Juda at Jerusalem dahil sila ay tiwali at puno ng masasamang gawain. Walang kabuluhan ang kanilang mga sakripisyo at pagtitipon ng relihiyon dahil hindi sumusunod ang mga tao sa Diyos. Sa pamamagitan ni Isaias, sinabi ng Diyos,

> Sa palagay ba ninyo gusto ko ang lahat ng hain at handog na ito? Nasuka ako sa amoy ng insenso mo. Kapag nagtataas kayo ng inyong mga kamay sa panalangin, hindi ko kayo tinitingnan; kapag marami kang dasal sa akin, hindi ako nakikinig. Itigil ang paggawa ng masama! May dugo sa iyong mga kamay, sapagkat hindi ka naging patas sa iba, hindi mo tinulungan ang mga nagdurusa dahil sa iyong kawalang katarungan, at hindi ka sumuporta sa mga ulila at balo.

Ang Israel ay parang ubasan ng Diyos, at kung hindi ito magbubunga sa kabila ng maraming pagsisikap ng may ari, ang ubasan ay mawawasak. Sa tunay na buhay, ang mga bansang walang Diyos na gaya ng mga Asiryano at Babilonyano ang magiging mga maninira, na ginamit ng Diyos upang parusahan ang mga Israelita.

Nagbigay din si Isaias ng pag-asa para sa pagpapanumbalik. Bagama't matatalo at malilipol ang mga Israelita, ang tamang pamumuhay ay hahantong sa kapayapaan para sa mga nagtitiwala sa Diyos. Sa huli ang mga nang-aapi at masasamang bansa ay mapapabagsak, at sa mga natira sa mga Israelita, isang lahi ni David ang maghahari at mamumuno sa isang pandaigdigang kaharian na magtatagal magpakailanman. Ang kasamaan ay sisira at ang ubasan ng Diyos ay magbubunga muli.

Isinulat ni Isaias ang tungkol sa matuwid na pinuno na darating bilang Emmanuel ("kasama natin ang Diyos"), na magiging "Makapangyarihang Diyos" sa anyo ng tao at mananaig sa buong mundo. An Dios nasiring: "Naghahatag ako hin birilhon nga bato ha panulok nga marig–on nga pundasyon. Ang mga umaasa dito ay hindi kailanman kailangang mag panic. Ang mga tao ay hahatulan batay sa kanilang katarungan, pagkamakatarungan, at tamang pamumuhay." Gayunpaman, ang paghatol at pagkawasak ay mauuna. Ang mga may pananampalataya ay hindi kailangang mag alala dahil ang "mga butil ng trigo ay ihihiwalay sa kanilang mga dawag." Ang kanilang pag asa ay nasa kung ano ang darating pagkatapos ng kanilang mga paghihirap, at ang mga naghihintay ay pagpapalain, sapagkat ang Diyos ay nagbibigay ng lakas sa mga taong pagod at mahina. "Ang mga may pag asa sa Panginoon ay magpapanibago ng lakas. Sila'y tataas na parang mga agila, sila'y tatakbo at hindi mapagod, sila'y lalakad at hindi manghihina."

Ang darating ay inilalarawan bilang isang "alipin." Si Abraham ang unang lingkod ng Diyos dahil sinunod niya ang panawagang lumipat sa Canaan. Ang Israel ay isang bansang pinili ng Diyos upang maging masunurin na lingkod at saksi sa mundo ng kapangyarihan at habag ng Diyos. Ang darating na lingkod ay magkakaroon ng espiritu ng Diyos kaya ang kanyang kaharian ay magtatatag ng katarungan na umaabot sa ibang mga bansa (ang mga di Israelita, na tinatawag ding "mga Hentil"). Magiging inosente siya at mabubuhay ng tama. Magiging katulad siya ng isang pastol na magiliw na nagmamalasakit sa kanyang mga batang tupa. Magigin pariho hiya ha bisan hin–o nga normal nga tawo, kondi magigin espesyal gud hiya ha iba nga mga paagi — an bugtong nga iya klase nga maglakat ha tuna. Subalit siya ay hindi mauunawaan at itatanggi ng maraming tao, at siya ay papatayin sa isang kakila kilabot na paraan. Subalit sa pamamagitan ng paghahandog ng kanyang sariling dugo, ililigtas ng lingkod na ito ang lahat ng tao mula sa kanilang mga kasalanan, na dadalhin ang lahat ng tao sa Diyos, maging ang mga hindi bahagi ng bansang Israel. Mamaya ay babangon siya at pupurihin.

Ang mga hindi pangkaraniwang mensahe na ito ay magkakaugnay. Ang taong may dakilang kapangyarihan at kabutihan ay tatanggihan ng mga taong kanyang pinaglilingkuran. Hindi niya gagamitin ang kanyang kapangyarihan o katwiran upang ipagtanggol o iligtas ang kanyang sarili, at ang kanyang kamatayan ay nagdudulot ng buhay sa iba. Siya ay pumapasok sa impiyerno, nagtagumpay sa kamatayan, at bumabalik na mas makapangyarihan kaysa dati, at ibinibigay niya sa iba ang ilan sa kanyang mga dakilang kapangyarihan. Ang alipin ang pinakadakila sa lahat!

Malawak ang isinulat ni Isaias tungkol sa darating na hari sa mga lipi ng Israel at Juda na naging bulag, bingi, at suwail. Isinulat niya na sinasabi ng Diyos:

Hindi ba ninyo nakikita na may ginagawa akong bago? Gumagawa ako ng daan sa ilang. Aakayin Ko ang mga bulag sa mga paraan na hindi nila alam at gagabayan sila sa mga bagong landas. Gagawin kong liwanag ang kadiliman at gagawing makinis ang mga magaspang na lugar. Huwag kang matakot — iniligtas kita! Tinawag kita sa pangalan at ikaw ay akin. Kapag kayo ay dumaan sa tubig, ako ay sasaiyo; ang malakas na ilog ay hindi ka magwawalis. Kapag lumakad ka sa mga apoy ng buhay, hindi ka masusunog.

Ang darating na hari ay magiging hinamak at itatangi, siya ay magdaranas ng maraming sakit at hindi paiiralin ang kanyang karangalan. Siya ay ituturing na parusahan ng Diyos, ngunit siya ay magtataglay ng ating sakit at papatayin dahil sa ating mga kasalanan. Ang kanyang parusa ay magdudulot ng kapayapaan sa atin — sa pamamagitan ng kanyang mga sugat tayo ay gagaling. Kahit na hindi siya gumawa ng karahasan at hindi nagkasala, hindi siya magrereklamo. Siya ay dadalhin patungong kamatayan tulad ng isang inosenteng tupa na papatayin. Ngunit alam niya kung ano ang darating at bakit. Ito ay kalooban ng Diyos na siya ay masaktan, dahil ang kanyang buhay ay handog para sa ating mga kasalanan, at siya ay tutulong sa bawat isa na nagkasala.

Si Isaias ay patuloy na sumulat tungkol sa hatol. Alam niya kung ano ang hinihingi ng Diyos at hindi nakikita ito sa gitna ng mga tao. Nanawagan siya sa mga tao at lider na iwasan ang karahasan, pagsamba sa mga diyus-diyosan, at pagiging hindi patas sa mga walang kapangyarihan. Tinatawag niya ang mga tao na bumalik sa Panginoon. Sinasabi ng Diyos:

Mayroon kayong mga ritwal sa inyong relihiyon at nagsasagawa ng pag-aayuno at panalangin, ngunit hindi ninyo tinatrato ng patas ang iba. Inaasahan mo ba na pakikinggan ko ang inyong mga panalangin, mapahanga, at pagpapalain kayo? Ang inyong mga ritwal ay nangyayari lamang isang beses sa isang linggo. Ang gusto ko ay magkaroon kayo ng mapagpakumbabang espiritu at magbigay ng pagsigla at suporta sa mga taong may mga pusong sugatan. Natutuwa ako kapag nakikita ko ang aking mga tao na nagpapakawala sa mga tanikala ng kawalan ng katarungan, nagpapalaya sa mga taong may mga mabibigat na pasanin, nagpapakain sa mga nagugutom, nagbibigay ng tirahan sa mga walang tahanan, nagbibigay ng damit sa mga hubad, at sumusuporta sa mga walang kapangyarihan–mga senyales ito ng tunay na relihiyon. Kapag nakikita ko ang mga bagay na ito, pakikinggan ko kayo at pagagalingin, at magkakaroon ng liwanag sa inyong kadiliman. Ngunit walang kapayapaan para sa masama.

Sinabi ni Isaias na walang nakikita ang Diyos na tumutugma sa kahulugan ng kabanalan, at nagtapos ito sa isang paglalarawan ng mga senyales na nagpapahiwatig na dumating na ang hari, ang Manunubos. Sasabihin ng Manunubos:

Ang Espiritu ng Panginoon ay sumasaakin at pinahiran ako upang ipahayag ang mabuting balita sa mga mahihirap. Pinapadala ako ng Diyos upang aliwin ang mga pusong sugatan, upang magpalaya ng mga bihag at palayain ang mga bilanggo mula sa kanilang kadiliman, upang ipahayag ang Taon ng Jubileo, upang aliwin ang lahat ng mga nagsisisi at nagdadalamhati, upang bigyan sila ng koronang maganda sa halip ng mga abo, ng langis ng kagalakan sa halip ng kalungkutan, at ng damit ng papuri sa halip ng espiritu ng pagkapanglaw.

Sinabi ni Isaias na ang magtataguyod ng kapayapaan ng kahariang na muling binuhay ay magmumula sa angkan ni David. Ang kaharian ng tagapamahala ay lalago at maghahari sa mundo, magdadala ng kapayapaan, magbibigay ng impluwensiya sa ibang mga bansa, at magtatagumpay laban sa mga walang Diyos. Sinulat ni Isaias:

> Sa mga huling araw, ang mga bansa ay magkakatipon sa harapan ng Panginoon at matututong magtrabaho nang tama sa isa't isa. Ang Diyos ang magiging hukom sa pagitan ng mga tao at maglalagay ng kapayapaan sa mga alitan ng mga bansa. Hindi na mag-aaway-away ang mga bansa, at hindi na magtatangka ang kanilang mga mamamayan na makipagdigmaan. Papalitan nila ang kanilang mga espada ng mga araro at ang kanilang mga sibat ay magiging mga kawit na panggupit ng mga tanim.

Ang mga Mensahe ni Mikas ng Paghuhukom at Pag asa

Ang propetang si Mikas ay sumulat kasabay nina Isaias at Osea at sa parehong estilo ng tula. Nakita niya ang katiwalian sa pulitika at relihiyon sa rehiyon, at ang kanyang matinding pagpuna ay katulad ng sinabi nina Isaias at Osea. Sinabi niya kapwa masama ang Jerusalem at Samaria (ang mga pangunahing lungsod sa timog at hilaga) dahil sa kanilang pagsamba sa mga diyus-diyosan, katiwalian na nagpapahirap sa mahihirap at nagbalewala sa katarungan sa mga korte, at pangkalahatang kawalan ng interes sa paglutas ng mga suliranin ng lipunan. Si Haring Solomon ay sumulat ng mga pantas na kasabihan tungkol sa kung paano ang kawalan ng kasipagan ay nagdudulot ng kahirapan ng mga tao, ngunit sinulat ni Micas na ang mga tao ay maaari ring maging mahirap dahil sa pagkakaligtaan ng mga may kapangyarihan sa mga suliranin ng mahihirap at paggamit ng lahat ng kanilang mga pribilehiyo upang mapanatili ang kanilang magarbong pamumuhay.

Pero hindi tulad nina Amos, Isaias, at Hosea, hindi sinabi ni Mikas sa mga Israelita na magsisi. Sa halip, tinatawag niya sila sa "korte" upang gawin ang kanilang kaso sa harap ng Diyos, na parehong saksi at hukom. Ano ang hinihingi ng Diyos para makatakas ang mga tao sa posibleng kaparusahan? Ang mga tao ay dapat "kumilos nang patas, ibigin ang kabaitan, at lumakad nang mapagpakumbaba kasama ng Diyos." Sinabi ni Moises na dapat ibigin ng mga tao ang Diyos at ang kanilang kapwa gaya ng kanilang sarili, at hindi iyon ginawa ng mga tao. Samakatuwid, ang mga tao ay matatalo sa hukuman ng Diyos dahil hindi sila nagkaroon ng tamang relasyon sa Diyos at sa iba. Ang parusa sa kanilang maling pag-uugali ay ang pagkawasak ng kanilang mga bansa at lunsod, at sila ay dadalhin sa pagkabihag sa Asiria at Babilonia.

Matapos magpahayag ng paghatol at pagkabihag, nagbigay si Mikas ng pag-asa para sa kinabukasan. Isang maliit na bilang ng mahihina at nabihag na mga Israelita ang babalik at magtatayo ulit ng mga lungsod. "Ang Diyos ay hindi nananatiling galit magpakailanman kundi nalulugod kapag ang mga tao ay nagpapakita ng awa." Ipinahayag din ni Mikas na ang magiging lider ng Israel sa hinaharap ay magmumula sa bayan ng Betlehem.

Hindi pinakinggan ng mga Israelita sa hilaga at timog ang mga babala at hula ng mga propeta tungkol sa mga darating na pagsalakay ng kanilang mga kaaway. Nagpatuloy ang kawalang-katarungan, karahasan, at katapatan sa relihiyon kapwa sa Israel at Juda, at hindi natanto ng kanilang mga lider kung gaano kabilis matutupad ang mga hula ng mga propeta.

KABANATA 11

PAGBAGSAK NG DALAWANG KAHARIAN
Sinakop ng mga Asiryano at Babilonian ang mga Israelita

Madalas na inaatake ng mga Asiryano ang mga lugar na sinasakop ng mga Israelita, Siriano, at Feniciaia. Isa sa mga hari ng Asiryano ay lubhang malupit sa pagpapalawig patungong Dagat Mediteraneo, at nagsimulang magdala ng mga bihag pabalik sa Asirya sa halip na payagang manatili sa kanilang lupain ang mga nasakop na mga taong tagaroon. Dinala ang mga dayuhan sa mga lugar na tinitirhan ng mga tagaroon, at pinangasiwaan ng mga opisyal ng Asirya ang lupain. Dahil dito ay nabawasan ang posibilidad na maghimagsik ang mga tao.

Ang Hilagang Kaharian ay Bumagsak

Nang unang salakayin ng mga Asiryano ang mga lugar sa Hilagang Kaharian, binibigyan sila ng mga hari ng Israel ng salapi, pagkain, at iba pang mga bagay upang makamıt ng kapayapaan. Ngunit ang mga hari ng Israel ay nakipagtulungan din sa mga taga Siria upang tumayo laban sa mga Assyrian. Nang salakayin at manalo ang Assyria sa mga digmaan laban sa mga taga Siria, walang pagkakataong mabuhay ang Hilagang Kaharian. Sa kalaunan, sinakop ng hukbong Assyria ang lahat ng lugar sa rehiyon maliban sa mga burol sa gitnang Canaan. Nang mamatay ang hari ng Asirya, tumigil ang hari ng Israel sa pagbabayad ng tributo sa mga Asirya at humingi ng tulong sa Ehipto upang labanan ang mga Asirya. Ngunit nang magkaroon ng bagong hari ng Asirya, tuloy-tuloy pa rin ang pag-atake nito at nagawa nitong sakupin ang nalalabi pang teritoryo ng Israel. Sa loob ng tatlong taong panunuyo, naisakop ng mga taga-Asirya ang kabisera sa Samaria at napilitan ang hari ng Israel na sumuko.

Nasakop ng mga Assyrian ang mahigit 27,000 na pinuno ng pulitika at militar ng Israel at dinala sila pabalik sa Persia at Mesopotamia. Pinalitan ng mga Asiryano ang mga ito ng kanilang sariling mga tao. Karamihan sa mga Israelita ay nanatili at nagpatuloy sa pagtatrabaho sa lupa. Ang halong mga tao mula sa maraming lugar at kultura sa labas ng Israel ay nagresulta sa iba't ibang uri ng mga pananampalataya. Walang sinuman sa kanila ang sumunod sa Panginoon, at ang lahat ng kultura ay nagpakasal sa isa't isa. Sa kabuuan, sila ay tinatawag na mga Samaritano dahil ang lungsod na kabisera ay nasa Samaria.

Ang Hilagang Kaharian ay tumigil sa pag iral noong 722 BC. Ang kaharian ay tumagal ng mga 210 taon matapos humiwalay sa mga naninirahan sa Juda. Sa huling 30 taon, ang Israel ay may anim na hari at mabilis na bumagsak. Ang kanilang pagbagsak ay hinulaan ng mga propeta, ngunit ang kanilang mga lider ay hindi kailanman humingi ng tulong sa Diyos. Nakalimutan na nila kung paano sila ginawang dakila ng pagsunod sa Diyos.

Ang Timog ay Nakaligtas

Ang estratehiya ng Juda upang malabanan ang mga Asiryano ay iba. Ito ay mas malayo sa mga nagtatangkang pumasok mula sa hilaga at silangan. Masaya ang Juda sa pagkapanalo ng hukbong Asiryano laban sa mga Filisteo habang ang hukbong ito ay gumagalaw sa baybayin patungo sa mas mahalagang imperyong Ehipto. Hindi nakisali ang Juda sa alyansa ng hilaga kasama ang Sirya laban sa mga Asiryano, at hindi na rin kailangang makipaglaban kontra sa Hilagang Kaharian.

Sa panahong ito, ipinagpatuloy ng Katimugang Kaharian ang kanilang masasamang gawain sa relihiyon. Maraming propeta ang nagsalita laban sa hilaga at hinulaan ang pagbagsak nito mula sa kapangyarihan, at ang kanilang mga hula ay nagkatotoo. Sa halip na makinig sa kanilang mga babala sa Katimugang Kaharian, ang mga pinuno ng Juda ay umaasa sa mga estratehiyang pampulitika upang mapanatili ang kanilang kaunlaran at kapayapaan. Nang binalaan ng isang propeta ang mga tao ng Juda na hindi sila uunlad kung patuloy nilang susuwayin ang mga utos ng Diyos, pinatay siya sa looban ng Templo.

Si Esekias

Ang ilan sa mga pinuno sa timog ay tapat sa Diyos. Halimbawa, nang maluklok sa kapangyarihan si Haring Esekias matapos bumagsak ang hilaga, nagsimula siya ng maraming reporma sa relihiyon. Inalis niya ang pagsamba sa mga diyus-diyusan at dinurog ang mga dambana sa mga huwad na diyos. Nilinis niya ang Templo at muling sinimulan ang pagdiriwang ng Paskwa. Inanyayahan niya ang mga Israelita sa hilaga na makibahagi sa mga gawaing ito. Dalawampung taon matapos bumagsak ang Hilagang Kaharian, binigyan niya ang hari ng Assyria ng 11 toneladang ginto mula sa Templo bilang kabayaran sa kapayapaan at pag alis sa mga lungsod sa Juda na nahuli.

Nang magplano ang isang komandante ng militar ng Asiria na salakayin ang Jerusalem at sawayin ang Diyos, humingi ng payo si Hezekia kay Isaias mula sa Diyos. Sinabi ni Isaias kay Hezekia na huwag mag-alala: ang mga Assyrian ay mamamatay at hindi sasalakay–ang Panginoon ay may reputasyon na dapat ipagtanggol. Nang gabing iyon 185,000 kawal ng Asirya ang misteryosong namatay, at ang kanilang hukbo ay umatras pabalik sa kanilang kabisera sa Nineveh mga 600 milya ang layo.

Ngunit nang mamatay si Esekias, ang kanyang anak na si Manases ang pumalit bilang hari at pinamunuan ang Juda sa pinakamalubhang panahon ng kasamaan nito. Muling itinayo ang mga dambana kay Baal at karaniwan ang mga gawaing may kaugnayan sa malakas na masasamang kapangyarihan, kabilang na ang mga sakripisyo ng tao, kakila-kilabot na seksuwal na gawain, at pagsamba sa mga demonyo. Ang mga propetang nagkondena sa mga gawi na ito ay pinatay (si Isaias ay marahil isa sa mga ito). Inakay ni Si Esekias ang Juda sa pinakamataas na punto ng moralidad, ngunit inakay ng kanyang anak ang Juda sa pinakamababang punto nito. Huli sa saiyang pagmando, nadakop si Manases asin dinara sa Ninive, kun saen siya nagsisi asin nagbalik sa Jerusalem bilang hadi na naglingkod sa mga Asiryano. Ngunit wala siyang oras upang gumawa ng anumang mga reporma, at nang siya ay mamatay, ang kanyang anak na lalaki ay nagpatuloy sa pagsamba sa mga huwad na diyos at masasamang kapangyarihan.

Josias

Ang apo ni Hezekia na si Josias ay naging hari noong siya ay walong taong gulang pa lamang. Napanatili ng Juda ang kapayapaan sa pamamagitan ng pakikipagkasundo sa ibang mga bansa, pagbabayad sa mga Asiryano, at kung minsan ay nakikinabang sa kapangyarihan ng Diyos. Nagkamit ng higit na kalayaan ang Juda nang magsimulang umalis ang mga Assyrian sa rehiyon upang harapin ang mga problema pabalik sa Mesopotamia. Nagbigay ito ng pagkakataon sa Juda na magkaroon ng higit na impluwensya sa mga lugar kung saan ang hilagang mga tribo. Ito ay nagpabago ng pakiramdam ng pagmamataas ng bansa sa lahat ng mga Israelita.

Nang si Haring Josias ay 16 na taong gulang, huminto na siya sa pagsamba sa huwad na mga diyos at pinararangalan ang tunay na Diyos. Pagkalipas ng ilang taon, sinimulan niya ang isa pang yugto ng mga reporma sa relihiyon. Ang Templo ay inayos, ang mga tao ay nagdiwang ng Paskwa, at ang mga gawaing pangrelihiyon na nauugnay sa mga Assyrian ay tumigil. Pagkatapos ng masusing pagsusuri sa relihiyosong mga gawain sa rehiyon, inalis ni Josias ang masasamang gawain sa relihiyon sa Juda at sa mga tribo sa hilagang bahagi, at inalis niya ang mga pari na namumuno sa pagsamba sa idolo. Kinuha ng mga Levita ang pangangasiwa sa Templo.

Ang orihinal na aklat ng Kautusan na isinulat ni Moises ay natagpuan sa mga guho ng Templo, at nang basahin ito ni Josias, naiinis siya sa kung gaano kalayo ang pagtalikod ng mga Israelita sa Diyos at sa Kautusan. Isang babaeng propeta sa Jerusalem ang nagsabi kay Josias na ang paghatol ng Diyos ay hindi maiiwasan — ang mga piniling tao ay hindi sumunod sa mga batas at utos na ibinigay ng Diyos kay Moises. Kahit na ang aklat ng Kautusan ay nawala sa loob ng maraming dekada, ang kamangmangan sa Kautusan ay hindi isang dahilan upang maiwasan ang parusa. Sapat na sana ang pasalitang pagtuturo at mga salita ng mga propeta para malaman ng mga hari kung ano ang dapat gawin.

Jeremias at Iba pang mga Propeta

Sa panahong ito, ang propetang si Jeremias ay nakipag-usap sa mga tao at mga pinuno ng Juda at sinabi na ang kahihinatnan ng Jerusalem ay magiging katulad ng sa Samaria isang siglo bago nito — pagkawasak at pagkatapon. Sina Josias at Jeremias ay ipinanganak nang magkasabay at magkakilala. Tinawag ng Diyos si Jeremias upang maging propeta, at alam niyang hindi magugustuhan ng mga tao ang kanyang sasabihin. Ngunit alam din niya na susuportahan at poprotektahan siya ng Diyos sa mahihirap na panahon at iiwas siya sa problema. Sinabi sa kanya ng Diyos, "Pinili kita bago hubugin sa sinapupunan; Itinalaga kita bago ka isinilang. Hinirang kitang maging propeta sa mga bansa." Sinabi ni Jeremias sa Diyos na hindi siya mahusay magsalita at napakabata pa para maging propeta. Ngunit sinabi sa kanya ng Panginoon, "Huwag mong sabihing napakabata mo. Kailangan mong pumunta saanman kita ipadala at sabihin ang sinasabi Ko sa iyo. Huwag kang matakot — sasamahan kita at sagipin kita."

Sinuportahan ni Jeremias ang mga repormang pangrelihiyon ni Josias at lubos na nalungkot nang mamatay si Josias. Nang bumalik sa pagsamba sa mga diyos-diyosan ang mga susunod na hari ng Juda, madalas na nagbabala si Jeremias sa kanila tungkol sa mga darating na kalamidad ng pagkatalo at pagpapalayas. Inusig siya ng mga tao at lider–siya ay inaresto, binugbog, ipinakulong, at madalas na binantaan ng kamatayan. Sa isang pagkakataon, inihagis si Jeremias sa isang balon ng walang tubig upang mamatay sa putik, ngunit hinila siya ng isang pangkat ng mga lalaki na gumamit ng mahabang lubid na gawa sa mga basahan. Sinasabi ng mga huwad na propeta na hindi magkakatotoo ang mga hula ni Jeremias at hindi dapat pansinin ang kanyang mga mensahe ng paghuhukom at pangangailangan ng pagsisisi.

Ang mga mensahe ni Jeremias ay naglalaman din ng pag-asa. Ang isang maliit na bilang ng bayan ng Diyos ay babalik mula sa ibang bansa, at ang Diyos ay gagawa ng isang bagong kasunduan sa kanila na pumalit sa orihinal na kasunduan na ginawa kay Moises at sa mga Israelita. Sa bagong kasunduang ito, ang mga batas ng Diyos ay isusulat sa puso ng lahat ng tao, at lahat ng kanilang mga kasalanan ay patatawarin. Ang isang inapo ni David ay lilitaw at maglalagay ng katarungan at matuwid na pamumuhay sa lupa, at ang kanilang lupain ay hindi na muling mawawasak.

Ang mga isinulat ng ibang propeta sa Juda ay katulad ng mga mensahe ni Jeremias: hahatulan ng Diyos ang mga tao dahil sa kanilang pagsuway, dapat silang magsisi dahil ang Diyos ay maawain at mapagpatawad, ang mga hindi nagsisisi at sumusunod ay lilipulin at aalisin, ngunit may pag asa para sa mga nagmamahal sa Diyos at nakaligtas.

- Sumulat si propeta **Joel** sa mga tao ng Juda at Jerusalem. Ginamit ng kanyang mensahe ang balang na katatapos lang sumalakay sa kanilang lupain bilang simbolo kung paano sila parurusahan ng Diyos. Isinulat din niya na ang Diyos ay may Espiritu na magagamit ng lahat ng tao nang hindi isinasaalang-alang ang kanilang edad, kasarian, o katayuan sa lipunan. Bilang ang tanging unibersal na Diyos na may awtoridad sa lahat ng nilalang sa lupa, hahatulan ng Diyos ang lahat ng bansa. Ang mga sumasalansang sa Diyos ay matatalo, ngunit ang mga tapat ay magtatagumpay.

- Ginulat ni propeta **Zefanias** ang mapagmataas at nasiyahang mga tao ng Juda sa pamamagitan ng pagsulat na malapit nang dumating ang paghatol ng Diyos. Hinulaan niya na ang Jerusalem ay mawawasak at ang mga tao nito ay mabibihag at ililipat sa Mesopotamia bilang kanilang kaparusahan. Dapat na tanggapin ng mga tao ang parusang ito at sumuko sa mga dayuhang mananakop. Ang mga tao ay dapat magpakumbaba, magsisi, at mamuhay sa tamang paraan. Kung pinarusahan ng Diyos ang ibang mga bansa dahil sa kanilang di-makadiyos na pag-uugali, tiyak na parurusahan ng Diyos ang mga Israelita sa paggawa ng parehong bagay.

- Hinatulan ni propeta **Obadias** ang mga Edomita, ang mga inapo ni Esau na naninirahan malapit sa Dagat Asin at nagkaroon ng maraming alitan sa mga Israelita sa paglipas ng mga siglo. Sa pinakamaikling aklat ng Lumang Tipan (isang pahina ng tula), sinabi ni Obadias na babagsak sa kapangyarihan ang Edom dahil sa pagmamalaki nito sa kanilang kakayahang suportahan ang kanilang sarili. Sinamantala ng mga Edomita ang kasawian ng iba, lalo na ang mga migrante. Ngunit sila ay lilipulin at ang kanilang lupain ay sasakupin ng mga Israelita na bumabalik mula sa pagkabihag.

- Ang propetang si **Nahum** ay sumulat ng mga tula na hinatulan ang mga Asiryano dahil sa kanilang pang-aapi, kalupitan, at kasamaan. Ang mga pinuno ng mga lungsod na kanilang nasakop ay labis na pinahirapan bago pinatay. Habang ang mga nasa Nineve ay nagsisi pagkatapos na hatulan ni Jonas (tingnan ang kabanata 13), hindi nagtagal ay ipinagpatuloy nila ang kanilang karahasan at pagkamakasalanan. Bagama't ang Diyos ay "mabagal sa pagkagalit at isang kanlungan para sa mga nagtitiwala sa Panginoon, hindi pababayaan ng Diyos na walang parusa ang may kasalanan." Anumang bansa na binuo sa makasalanang pamumuhay at kalupitan ay babagsak sa kalaunan. Ang kaharian ng Diyos, na nakabatay sa pagiging patas para sa lahat at tamang pamumuhay, ay magtatagumpay. Ang Diyos ang Panginoon ng lahat ng bansa at kumokontrol sa kanilang kinabukasan.

- Isinulat ni propeta **Habakuk** ang tungkol sa pakikipag-usap niya sa Diyos sa halip na direktang makipag-usap sa mga tao ng Juda. Nagtataka ang mga mananampalataya kung bakit hindi pinarusahan ang mga hindi patas sa iba. Sumagot ang Diyos na may mangyayaring hindi pangkaraniwan — ang masasamang Babylonians ay gagamitin ng Diyos para parusahan ang Juda. Pagkatapos ay tinanong ni Habakuk kung bakit gagamitin ng Diyos ang kasamaan upang parusahan ang kasamaan. Sumagot ang Diyos na sa kalaunan ang mga taga-Babilonya ay sasakupin at ang mga tao ng Diyos ay muling babangon. Samantala, "ang matuwid ay mabubuhay ayon sa kanilang katapatan" at dapat magtiwala sa Panginoon nang may pagtitiis hanggang sa mabagsak ang mga Babylonia. Ang pagiging tapat ay nangangahulugan ng pagtitiwala at pag-asa sa Diyos, hindi lamang sa pagsunod sa mga batas at tuntunin sa paraang hindi pinag-iisipan.

Ang Pagbagsak ng Kahariang Timog

Sa huli, ang mga taga-Assyria ay nawalan ng kapangyarihan sa mga taga-Babilonya, na ginamit ang kanilang kapangyarihan laban sa Juda habang pumunta sila sa timog upang sakupin ang Ehipto. Sa isang punto, 10,000 lider ng Jerusalem ang nadakip at ipinadala sa Babylonya. Ang anumang pag-asa ng isang muling pagbangon ng Israel ay bumagsak nang unti-unting naghiwalay ang Juda at ginagawa ng mga hari ang nais ng mga dayuhan. Patuloy na sinabi ni Jeremias kay Haring Zedekiah na sumuko sa mga taga-Babilonya upang maiwasan ang dugo, ngunit hindi siya sumuko.

Ang Jerusalem ay nakuha ng mga Babilonya noong 586 BC matapos na kanilang malibot ito ng dalawang at kalahating taon. Ang Jerusalem ay nasunog at ang kanyang mga pader ay pinagiba. Ang mga pinakamahirap sa mga nakaligtas ay nanatili at nagpakahirap upang mabuhay. Si Jeremias ay pinakitunguhan ng mabuti — siya ay naglingkod bilang propeta ng Diyos sa loob ng 40 taon, at alam ng mga Babylonya na sinabihan niya ang mga Israelita na sumuko. Pinamili siya: maaari siyang pumunta sa Babylonya at makatitiyak ng makatarungang pagtrato, o maaari siyang manatili sa Canaan. Pinili niyang manatili.

Ang mga nakaligtas ay sinalakay ng mga nomad sa silangan at nawalan sila ng tirahan. Nang tanungin nila si Jeremias kung ano ang gagawin, sinabi niyang dapat silang manatili sa Palestina at maging bahagi ng bayan ng Diyos, kasama ng iba pang babalik mula sa Babilonya. Ngunit nagpasya silang pumunta sa Ehipto, iniisip na ligtas sila doon. Si Jeremias ay malamang na sumama sa kanila at namatay sa Ehipto.

Si Jeremias ay umiyak sa loob ng maraming taon tungkol sa matigas ang ulo ng mga Israelita at kung paano nila binalewala ang kaniyang mga mensahe ng paghatol ng Diyos at kailangang magsisi. Madalas siyang nalulumbay at isinumpa pa ang araw na isinilang siya nang siya ay inuusig. Siya marahil ang may-akda ng aklat ng mga tula na kilala bilang **Panaghoy**. Maingat na inilalarawan ng aklat ang nangyari nang wasakin ng mga Babylonya ang Juda at ang hindi kapani-paniwalang kalungkutan ng mga tao ng wasakin ang Jerusalem at ang Templo. Ang mga Israelita ay hindi na maninirahan sa lupaing ipinangako ng Diyos na ibibigay sa kanila. Ang tanging makatwirang tugon sa paghatol mula sa isang mapagmahal na Diyos ay ang pagtanggap ng pananagutan para sa kanilang kasalanan at paghihimagsik. Ngunit isinulat niya na may pag-asa pa rin dahil "hindi nagkukulang ang habag ng Panginoon. Ang mga ito ay bago tuwing umaga — dakila ang iyong katapatan. Ang Panginoon ay mabuti sa mga umaasa sa Diyos at naghahanap sa Diyos."

Ang Katimugang Kaharian ay tumagal ng 136 taon na mas mahaba kaysa sa Hilagang Kaharian, at si Sedekias ang huli sa 40 hari. Ang mga inapo nina Abraham at Sarah na lumipat sa Canaan ay kilala bilang mga Hudyo, isang katagang hango sa lipi at bansang Juda. Kalaunan ay pinalawak ang katagang ito para magamit sa lahat ng Israelita, anuman ang kanilang tribo o bansa. Ang kanilang relihiyon ay nakilala bilang Hudaismo, at lumikha ito ng isang natatanging kultura ng mga Hudyo. Ang mga Hudyo ay may parehong pakiramdam ng pagiging bansa at pagkakakilanlan bilang mga piniling tao ng Diyos. Ang lugar na kilala bilang Canaan, mula sa Dagat Mediteraneo hanggang sa Ilog Jordan, ay tinatawag ding Palestina at Banal na Lupain.

KABANATA 12

BUHAY NG PAGKATAPOS NG PAGPAPANUMBALIK
Ang mga Israelita ay Umunlad sa Malayong mga Lupain at May Natitirang Nagbabalik sa Canaan

Ang mga Israelita ay nagtatag ng maayos na talaan ng mga pangyayari sa kasaysayan at mga importanteng tao na nanirahan sa Canaan, nangibang-bansa papuntang Ehipto, namuhay sa ilang, nagpakasakop sa Canaan, at nanirahan sa Palestina. Ngunit nang inatake ang Jerusalem at karamihan ng mga Hudyo ay dinala sa Babylonia, huminto ang maayos na pagtatala ng mga pangyayari. Dahil dito, hindi natin gaanong alam ang tungkol sa mga nagsisipag-iral sa mga banyagang lupain.

Ang lupain na iniwan ng mga Israelita ay nasa ilalim ng kontrol ng mga Edomita at mga taga-Babilonya. Nalampasan ng mga Hudyo ang pagkabihag sa Ehipto, nagapi ang mga lokal na kapangyarihan sa Canaan, at nakatayo laban sa mas malalakas na bansa gaya ng Syria, Assyria, at Babylonia. Ngunit dahil sa kanilang hindi pagsunod sa Diyos, sa loob ng mga 500 taon, walang hari ang mga Hudyo mula sa unang pagkakaroon ng kanilang hari. Sa panahon ng pagkakapanakop sa Jerusalem, mahigit sa 1,250 taon na ang nakalipas mula nang lumipat si Abraham sa Canaan, at karamihan ng mga Hudyo ay nasa Mesopotamia, daan-daang milya ang layo mula sa tahanan ng kanilang mga ninuno sa Canaan. Ang Palestina ay naging pangunahing lugar ng digmaan sa pagitan ng mga taga-Ehipto at mga taga-Babilonya.

Sa kalaunan ang mga taga-Babilonya ay nagdusa sa masamang pamumuno at ang mga hirap ng digmaan habang lumalaki ang imperyo nito. Ang katiwalian at malupit na pagtrato sa mga taong nasakop ay nagdulot ng mga himagsikan sa imperyo. Noong 539 BC, sinakop ng mga tao sa hilagang Persia na pinamumunuan ni Dakilang Ciro ang Babilonya. Tulad ng inihula ng mga propeta, kapwa natalo ang mga Assyrian at mga taga Babilonya.

Ang relihiyo ng mga Persian ay Zoroastrianismo, at ang kanilang mga pari ay tinawag na Magi. Ang rehiyon na dating kontrolado ng mga Assyrian at Babylonians ay napasailalim sa kontrol ng Persia. Ilang beses nang ipinatapon ang mga Hudyo sa Babilonia, at nakiisa sa kanila ang mga umalis sa Katimugang Kaharian. Karaniwang mabait ang pakikitungo sa mga Hudyo, at natutuhan nila ang wikang Aramaiko, na ginagamit sa negosyo, kalakalan, at diplomasya.

Karamihan sa mga Hudyo ay naging aktibo sa lokal na ekonomiya. Ang ilan ay nagtrabaho sa mga proyekto sa konstruksiyon; may karanasan sila sa pagtatayo ng malalaking istruktura sa Palestina, at sinamantala ng mga taga Babilonya ang kanilang mga kasanayan. Ang ilan ay nagtrabaho sa agrikultura sa matabang kapatagan ng Mesopotamia, at ang iba ay naging bahagi ng negosyo at kalakalan. Iilan ang nakialam sa mga gawain ng gobyerno. Sinubukan nilang mamuhay nang magkasama sa mga lungsod na nakakalat sa buong rehiyon kung saan mapapanatili nila ang kanilang mga kaugalian at relihiyon.

Nagtaka ang mga Hudyong naninirahan sa Babylonya kung kailan sila babalik. Hinulaan ng mga bulaang propeta na babalik sila sa lalong madaling panahon, at ito ay humantong sa mga paghihimagsik laban sa mga taga Babilonya dahil inakala nilang palalayain sila ng Diyos. Ngunit ang mga rebeldeng pinuno ay pinatay. Samantala, sumulat si Jeremias ng mga liham mula sa Palestina sa mga taong bihag upang sabihing dapat silang manirahan at tanggapin ang kanilang parusa mula sa Diyos. Sinabi niya sa kanila na "magtayo at manirahan sa mga bahay, magtanim ng mga hardin, kumuha ng mga asawa at magkaroon ng mga anak, hanapin ang kapakanan ng lunsod kung saan ka isinugo ng Diyos, at manalangin sa Diyos para sa lunsod, sapagkat sa kapakanan nito ay matatagpuan mo ang iyong kapakanan." An iya mga tagna nga babalik hira usa ka adlaw naghatag ha ira hin paglaom — kinahanglan la hira magin mapailubon para ha husto nga panahon ha pagbiyahe. Na nalilito ang mga nakatira sa pagkatapon: malapit na ba silang umuwi o hindi?

Mga Mensahe ni Ezekiel sa mga Bihag

Si propeta Ezekiel ay isang mahusay na edukado at relihiyosong Hudyo na naninirahan sa Babilonia. Noong siya ay 30, tinawag siya ng Diyos upang kausapin ang mga Hudyong naninirahan sa Babilonia tungkol sa kung kailan sila babalik sa Palestina. May kakaibang pangitain siya mula sa Diyos, at gumamit siya ng mga simbolikong riddle, kuwento, at kilos para sirain ang pag-asa ng mga Hudyo na gustong bumalik sa Jerusalem. Paparusahan daw ng Diyos ang mga Hudyo sa Jerusalem dahil sa kanilang sekswal na imoralidad at kawalang katarungan. Bubungkagon ang Jerusalem, kaya ang mga bihag ay hindi uuwi sa malapit na hinaharap — wala nang pupuntahan.

Ang mga paraan ni Ezekiel sa pakikipag-usap ay hindi karaniwan. Halimbawa, humiga lamang siya sa kanyang kaliwang bahagi sa loob ng 390 araw na tuwid, pagkatapos ay sa kanyang kanang bahagi lamang sa loob ng 40 magkakasunod na araw, upang simbolo ng pagbagsak ng Northern at Southern Kingdoms. Hindi siya nakikipag-usap sa sinuman maliban kung sinabi sa kanya ng Diyos na dapat niya. Kakaiba ang ginawa niya kaya binisita siya ng mga Hudyo sa Babylon para makita ang kakaiba niyang ugali. Ang kaniyang mga pangitain ay naglalaman din ng mensahe na ang mga Hudyo ay babalik sa kanilang sariling lupain, at ang kaniyang mga mensahe ay kaayon ng mensahe ni Jeremias.

Nang wasakin ang Jerusalem at ang mga mula sa Katimugang Kaharian ay dumating sa Babylonia, ang mga Hudyo ay mas handang makinig sa kanya—ang kanyang mga hula ay natupad. Mayroon din siyang mensahe ng pag-asa. Sinabi niya na ang reputasyon ng Diyos sa buong mundo ay maibabalik at ang Israel ay magiging isang bansa muli. Nakita ni Ezekiel ang isang pangitain ng mga tuyong buto na nakahiga sa isang parang na muling nabuhay at pinagsama-sama at pagkatapos ay natatakpan ng balat upang mabuhay muli. Ipinaliwanag niya kung ano ang nais ng Diyos na malaman nila:

Hindi dahil sa inyo na ginagawa ko ang mga bagay na ito, kundi alang alang sa aking banal na pangalan, na inyong sinaktan sa mga bansa. Ipapakita ko na ang aking pangalan ay banal. Malalaman ng mga bansa na ako ang Panginoon. Titipunin kita mula sa lahat ng bansa at ibabalik kita sa iyong sariling lupain. Lilinisin ko kayo sa inyong karumihan. Bibigyan kita ng bagong puso at ilalagay ko ang aking espiritu sa iyo. Magkakaroon ng isang hari sa inyong lahat, isang pastol.

Si Daniel at ang Kanyang mga Tapat na Kasamahan

Si Daniel ay kapwa isang lider ng relihiyon at isang pinuno ng pulitika na nanirahan sa mga bihag sa Babylonia bago nawasak ang Jerusalem. Sinanay siyang mabuti sa mga gawaing pangrelihiyon nang manirahan siya sa Juda, at napakaliwanag at matalino. Naging mahusay siya sa

Aramaic dahil siya at tatlo pang mga Hudyo (Shadrach, Meshach, at Abednego) ay inanyayahan ni Haring Nabucodonosor na matuto ng Aramaic pagdating nila sa Babilonia. Sumulat si Daniel ng mga mensahe sa parehong Hebreo at Aramaiko, na ginawang magagamit ang kanyang mga mensahe sa mga di Hudyo sa ibang mga bansa.

Nang bigyan sila ng kanyang tatlong kaibigan ng maruming pagkain sa kanilang pagsasanay, tumanggi silang kumain nito. Hiniling nila na tumanggap lamang ng gulay at tubig, at sa loob ng 10 araw ay mas malusog sila kaysa sa mga kumakain mula sa royal menu. Pagkatapos noon, gulay na lang ang kinain nila. Matapos ang tatlong taong pagsasanay, dinala ang apat na lalaki sa hari, na natagpuan silang lahat na higit na mataas kaysa sa sinumang naglilingkod sa kanya.

Nang magkaroon ng nakakabagabag na panaginip ang hari, hiniling niya sa kanyang mga mangkukulam at astrologo na sabihin sa kanya kung ano ang kanyang panaginip at kung ano ang ibig sabihin nito. Sinabi ng mga matatalinong tao na ito ay hindi magagawa dahil sa imposibleng galin ito — walang sinuman ang makakabasa ng isip ng ibang tao maliban sa isang diyos! Galit na galit ang hari sa kanilang sagot kaya't pinapatay niya ang lahat ng mga pantas sa Babiloniya.

Nang dumating ang mga tauhan ng hari para kunin si Daniel, tinanong niya kung bakit siya pinapatay. Nang marinig niya ang utos ng hari, hiniling niyang kausapin ang hari. Pagkatapos ay humingi siya ng karagdagang oras sa hari upang malaman niya kung ano ang panaginip at kung ano ang ibig sabihin nito. Pumayag naman ang hari at pinuntahan ni Daniel ang kanyang tatlong kasama at ipinaliwanag ang situwasyon. Lahat sila ay nanalangin nang husto sa Diyos para sa awa at kaalaman sa panaginip, sapagkat ayaw nilang mamatay.

Nang gabing iyon, nanaginip si Daniel na nagsiwalat ng mga sagot sa mga tanong ng hari. Sa umaga, sinabi niya sa hari, "Walang sinuman sa lupa ang makakasagot sa mga tanong na ito, ngunit may Diyos sa langit na nakakaalam ng kahulugan ng iyong mga panaginip. Ang Diyos na ito ay nagsiwalat sa akin na inilalarawan nito ang mangyayari sa hinaharap." Pagkatapos ay ipinaliwanag ni Daniel sa hari kung ano ang panaginip at kung ano ang ibig sabihin nito. Ang katapusan ng panaginip ay nagsiwalat na ang Diyos ay magtatatag ng isang kaharian na hindi kailanman mawawasak.

Tama ang sagot ni Daniel. Pinarangalan ni Haring Nabucodonosor si Daniel at ang kanyang Diyos, na nagsasabi, "Tiyak na ang iyong Diyos ay Diyos ng mga diyos at Panginoon ng mga hari at tagapaghayag ng mga hiwaga, sapagkat inihayag mo ang hiwaga na ito." Pagkatapos ay ginawa ng hari si Daniel na pinuno sa buong lalawigan ng Babilonia at inilagay siya sa pangangasiwa ng lahat ng pantas nito. Inayos ni Daniel na italaga ng hari ang kanyang tatlong kaibigan na mangangasiwa sa lahat ng gawain ng pamahalaan ng Babiloniya.

Kalaunan sa kanyang paghahari, gumawa si Haring Nabucodonosor ng kanyang sarili ng 90 talampakan na gintong rebulto sa isang bukid malapit sa Babilonia. Sa paglalaan nito, inutusan ang lahat na yumukod at sambahin ito; Yung mga hindi naman itatapon sa pugon ng apoy. Ang tatlong kaibigan ni Daniel ay naroon sa paglalaan ngunit hindi sila yumuko, at malinaw sa lahat ng naroon na sinuway nila ang utos na ito. Inaresto ang tatlong lalaki at dinala sa galit na galit na hari. Sinabi ng mga lalaki sa hari, "Hindi namin kailangang ipagtanggol ang aming sarili sa iyo. Kung itatapon mo kami sa apoy, maililigtas tayo ng ating Diyos mula rito. Pero kahit hindi tayo iligtas ng ating Diyos, nais naming malaman mo na hindi kami sasamba sa ibang diyos o yuyukod sa ginintuang imahen na iyong itinatag."

Nagalit ang hari at nag-utos na sila ay ikabit at ihulog sa hurno. Sobrang init ng hurno na ang mga sundalong nagdala ng tatlong lalaki ay namatay dahil sa apoy. Ngunit hindi nasunog sa hurno ang tatlong lalaki at nakita ng mga nanunuod na may apat na tao na naglalakad sa apoy — kasama nila ang Diyos. Nag-utos ang hari na lumabas sila sa hurno, at nang lumabas ang tatlong lalaki, hindi sila nasunog. Pati ang kanilang buhok at damit ay hindi nasunog, at walang amoy ng usok sa kanila. Bumilib ang hari kaya naglabas siya ng kautusan na bawal magsalita ng masama tungkol sa Diyos ng mga Hudyo, at sinumang lumabag ay papatayin. Pagkatapos nito, itinaas ng hari ang ranggo ng tatlong lalaki.

Makalipas ang maraming taon, nagkaroon si Daniel ng maraming pangitain na naghula sa hinaharap at puno ng malabong simbolismo kung saan ang mga hayop at kakaibang hayop ay kumakatawan sa mga hari at bansa. Hindi niya nauunawaan ang mga pangitaing ito, kaya itinago niya ito sa kanyang sarili. Ngunit ang kanyang kakayahang ipaliwanag ang iba pang mahiwagang mensahe ay muling nakumpirma nang ihayag niya ang pagbagsak ng Babilonia sa isang malaking salu salo ng mga dignitaryo. Bumagsak ang Babilonia sa mga Persiano kinabukasan.

Hindi winasak ng mga Persiano ang Babilonia, at nagpatuloy si Daniel sa pagtatrabaho bilang pinuno sa pamahalaan ng Persia. Ang iba ay naiinggit sa kanyang kapangyarihan at nagbalak laban sa kanya, ngunit ang reputasyon ni Daniel bilang isang matalino at makatarungang opisyal ng pamahalaan ay walang kapintasan. Dalawang opisyal ang nagbalak na parusahan si Daniel dahil sa kanyang relihiyon. Nakuha nila ang hari na maglabas ng utos na ang sinumang makitang sumasamba sa diyos maliban sa hari sa susunod na 30 araw ay itatapon sa hukay na may mga leon. Nang makita ng mga opisyal si Daniel na nananalangin patungo sa Jerusalem sa kanyang karaniwang paraan, sinabi nila sa hari.

Dahil si Daniel ay isang taong lubos na iginagalang, nalungkot ang hari. Pero pinaalalahanan ng mga opisyal ang hari na naglabas siya ng utos na hindi mababago, kaya si Daniel ay itinapon sa mga leon. Sinabi ng hari kay Daniel, "Nawa'y iligtas ka ng iyong Diyos, na lagi mong pinaglilingkuran!"

Ang lungga ay tinakpan ng malaking bato at hindi makatulog ang hari nang gabing iyon. Sa umaga, nagpunta ang hari sa hukay at tinawag ang pangalan ni Daniel. Sumagot si Daniel, "Ang aking Diyos ay nagsugo ng isang anghel na nagsara ng mga bibig ng mga leon. Hindi nila ako sinaktan dahil natagpuan ako ng Diyos na walang kasalanan."

Pagkatapos ay nag-utos ang hari na buhatin si Daniel mula sa hukay, at siya ay lumabas na walang gasgas. Pagkatapos ay ipinatapon ng hari sa hukay ang mga lalaking nagplano laban kay Daniel, kasama ang kanilang mga asawa at mga anak. Lahat sila ay mabilis na pinatay at kinain ng mga gutom na leon.

Nagpatuloy si Daniel sa paglilingkod bilang isang pinuno sa pamahalaan ng Persia. Noong siya ay napakatanda na, si Daniel ay nagkaroon ng mas kakaibang mga panaginip at mga pangitain tungkol sa kung ano ang mangyayari sa hinaharap. Isinulat niya na maraming masasamang kaharian ang babangon, at maraming banal na tao ang mahuhulog sa kanilang mga kamay. Ngunit ang mga kahariang ito sa lupa ay mawawasak magpakailanman sa pamamagitan ng isang pangwakas na kaharian, na itinatag ng Diyos, na hindi magwawakas. Bagama't hindi niya naunawaan ang kahulugan ng mga pangitaing ito, isinulat niya ang mga ito para mabasa ng iba ang mga ito sa ibang pagkakataon kapag natukoy ang kahulugan nito. Namatay si Daniel dinagtagal pagkatapos na mamuno ang Nakatatandang Ciro sa Babilonya.

Isang Bagong Patakaran ang Nag udyok sa Kanilang Pagbabalik at Panunumbalik

Binaligtad ni Haring Ciro ng Persia ang patakaran ng paglipat ng mga tao mula sa mga lugar na kanyang sinakop pabalik sa Mesopotamia. Hinikayat niya ang mga taong nahuli na umuwi at sumamba sa kanilang sariling mga diyos, at pinayagan niya ang mga Hudyo na umuwi. Ngunit sa panahong iyon, marami sa kanila ay content sa kanilang trabahong may magandang suweldo at komportableng pamumuhay, at hindi nila pinansin ang pagkakataong bumalik sa Palestina.

Ang hari na si Ciro ay naniwala sa Diyos ng mga Hudyo at nais na ibalik ang Templo sa Jerusalem. Pinapayuhan niya ang mga Hudyo sa Babylonia na magbigay ng ginto, hayop, at kagamitan sa mga nais bumalik sa kanilang tahanan at magtayo muli ng lungsod at Templo. (Hinulaan ito ng propeta na si Isaias.) Halos 50,000 na mga Hudyo ang bumalik sa Palestina sa 900-milyang biyahe, at nagpadala si Ciro ng mga bagay na kinuha mula sa Templo. Pagdating nila, mga 70 taon na ang nakalipas mula nang dumating sa Babylonia ang unang grupo ng mga tinalsik mula sa Juda. (Inihula ni Jeremias na magkakaroon ng 70 taon ng pagkakatapon.)

Ang Jerusalem ay napabayaan sa loob ng 50 taon at nawasak. Kinailangan ng pitong buwan ang mga Hudyo upang maging organisado at magsimulang magsanay muli ng kanilang mga gawaing relihiyoso. Nagsagawa sila ng mga handog na sinusunog at ipinagdiwang ang kanilang mga kapistahan. Ang pagtatayo ng isang bagong Templo ay nagsimulang gumamit ng mga materyales na binili mula sa mga Feniciaia, at pinangasiwaan ng mga Levita ang gawain. Habang marami ang nagdiriwang ng kanilang pagbabalik at nagpupuri sa Diyos, ang matatandang nakaalala kung ano ang hitsura ng Jerusalem ay umiyak nang lantaran at masaklap sa anyo nito.

Ang mga nakatira sa kalapit na Samaria ay nais tumulong sa pagtatayo ng Templo. Sinakop ng mga Samaritano ang lupain sa dating Kaharian ng Hilaga at nakipag-asawa sa mga dayuhang dinala sa rehiyon. Nang hindi sila pinayagang tumulong, nagalit sila sa mga nagbalik na Hudyo at nagsikap na labanan ang kanilang pagsisikap na muling itayo ang lugar. Ang gawain sa Templo ay tumigil sa loob ng 16 na taon dahil sa kanilang pagsalungat.

Sina Hagai at Zacarias

Ipinagpatuloy ang gawain sa Templo nang si Haring Ciro ay pinalitan ng isang bagong hari sa Persia na interesado sa relihiyon ng kanyang imperyo. Pinaalalahanan ng propetang si Hagai ang mga tao na ang pagtatayo ng Templo ay isang mas mataas na priyoridad kaysa sa pagpapaganda ng kanilang sariling magagandang bahay. Muling nagsimula ang konstruksyon ng Templo, ngunit bumagsak ang kanilang sigasig para sa proyekto nang matuklasan nilang hindi nakatumbas ng ganda ang bagong istraktura sa ipinatayo ni Haring Solomon. Kahit na kulang sa mga manggagawa at pera para sa proyekto, pinasigla ni Haggai ang mga tao sa pamamagitan ng pagpapahayag na mas magiging maganda ang bagong Templo kaysa sa naunang Templo. Nagsalita ang Diyos sa pamamagitan ni Haggai.

> Magpakatatag ka, dahil kasama ninyo ako. Ang Aking Espiritu ay nananatili sa inyo. Sa kaunting panahon, yayanigin ko ang lahat ng mga bansa, at kung ano ang hinahangad ng lahat ng mga bansa ay darating, at ang bahay ay mapupuno ng kaluwalhatian. Ang kaluwalhatian ay magiging higit pa kaysa sa nakaraang bahay. ipagkakaloob ko sa inyo ang kapayapaan."

Kasabay nito, ang propetang si Zacarias ay may katulad ngunit mas mahabang mensahe para sa mga Hudyo. Sa isang serye ng mga simbolikong panaginip, pangitain, at mensahe, nakikita niya na ang bayan ng Diyos ay bumalik at ang kanilang bansa ay unti-unting binubuo muli. Kapag ang Templo ay naipatayo, ang mga tao ay ipinangako ng isang maluwalhating kinabukasan. Bagaman bumagsak si Juda, muling babangon si Jerusalem samantalang lahat ng ibang bansa ay malulugmok. Sinabi ng Panginoon, "Hindi magkakaroon ng mga pader sa Jerusalem dahil sa dami ng mga tao at hayop na maninirahan doon. Ang aking apoy ang magiging pader nito, at ako ang magiging kaluwalhatian nito." Sasawayin ng Diyos ang kasamaan (si Satanas) at ang isang lider ng lingkod na tinatawag na Sanga ay mamumuno sa pagpapabangon. Ang lider na ito ay magiging isang pari sa harapan ng

Diyos at tatanggalin ang mga kasalanan ng lahat ng tao sa loob ng isang araw lamang. Ang katarungan at kapayapaan ay papalit sa kasamaan, at ang Espiritu ng Diyos ay kakalat sa buong mundo. Mangyayari ang lahat ng ito kung susundin ng mga tao ang Diyos–hindi sapat na sila'y mag-ayuno at magdasal lamang. Nagsalita ang Panginoon sa pamamagitan ni Zacarias:

> Magbigay ng tunay na katarungan. Magpakita ng awa at habag sa isa't isa. Huwag maging masama sa balo, sa mga walang tirahan, sa dayuhan, o sa mga mahihirap. Huwag kayong magbalak ng masama laban sa isa't isa. Ang mga nauna sa iyo ay hindi nakinig, at sila ay nagkalat at naging dayuhan sa ibang bansa. Kaya magsalita ng katotohanan sa isa't isa at gumawa ng makatarungang paghatol sa inyong mga hukuman.

Hinulaan rin ni Zacarias ang tungkol sa hinaharap. Isang mapagpakumbaba at mabuting hari ang papasok sa Jerusalem na nakasakay sa isang batang asno. Ang mga sandata ng digmaan ay aalisin, at ang kapayapaan ay darating sa mundo. Maraming uri ng tao at makapangyarihang bansa ang magsasabi sa isa't isa tungkol sa haring ito. "Aagawin ka nila at hihilingin na sumama sa iyo dahil alam nilang kasama mo ang Diyos." Ngunit natapos si Zacarias sa babala: Muling wawasakin ang Jerusalem at maraming tao ang lilisanin ang rehiyon dahil tinatanggihan ng mga Hudyo ang pastol na dumating upang iligtas sila. Ngunit pagkatapos ng isang napakalaking krisis, babalik ang Diyos at mamamahala sa buong mundo.

Dahil hinikayat ng dalawang propetang ito at ng pag-asa para sa maluwalhating kinabukasan, natapos ng mga tao ang pagpapatayo ng Templo limang taon matapos itong simulan muli. Itinayo ito sa parehong lugar ng datingTemplo, ngunit hindi ito halos kasing ganda. Gayunpaman, sinimulan ng mga Hudyo ang kanilang mga gawaing pangrelihiyon gamit ang mga tagubilin na ibinigay ni Moises, at ang mga Israelitang nanatili sa Palestina ay sumama sa kanilang mga seremonya at mga pista ng relihiyon.

Si Ester at si Mardokeo sa Persia

Maraming mga Hudyo ang nagpasya na manatili sa mga lugar na kontrolado ng mga Persiano. Nang suwayin ng reyna ng Persia ang tuwirang utos ni Haring Xerxes ng Susa, nagpasya ang hari na palitan siya. Kung hahayaan niya itong makalusot sa ganoong kawalang galang, kakalat ang balita at titigil ang mga babae sa pagsunod sa kanilang mga asawa. Kaya ang mga kabataang babae mula sa iba't ibang panig ng imperyo ay dinala sa hari upang makapili siya ng bagong reyna. Ang bawat babae ay dumaan sa isang taon pagpapaganda bago makita si Xerxes.

Si Ester ay kabilang sa mga dinala upang maghanda upang makita ang hari. Siya ay isang bata at tapat na Hudyo na nakatira din sa Susa. Siya ay inampon ng kanyang nakatatandang pinsan na si Mordecai noong siya ay naulila dahil namatay ang kanyang mga magulang. Nang siya na ang makipagkita sa hari, napahanga niya ito nang husto kaya siya ang napiling maging susunod na reyna. Ngunit sinabihan siya ni Mardokeo na huwag sabihin na siya ay ampon o isang Hudyo.

Nang marinig ni Mardokeo ang usapan tungkol sa pakana upang patayin ang hari, iniulat niya ito kay Ester, na saka sinabi sa hari na siya ay nakarinig ng balita mula kay Mordecai. Nang malaman ng hari na totoo ang pakana, ipinapatay niya ang mga nagplano nito.

Ang pangunahing ministro na si Haman ay nag-utos sa lahat na lumuhod sa kanya kapag nakita nila siya. Ngunit tumanggi si Mordecai na gawin ito. Natuklasan ni Haman na si Mordecai ay isang Hudyo, kaya't nagplano siyang alisin ang lahat ng mga Hudyo sa kaharian (mahigit sa dalawang milyong tao). Sinabi niya sa Haring Xerxes, "Mayroong isang grupo ng mga tao na nakakalat sa iyong kaharian na nanatiling hiwalay sa iba. Ang kanilang mga kaugalian ay kaiba at hindi nila sinusunod ang iyong mga batas. Hindi maganda na patuloy silang mamuhay ng ganito. Kung nais mo, maaari kang maglabas ng utos na patayin silang lahat."

Sumang-ayon ang hari, at isang utos na tinatakan ng singsing ng hari ay ipinadala sa bawat lalawigan. Sinabi nito na ang lahat ng mga Hudyo, kabilang ang mga babae at bata, ay dapat patayin sa isang partikular na araw pagkalipas ng 11 buwan.

Ang mga Hudyo sa buong imperyo ng Persia ay umiyak at nag-ayuno nang marinig nila ang utos na ito. Nang malaman ni Ester ang tungkol sa utos, nagpasya siyang kausapin ang hari. Ngunit walang sinumang pinahintulutang makita ang hari sa kanyang pribadong silid ng palasyo maliban na lamang kung sila ay pinapasok niya — ang mga pumasok nang walang imbitasyon ay pinatay ng kanyang mga bantay.

Sinabi ni Mardokeo kay Ester na tungkulin niya bilang lider ng mga Hudyo na gumawa ng isang bagay — maaaring patayin siya dahil Hudyo siya. Sinabi sa kanya ni Ester na ipanalangin siya ng lahat ng Hudyo sa Susa sa loob ng tatlong araw, at pagkatapos ay papasok siya sa pribadong silid ng hari. Sinabi niya kay Mardokeo, "Kung mamamatay ako, mamamatay ako."

Pagkaraan ng tatlong araw, pumasok si Ester sa pribadong silid ng hari at tumayo sa pinto nito. Inanyayahan siya ng hari na pumasok sa kanyang silid, at natuwa siya na hindi siya inaresto at pinatay. Humiling siya kung pwede niyang maghanda ng hapunan kasama lamang si Haman. Pumayag ang hari, at habang kumakain at umiinom sila ng gabing iyon, nagtanong ang hari kay Ester kung ano ang gusto niya–gagawin niya halos lahat para sa kanya. Sinabi niya na ibibigay niya ang kanyang sagot kinabukasan kapag nakapag-hapunan ulit sila ng tatlo kasama si Haman.

Nang gabing iyon, umuwi si Haman at nagyabang sa kanyang asawa na nakapag-hapunan siya kasama ang hari at reyna at magkakaroon pa ulit sila ng hapunan kinabukasan. Pero sinabi niya na hindi pa rin maganda ang kanyang araw dahil hindi nagpakumbaba si Mardokeo sa kanya. Sinabi ng kanyang asawa na dapat patayin si Mardokeo at isabit sa mataas na poste kinabukasan bago sila mag-hapunan. Sa ganitong paraan, masisiyahan siya sa kanyang pagkain kasama ang hari at reyna. Nagustuhan ni Haman ang ideya at nag-utos na magtayo ng poste.

Hindi makatulog ang hari nang gabing iyon. Sa umaga, nalaman niya na si Mardocheo, ang lalaking nag ulat ng balak na pagpatay, ay isang Hudyo, ngunit walang ginawa upang parangalan siya. Nang pumasok si Haman sa silid para kausapin ang hari tungkol sa pagpatay kay Mardokeo, tinanong muna siya ng hari kung ano ang dapat gawin para sa isang taong nagpaparangal sa hari. Akala ni Haman ay igagalang siya ng hari, kaya sinabi niya na dapat magsuot ng damit ng hari ang tao at itampok sa isang egrandeng parada. Pagkatapos ay sinabi ng hari kay Haman na humayo at gawin ang iminungkahi niya kay Mardokeo. Ginawa ito ng mapagpakumbabang si Haman, at pagkatapos ay bumalik siya upang kumain kasama ang hari at reyna.

Habang kumakain sila, sinabi ni Ester na ang kanyang hiling ay para mailigtas ng hari ang kanyang mga kababayan na mga Hudyo.

Nakalimutan ng hari kung sino ang nag-utos ng pagpatay sa mga Hudyo, kaya nagtanong siya kung sino ang may kagagawan nito. Sinabi ni Ester na si Haman ang may gawa ng kautusan. Si Haman mismo ay kasama nila sa hapunan!

Ang hari ay umalis sa galit, ngunit si Haman ay nanatili sa likuran at nagmakaawa kay Ester para sa kanyang buhay. Nang bumalik ang hari, nakita niya si Haman na nakaluhod sa paanan ni Ester at naisip niyang sinusubukan niyang salakayin siya. Inutusan ng hari ang kanyang mga bantay na hatakin si Haman. Sinabi ng mga bantay na may isang mataas na poste sa labas ng bahay ni Haman na gagamitin sa pagsasabit kay Mardokeo. Iniutos ng hari na patayin si Haman at ibitin sa poste, at ibinigay ng hari ang ari-arian ni Haman kay Ester. Nang malaman ng hari na magkamag-anak sina Ester at Mardokeo, ginawa niyang bagong punong ministro si Mardokeo.

Ngunit ang utos na patayin ang lahat ng mga Hudyo ay nasa lugar pa rin. Nagmakaawa si Ester sa hari na maglabas ng isa pang utos na nagtanggal sa utos na ipapatay ang lahat ng Hudyo. Sinabi ng hari kay Mardokeo na isulat ang bagong kaayusan. Mabilis itong isinulat, isinalin sa bawat wikang ginagamit sa imperyo, tinatakan ng singsing ng hari, at ipinadala sa bawat lalawigan gamit ang pinakamabilis na kabayo ng hari. Ang kautusan ay nagbigay sa mga Hudyo sa bawat lungsod ng karapatang magtipon at protektahan ang kanilang sarili at patayin ang sinumang tao na umatake sa isang Hudyo. Ang teksto ng kaayusan ay ipinaalam sa lahat ng tao sa imperyo upang maprotektahan ng mga Hudyo ang kanilang sarili sa araw na sila ay papatayin.

Nang dumating ang balita, tuwang-tuwa ang mga Hudyo sa bawat lalawigan. Iniligtas sila ng kanilang magiting na reyna at bagong punong ministro. Nagdiwang sila sa pamamagitan ng piging. Maraming tao ng ibang nasyonalidad ang naging mga Hudyo at nagsimulang sumunod sa kanilang mga gawaing pangrelihiyon dahil natatakot sila sa maaaring gawin sa kanila ng mga Hudyo.

Pagkatapos ay nagpadala si Mardokeo ng mga liham sa lahat ng mga Hudyo sa imperyo, na sinasabi sa kanila na ipagdiwang ang dalawang araw ng buwan kapag nakatanggap sila ng ginhawa mula sa kanilang mga kaaway. Ang kanilang kalungkutan ay naging kagalakan, at ang kanilang pagluluksa ay naging isang araw ng pagdiriwang. Sa loob ng dalawang araw, ang mga Hudyo ay dapat magkaroon ng mga kapistahan, magbigay ng mga regalo ng pagkain sa isa't isa, at magbigay ng mga regalo sa mga dukha. Nakilala ang okasyon bilang ang mga araw ng Purim at ipinagdiriwang pa rin ng mga Hudyo.

Si Ezra ay Bumalik sa Jerusalem

Nang mamatay si Haring Xerxes, ang kanyang anak na si Artaxerxes ang pumalit sa kanya bilang hari. Isang Hudyong may mataas na edukasyon na nagngangalang Ezra ang nanirahan sa pagkabihag sa Babilonia noong panahong iyon. Siya ay isang Levita at inapo ni Aaron, at naunawaan niya ang lahat ng mga kasulatan ng relihiyon na ipinasa sa paglipas ng mga siglo. Sinusubaybayan din niya ang lahat ng mga pangyayaring naganap sa mga Hudyo sa paglipas ng mga siglo at isinulat ang mga ito bilang mga talaan ng kasaysayan. Sabik siyang bumalik sa Jerusalem, at lumapit siya kay Haring Artaherhes para humingi ng pahintulot na umalis.

Sinuportahan ng hari ang ideya na magkaroon ng mas maraming mga Hudyo na bumalik sa Palestina, kaya binigyan niya si Ezra ng pahintulot na magtayo ng isang pamahalaan sa Palestina. Ibinigay ng hari kay Ezra ang lahat ng tulong pinansyal na kailangan niya para maitatag muli ang mga sistema at gusali ng relihiyon, kabilang na ang anumang kailangan niya para sa Templo. Sinabi rin ng hari na lahat ng nagtatrabaho sa Templo ay hindi kailangang magbayad ng anumang buwis.

Inalerto ni Ezra ang mga Hudyo tungkol sa planong paglalakbay pabalik sa Palestina, ngunit hindi maraming tao ang gustong maglakad nang halos 1,000 milya papunta sa isang lupaing hindi nila kilala at magsimula ng bagong buhay. Marami rin ang nag aalala sa kanilang kaligtasan sa paglalakbay. Napakakaunting mga Hudyo ang nagpasyang bumalik sa Palestina, at kahit na matapos ang isang espesyal na apela sa lipi, 20 Levita lamang ang pumayag na pumunta.

Ayaw humingi ni Ezra ng anumang bantay mula sa hari sa kanilang paglalakbay dahil ang mga Hudyo ay kilala na umaasa sa Diyos para sa kanilang proteksyon. Kaya lahat sila ay nanalangin para sa proteksiyon ng Diyos sa paglalakbay, at pagkatapos ng isang paglalakbay na tumagal ng tatlo at kalahating buwan, silang lahat ay nakarating nang ligtas sa Jerusalem.

Di-nagtagal, nalaman ni Ezra na ang mga Israelita sa rehiyon, kabilang ang mga pari ay nakipag-asawa sa mga tao mula sa ibang mga kultura at relihiyon. Hindi natuwa si Ezra at nagalit dahil ang mga Hudyo ay nagpatibay ng mga gawaing hindi Hudyo. Malakas siyang nanalangin sa Templo at ipinagtapat ang mga kasalanan ng mga Hudyo. Pagkatapos ay inutusan niya ang lahat ng mga Hudyo na pumunta sa Templo para sa isang pagpupulong. Kinausap niya ang karamihan at pinag-usapan ang panganib ng pakikipag-asawa sa mga di-Hudyo.

Ang mga tao ay handang magbago ng kanilang mga paraan, at ang mga pinuno ay pinili upang kumatawan sa lahat ng mga tao sa hinaharap na mga pagpupulong upang iilan lamang ang mga tao na kailangang maglakbay patungong Jerusalem. Pinangunahan ni Ezra ang isang pagsisiyasat upang matukoy kung sinong mga pari at mga Levita ang nag-asawa, at bawat pari ay nagkasala. Lahat sila ay pumayag na kanselahin ang kanilang mga pangako sa kasal.

Nehemias

Mahigit 13 taon matapos bumalik si Ezra sa Jerusalem, itinatayo pa rin ang lungsod. Natapos na ang Templo, ngunit ang mga pader ng lungsod ay nasira pa rin at ang mga pintuan ay nasunog. Ang lungsod ay hindi isang ligtas na lugar upang manirahan.

Si Nehemias ay isang matapat na Hudyo na nagtrabaho para sa hari ng Persia sa Susa. Nang dalawin siya ng kanyang kapatid mula sa Palestina, nalaman niya na hindi maganda ang buhay sa ilang mga bihag na bumalik sa Palestina. Umiyak siya matapos marinig ito at nanalangin ng ilang buwan upang malaman kung ano ang nais ng Diyos na gawin niya.

Malungkot ang kanyang mukha nang maghain siya ng inumin kay Haring Artaxerxes at sa kanyang reyna, at tinanong siya ng hari kung bakit siya malungkot. Sinabi ni Nehemias sa hari ang tungkol sa mga kalagayan sa kanyang sariling bayan at humingi ng pahintulot na bumalik at muling itayo ang Jerusalem. Kumuha siya ng pahintulot ng hari at kumuha ng maraming panustos na dadalhin sa Jerusalem. Nakakuha din siya ng mga liham mula sa hari upang matiyak na maayos ang kanyang caravan at makakuha ng libreng kahoy.

Nang dumating si Nehemias sa Jerusalem, siya at ang ilang iba pa ay lumabas nang pribado sa gabi upang siyasatin ang mga depensa ng lunsod. Kinaumagahan, sinabi niya sa mga lokal na opisyal kung ano ang alam na nila—ang lungsod ay hindi ligtas at kailangan na muling itayo ang mga pader at pintuan nito. Sumang-ayon silang lahat na simulan agad ang pag-aayos. Naglagay siya ng isang sistema upang bantayan ang mga pintuan at mga puwang sa mga pader habang ang mga pagkukumpuni ay ginawa ng mga grupo ng mga lalaki mula sa iba't ibang tribo ng Israel.

Ang lahat ng aktibidad na ito ay nakakuha ng atensyon ng mga opisyal sa paligid. Nadama nila ang pagbabanta ng isang mas malakas na lungsod na kontrolado ng mga Hudyo, at sinabi nila na ang mga Hudyo ay nagrerebelde laban sa hari. Nagbalak silang salakayin ang lunsod, at pinaigting ni Nehemias ang seguridad sa paligid ng lungsod. Lahat ay nag-ambag ng kanilang makakaya. Ang ilan ay nagtrabaho habang ang iba ay nakatayong nagbabantay na armado ng mga sandata at trumpeta na hihipan kung sakaling atakihin. Nagtrabaho rin ang mga mahihirap sa lungsod, at hindi nila kailangang magbayad ng anumang buwis o interes sa kanilang mga utang dahil hindi sila kumikita sa kanilang mga normal na trabaho. Tiniyak ni Nehemias na patas ang pakikitungo ng lahat sa mahihirap. Ang kanyang mga kaaway ay patuloy na sumusubok ng mga bagong paraan upang linlangin siya sa paggawa ng mali, ngunit matalinong pinangasiwaan ni Nehemias ang bawat situwasyon at iniwasang masangkot sa gulo.

Ang pader at mga pintuan ay natapos sa loob ng 52 araw. Lahat ng tao sa rehiyon ay naimpluwensyahan ng lakas ng mga Hudyo at ng kanilang Diyos, at ito ay nagbigay muli ng respeto at prestihiyo sa bansang Hudyo sa mga nakatira sa rehiyon.

Nang ang mga pader at mga pintuang-bayan ng lungsod ay ligtas, si Nehemias ay nagtayo ng isang sistema para sa mga tao na bantayan ang mga pader malapit sa kanilang mga tahanan. Pinuno ng mga Hudyo mula sa kanayunan ang mga bukas na lugar ng lungsod, at sa loob ng mas ligtas na lungsod, mas nadama ng mga tao ang seguridad.

Nakipagtulungan din si Nehemias kay Ezra para palakasin ang mga gawaing pangrelihiyon ng mga Hudyo. Nagawi muli ang mga tao na ipagtapat ang kanilang mga kasalanan, magsakripisyo at maghandog, suportahan ang gawain ng mga Levita, at ipagdiwang ang kanilang mga kapistahan tulad ng ginawa ng mga Israelita noong panahon ni Moises. Nangako rin ang mga tao na hindi nila hahayaan na magpakasal ang kanilang mga anak sa sinumang hindi Hudyo.

Matapos ilaan ang mga pader sa isang malaking pagdiriwang, umuwi si Nehemias sa Susa. Nang bumalik siya sa Jerusalem makalipas ang ilang taon, nalaman niyang tumigil na ang mga Hudyo sa tamang pagsasagawa ng kanilang relihiyon. Nagtatrabaho sila at nagtitinda ng mga kalakal sa araw ng Sabat. Umalis ang mga Levita para kumuha ng trabaho sa ibang lugar dahil hindi ibinigay ang ikapu para suportahan sila at ang iba pang mga manggagawa sa Templo. Ang mga dayuhan ay may mga opisina sa looban ng Templo. Ang lahat ng ito ay labis na ikinagalit ni Nehemias. Itinapon niya ang mga kasangkapan na pag aari ng mga dayuhan, isinara ang mga pintuan ng Jerusalem sa araw ng Sabat, at ipinaalala sa mga tao na ang mga hindi pinansin ang mga utos ng Diyos ay pinarurusahan sa pamamagitan ng pagkahuli.

Malakias

Pinatibay ni propeta Malakias ang mga babala ni Nehemias dahil ang mga Hudyo ay hindi umaasa sa Diyos. Ito ang kanilang mga kasalanan: pag aalay ng mga di perpektong hayop sa mga hain, pagpapakasal sa mga di Hudyo, pagiging hindi tapat sa pag aasawa, pagpapabaya sa ikapu, hindi pag aalaga sa mga balo at ulila, at pagmamalupit sa mga mahihirap at dayuhan. Nagbigay din si Malakias ng kaalaman sa mga bagay na darating sa hinaharap. Darating ang mga pagpapala at paghatol, kung mansion ay sa pamamagitan ng masakit na proseso. Sa pamamagitan niya, sinabi ng Diyos sa mga Hudyo:

Hindi ko babaguhin ang paraan ng pakikitungo ko sa iyo: pagpapalain ko kayo kung pararangalan at susundin ang aking mga utos; Paparusahan ko kayo kung kayo ay mayabang at sumuway. Magiging mahabagin ako kung babalik kayo sa akin. Ipapadala ko ang aking sugo upang ihanda ang daan sa harap ko. Biglang darating sa Templo ang hinahanap ninyo— darating ang mensahero ng kasunduan. Siya ay magiging parang apoy ng tagapagdalisay o sabon. Lilinisin niya ang mga Levita sa paraan ng pagdadalisay ng ginto at pilak. At magkakaroon ang Panginoon ng mga tao na magdadala ng mga handog sa katuwiran, at ang kanilang mga handog ay magiging katanggap-tanggap sa Panginoon gaya ng dati. Ako rin ay magbabanta ng lubos na pagkapuksa sa lupa.

(Ang kuwento ay magpapatuloy sa kabanata 14.)

KABANATA 13

MGA NATATANGING AKLAT SA LUMANG TIPAN

Ilang aklat ng Bibliya ang nagbibigay ng mga aral tungkol sa tamang pamumuhay, tulad ng pagharap sa mga problema at pagmamahal sa iba, sa halip na pagtalakay sa mga pangyayari sa kasaysayan.

* Ang mga aklat ng Mga Kawikaan at Mangangaral ay tungkol sa karunungan. Ang mga salawikain ay nagbibigay ng maiikling kasabihan at kuwento tungkol sa kung paano dapat mamuhay ng tama ang mga tao. Sa Eklesiastes, binigyang-diin ni Solomon na mas masalimuot ang tunay na buhay kaysa sa pagbibigay ng simpleng katotohanan tungkol sa mga bunga ng pag-uugali ng tao.

* Si Jōb ay isang kuwento kung bakit ang isang taong nananampalataya sa Diyos at namumuhay nang maayos ay dumaranas pa rin ng sakit at pagdurusa. Nagtatapos ang kuwento sa isang hindi inaasahang twist.

* Si Jonas ay isang maikling talambuhay ng isang lalaking tinawag ng Diyos upang magsalita ng katotohanan sa isang mapanganib na kaaway. Kapag hindi niya ito nagawa, hindi niya ito nagagawa.

* Ang Awit ni Solomon ay isang usapan sa pagitan ng isang dalaga at ng kanyang manliligaw.

* Ang Mga Awit ay isang koleksyon ng mga tula na sumasalamin sa matinding damdamin at kaisipan tungkol sa mga pangyayaring naganap sa mga Israelita.

Mga Kasabihan

Karamihan sa mga Kawikaan ay isinulat ni Haring Solomon. Ang salawikain ay isang pagpapahayag ng isang pangkalahatang katotohanan at kadalasang tumatalakay sa tama at maling paraan ng paggawa ng mga bagay. Sa pangkalahatan, ipinahihiwatig ng mga kasabihan na ang mga sumusunod sa mga katotohanang ito ay iiwasan ang kasamaan at gagantimpalaan; Ang mga hindi sumusunod sa kanilang payo ay magdurusa ng mga negatibong kahihinatnan.

Madalas na mayroong mga pahayag na positibo at negatibo upang magbigay ng kaibahan sa pagitan ng kabutihan at kasamaan. Minsan ay isang maikling pangungusap lamang ang mga ito. Halimbawa, ang huling taludtod ng kabanata 3 ay nagsasaad, "Ang mga pantas ay mamamana ang karangalan ngunit ang mga mangmang ay mamamana ang kahihiyan" (Kawikaan 3:35). Sa ibang mga kaso, may mga grupo ng mga kawikaan na tumatalakay sa parehong ideya. Maraming mga kasabihan at maikling kuwento ang naglalakip sa pera, katarungan, at moralidad sa sekswal (maraming talata ang nagsasalita tungkol sa pag-iwas sa mga tukso ng mga kasalanan na may kinalaman sa sekswalidad at pagkakamit ng salapi sa maling paraan). Ang aklat ay may maraming paalala sa mga mambabasa nito na dapat nilang patuloy na hanapin ang karunungan at iwasan ang paggawa ng masamang mga bagay.

Ang aklat ay nagsisimula sa pagsasabi na ang karunungan ay nagmumula sa Diyos. Kaya't ang isang taong pantas ay nagpapakatino, matuwid, at nagbibigay-pugay sa Diyos. Ang huling kabanata ay nakatuon sa mga katangian ng isang mabuting asawa sa panahong iyon. Marami sa mga talata sa 31 kabanata ay naglalaman ng parehong punto. Narito ang ilang mga halimbawa ng mga kawikaan — nagmula ito sa mga kapitulo at talata na nabanggit.

Kabanata 1:7, 20–23, 33

Ang paggalang sa Panginoon ang simula ng karunungan; Ang mga hangal ay humahamak sa karunungan at tagubilin. Sumisigaw ang karunungan sa kalye, itinaas niya ang kanyang tinig sa parisukat. Sa pasukan ng mga pintuan sa lungsod sinabi niya, "Hanggang kailan ninyo mamahalin ng mga walang muwang ang pagiging simple ang pag-iisip? Hanggang kailan ninyo lilibakin ang inyong sarili sa panlalait sa iba at kayong mga hangal ay napopoot sa kaalaman? Kung tumugon ka sa aking pagsaway, ibinuhos ko sana ang aking espiritu sa iyo at ipinaalam sa iyo ang aking mga salita. Ang mga nakikinig sa akin ay mabubuhay nang matiwasay at hindi matatakot sa takot sa kasamaan."

Kabanata 4:23–27

Ingatan mo ang iyong puso dahil lahat ng iyong ginagawa ay nagmumula rito. Panatilihing malinis at tapat ang iyong pananalita. Hayaang tumingin nang diretso ang iyong mga mata, at pag-isipang mabuti ang mga landas ng iyong mga paa. Huwag lumiko sa kanan o kaliwa–ilayo ang iyong paa sa kasamaan.

Kabanata 6:6–11

Tamad, tingnan mo ang langgam at alamin ang kanyang mga gawain. Wala ito ng pinuno, opisyal, o tagapamahala, ngunit naghahanda ito ng pagkain sa tag-araw at nagtitipon ng pagkain sa pag-aani. Hanggang kailan ka hihiga at walang gagawin? Kailan ka babangon mula sa iyong pagtulog? Sa kaunting tulog, kaunting antok, at kaunting paghahalukipkip ng mga kamay upang magpahinga, ang iyong kahirapan ay papasok na parang pulubi at ang iyong pangangailangan ay parang isang armadong nanghihimasok.

Kabanata 10:1–5, 8–9, 12–13

Ang matalinong anak ay nagpapasaya sa ama, ngunit ang hangal na anak ay nagdudulot ng pighati sa kanyang ina.

Ang perang kinita sa maling paraan ay hindi nagbubunga ng kita.

Hindi hahayaan ng Panginoon na magutom ang mabubuti kundi tatanggihan ang pagnanasa ng masasama.

Yung mga hindi nagtatrabaho nagiging mahirap, pero yung mga nagtatrabaho nagiging mayaman.

Ang mga nagtitipon sa tag-init ay kumikilos nang matalino; nakakahiya ang mga natutulog sa anihan.

Ang matalino ay tumatanggap ng mga utos, ngunit ang mapagsalita ay mapapahamak.

Ang mga lumalakad sa katapatan ay ligtas, ngunit ang mga gumagawa ng masama ay mahuhuli.

Ang poot ay nag-uudyok ng alitan, ngunit tinatakpan ng pag-ibig ang bawat paglabag.

Ang karunungan ay matatagpuan sa mga labi ng mga taong nag iisip nang mabuti, ngunit ang isang pamalo ay ginagamit sa likod ng mga kulang sa pang unawa.

Kabanata 15:1–4

Ang banayad na sagot ay nagpapalayo ng poot, ngunit ang isang malupit na salita ay pumupukaw ng galit.

Ang matatalinong tao ay nagbibigay ng kapaki pakinabang na kaalaman, ngunit ang mga bibig ng mga hangal ay nagbubuga ng kalokohan.

Ang mga mata ng Panginoon ay nasa bawat lugar, na nagmamasid sa masama at mabuti.

Ang nakapapawi na dila ay punong kahoy ng buhay, ngunit ang mga baluktot na salita ay dudurog sa espiritu.

Kabanata 22 (mga sipi)

Ang magandang pangalan ay mas kanais-nais kaysa sa malaking kayamanan. Ang iginagalang ay mas mabuti kaysa sa ginto o pilak.

Ganito ang pagkakatulad ng mayayaman at mahihirap: ginawa ng Panginoon ang lahat ng ito.

Sanayin ang mga bata kung paano sila dapat mamuhay; kapag matanda na sila, hindi sila lilihis dito.

Ang mga mapagbigay ay pagpapalain, sapagkat nagbibigay sila ng pagkain sa mga mahihirap.

Ang mga nang aapi sa mahihirap upang gumawa ng higit pa para sa kanilang sarili o magbigay sa mayayaman ay magtatapos sa kahirapan.

Kabanata 25:21–22

Kung gutom ang iyong mga kaaway, pakainin mo sila; Kung sila ay nauuhaw, bigyan mo sila ng tubig na maiinom. Ito ay magtatambak ng mga uling na nagniningas sa kanilang ulo[3], at gagantimpalaan kayo ng Panginoon.

---

[3] Ang pangungusap na ito ay may ilang kahulugan. Maaaring ituring itong literal sa konteksto ng kultura na iyon, kung saan nagbibigay ang isang tao ng malaking halaga ng uling upang iligtas ang naghihingalong apoy ng kanyang kapitbahay. Noong unang panahon, may mga taong nagdadala ng mga bagay sa kanilang ulo. Ang pariralang ito ay mayroon ding mas malalim na kahulugan, kung saan ang labis na kagandahang loob ng isang tao sa isang kaaway ay nagpapaisip sa kaaway kung paano tratuhin ang iba. Ang resulta ay upang madagdagan ang pagkakataon ng isang mas mapayapang relasyon sa pagitan ng dalawang tao. Ang pariralang ito ay hindi nangangahulugang saktan ang iyong kaaway sa pamamagitan ng pagsunog ng kanilang ulo sa ilang paraan.

Eclesiastes

Ang aklat ng Ecclesiastes (Ang Mangangaral) ay naglalaman ng mga pagmumuni-muni ng isang marunong na hari, marahil si Haring Solomon sa kanyang huling panahon ng paghahari. Iba sa Kawikaan, ang karunungan ay tinitingnan nang mas makatotohanan–walang bulag na optimismo para sa paggawa ng tama o mapanghinalang pagsisisi sa paggawa ng mali. Sa halip, nakikita ang buhay kasama ang kanyang kumplikasyon at pagkabigo. Katulad ng buhay mismo, ang estruktura at nilalaman ng 12 kabanata ng aklat ay patid-patid at pumupunta sa iba't ibang direksyon at madalas ay paulit-ulit. Ito ay maaaring dahil sa posibilidad na ang aklat ay may ilang mga may-akda.

Ang aklat ay nagsisimula sa pagbubunyi ng Guro, "Walang kabuluhan ang lahat!" Ang walang katapusang mga siklo ng buhay at kalikasan ay hindi kailanman tila nagbabago ng anumang bagay sa lupa. Ang pagkakaroon ng karunungan at kaalaman ay nagdudulot ng kalungkutan at pighati. Parehong may mga limitasyon, at ang paglikha ng pagbabago upang mapabuti ang buhay ay tulad ng "paghabol sa hangin — walang natamo sa ilalim ng araw."

Sinubukan ng Guro na makahanap ng kaligayahan sa iba't ibang paraan. Una niyang hinanap ang mga kalipayan sa lupa — pag-inom, pakikipagtalik, pagtatrabaho nang maduruto, pagkuha ng mga materyales at kayamanan, at pagkuha ng kapangyarihan. Ngunit nang pagnilayan niya ang kanyang mga ginawa, wala sa mga ito ang nagpasaya sa kanya. Sumunod, inisip niya ang paghahangad ng karunungan at ang mga bunga ng pagiging makasalanan, ngunit natanto niya na ang matatalino at mga hangal ay parehong namamatay sa parehong kamatayan. Ang mga pag aari na nakuha sa panahon ng buhay ay ipinapasa kapag ang isang tao ay namatay sa iba na maaaring matalino o hangal, kaya ang mga bunga ng mga pagsisikap sa buhay ay maaaring masayang. Bakit mo ipagpapatuloy ang hindi mo maitatago?

Napagpasyahan ng Guro na ang pinakamabuting magagawa ng mga tao para makamtan ang tunay na kaligayahan ay parangalan ang Diyos, tamasahin ang kanilang pagkain at inumin, gumawa ng mabuti, at maghanap ng makabuluhang gawain. Naisip din niya na imbes na sundin ang mga patakaran sa bawat situwasyon, ang tamang paggawi ay nakasalalay sa partikular na mga situwasyon ng bawat konteksto — may tamang panahon para sa bawat karanasan ng tao.

Panahon ng kapanganakan at panahon ng pagkamatay, panahon ng pagtatanim at panahon ng pag-aani, panahon ng pagpatay at panahon ng pagpapagaling, panahon ng pagwasak at panahon ng pagtatayo, panahon ng pag-iyak at panahon ng pagtawa, panahon ng pagdadalamhati at panahon ng sayaw, panahon ng paghagis ng mga bato at panahon ng pagtitipon, panahon para magkayakap at panahon para magkahiwalay, panahon ng paghahanap at panahon ng pagsuko, panahon ng pag-iingat at panahon ng pagtatapon, panahon ng pagpunit at panahon ng pananahi, panahon ng pagtahimik at panahon ng pagsasalita, panahon ng pag-ibig at panahon ng pagkapoot, panahon ng digmaan at panahon ng kapayapaan.

Inamin ng Guro na ang kabutihan ay maaaring magmula sa mga negatibong karanasan, ngunit mas gusto pa rin niya ang mga katangian ng karunungan, kahit na ang buhay ay maaaring maging hindi patas. Nagtapos siya sa pamamagitan ng paghikayat sa mga tao na tamasahin ang buhay nang lubusan, magtrabaho nang husto, at yakapin ang mga hindi inaasahang pangyayari sa buhay bilang mga pagkakataong ibinigay ng Diyos upang matuto at umunlad.

Job

Ang Job ay isang mahabang kuwento na kinabibilangan ng maraming pag-uusap tungkol sa pananampalataya, pagsunod, mga gantimpala, mga parusa, mabuti at masama, at kung bakit nangyayari ang masasamang bagay sa tapat na mga tao. Ang mapagmahal at makatarungang kalikasan ng Diyos ay kinukuwestiyon sa pamamagitan ng pag-uusap sa pagitan ng mga pangunahing tauhan: Diyos at Satanas, Job at kanyang mga kaibigan, at Diyos at Job. Ang aklat ay hindi totoong kuwento (walang malinaw na may-akda, petsa, o lugar).

Ang aklat ay nagsisimula sa paglalarawan kay Job bilang isang mayamang tao na naninirahan kasama ang kanyang malaking pamilya at 11,000 hayop. Siya ang "pinakadakilang tao sa silangan at walang kapintasan, matuwid, tapat sa Diyos, at laging maingat na umiwas sa paggawa ng masama." Nagsasakripisyo siya sa Diyos sakaling magkasala ang mga miyembro ng kanyang pamilya.

Sinabi ni Satanas sa Diyos na si Job ay mabuti at tapat lamang dahil pinagpala siya ng Diyos sa lahat ng paraan. Hinahamon ni Satanas ang Diyos na alisin ang lahat ng mga pagpapala ni Job upang makita kung mamahalin pa rin ni Job ang Diyos, na sinasabing isusumpa ni Job ang Diyos kapag inalis ang mga pagpapala. Pumayag ang Diyos na pahintulutan si Satanas na pahirapan si Job ngunit ipinagbawal ng Diyos si Satanas na patayin siya.

Hindi nagtagal ay nagsimulang dumanas ng mga kalamidad si Job at ang kanyang pamilya. Nakatanggap si Job ng mensahe na ninakaw ng kaaway ang kanyang mga hayop at pinatay ang mga aliping nag-aasikaso sa bakahan. Pagkatapos ay pinapatay ng apoy mula sa langit ang kanyang mga tupa at ang mga alipin na nag-aalaga ng mga kawan. Pagkatapos ay ninakaw ng ibang kaaway ang lahat ng kanyang mga kamelyo at pinatay ang lahat ng mga alipin maliban sa sugo. Sa huli, narinig niya na gumuho ang bahay na kinakain ng kanyang mga anak dahil sa malakas na hangin, na ikinamatay ng lahat.

Matapos marinig ang nangyari, pinunit ni Job ang kanyang damit at sumamba sa Diyos sa pagsasabing, "Hubad akong lumabas mula sa sinapupunan ng aking ina, at aalis ako sa mundo na walang dala. Ang Panginoon ang nagbibigay at ang Panginoon ang nag-aalis. Purihin ang pangalan ng Panginoon." Hindi nagkasala o sinisisi ni Job ang Diyos sa mga pangyayaring ito.

Ipinaalala ng Diyos kay Satanas kung paano nanatiling tapat si Job kahit na nawala ang lahat. Gumawa ng bagong akusasyon si Satanas, na sinasabing isumpa ni Job ang Diyos kung magdurusa ang sarili niyang katawan. Sumasang-ayon ang Diyos na hayaan si Satanas na magdala ng sakit at karamdaman kay Job, at ang katawan ni Job ay nagkakaroon ng masakit na mga sugat mula sa kanyang ulo hanggang sa kanyang mga paa. Tinanong siya ng asawa ni Job, "Bakit namumuhay ka pa rin sa tamang paraan? Sumpain ang Diyos at mamatay!" Sumagot si Job, "Tanggapin na lang ba natin ang mabuti mula sa Diyos at hindi ang problema?" At si Job ay hindi nagkasala o sumpain ang Diyos.

Nang marinig ng tatlong kaibigan ni Job ang nangyari, binisita nila siya para aliwin siya. Halos hindi nila siya nakilala, at umiyak sila ng malakas at pagkatapos ay umupo nang tahimik kasama si Job sa loob ng isang linggo.

Binasag ni Job ang katahimikan at mahaba ang usapan ng apat na lalaki. Binanggit ni Job ang lahat ng problema niya at sana hindi siya isinilang. Ngunit sinasabi ng kanyang mga kaibigan na ang mga paghihirap ni Job ay dahil sa mga kasalanang nagawa ni Job at hinihimok siya na magsisi at sumunod. Sa gayon, mababawi niya ang pagsang-ayon ng Diyos. Sabi ng tatlong kaibigan, hindi pinaparusahan ng Diyos ang mabubuting tao na walang kabuluhan.

Hindi sumang-ayon si Job at sinabing wala siyang ginawang mali. Tinuya ng mga kaibigan ang saloobin at pag-aangkin ni Job ang pagiging inosente, ngunit iginiit ni Job na wala siyang ginawa upang maging karapat-dapat sa alinman sa mga pagdurusa. Habang sinisisi ng magkakaibigan ang biktima, labis na nairita si Job sa kanilang mga maling akusasyon sa kanyang pagiging makasalanan at sa kanilang mapagmatuwid na pagtitiwala sa kanilang mga simpleng sagot upang matugunan ang kanyang situwasyon. Sinabihan niya silang tumahimik!

Gayunman, nalilito si Job kung paano mabilis na nagbago ang kanyang buhay nang hindi nakagawa ng anumang kasalanan. Nagtataka siya kung paano malulugod ng mga tao ang isang Diyos na kapwa maaaring maging makatarungan at mapagpatawad sa mga taong karapat dapat na parusahan. Ang mga paraan ng Diyos ay hindi kayang maunawaan ng tao. Malungkot si Job sa kanyang buhay ngunit naniniwala siyang sa huli ay sasabihin ng Diyos na siya ay walang kasalanan. Ang kanyang karanasan ay nagpapatunay na ang pagdurusa ay hindi awtomatikong nakaugnay sa pagiging makasalanan at masama. At kahit mamatay siya, mabubuhay pa rin daw siya. "Alam kong buhay ang aking manunubos at sa huli, mananatili pa rin ang Diyos. Matapos mawasak ang aking katawan, makikita ko pa rin ang Diyos." Hindi alam ni Job kung bakit nangyayari ang ilang bagay — kung minsan ay umuunlad ang masasama, maaaring maging hindi patas ang buhay. Ngunit ang kanyang pananampalataya ay nagdudulot sa kanya ng pag-asa na ang pag-ibig at paghatol ng Diyos ay magreresulta sa isang hatol na "hindi nagkasala" para sa kanya sa kabilang buhay.

Isa ang mga kaibigan pagkatapos ay nagsasabi na nagdurusa si Job dahil pinabayaan niya ang mga mahihirap. Ngunit iginiit ni Job na walang katotohanan ang mga paratang na ito. Sinunod niya ang mga utos ng Diyos, inaliw ang mga walang pag asa, at tinulungan ang mga walang kapangyarihan at nangangailangan. Nabigo si Job sa hindi pagtrato nang patas — wala siyang ginawang kasalanan. Ang Diyos ay may kapangyarihang baguhin ang mga bagay ngunit siya'y tahimik. Pinanatili ni Job ang kanyang pagiging inosente at kinutya ang mga nakababatang lalaki na iniisip na alam nila ang lahat. "Ang aking dila ay hindi magsasalita ng kasinungalingan, at hindi ko kailanman aaminin na tama ka. Mabubuhay ako sa tamang paraan at pananatilihin ang aking kawalang-kasalanan at hindi ko aaminin na ginawa ko ang isang bagay na hindi ko ginawa." Si Job ay isang taong bigo at nagdurusa habang pinakikinggan niya ang kanyang mga huwad na nag-aakusa.

Dumating ang isa pang kaibigan at pinuna ang tatlong kaibigan dahil sa pagbibintang kay Job nang hindi nagbigay ng anumang katibayan ng maling gawa. Pero sinabi rin niya na hindi rin daw gagantimpalaan ng Diyos ang mga hindi nagsisisi at hindi sasagot kapag sumisigaw ang masasamang tao.

Sa lahat ng oras na ito ay nakikinig ang Diyos kay Job at sa kanyang mga kaibigan habang binibigyang-katwiran nila ang kanilang mga pananaw sa isa't isa. Pagkatapos ay pumasok ang Diyos sa pag-uusap at nagtanong kay Job ng maraming tanong na naglalantad sa kamangmangan ni Job tungkol sa kung paano gumagana ang mundo at ang kapangyarihan ng Diyos. Halimbawa, sinabi ng Diyos, "Nasaan ka noong inilagay ko ang pundasyon ng lupa? Sino ang nagmarka ng mga sukat nito? Napakatalino mo, siguradong alam mo! Saan nakatira ang liwanag at dilim? Paano ang ulan at hangin — saan sila nanggaling?" Si Job ay nalulumbay at hindi makasagot sa mga tanong ng Diyos.

Pagkatapos ay bumaling ang Diyos sa mga kaibigan ni Job sa galit dahil sa maling pagsasabi na ang pagdurusa ay nangyayari lamang dahil sa kasalanan at ang katarungan ay nangyayari lamang sa panahon ng buhay ng isang tao. Ang madaling sagot ay maaaring gumaan ang konsensya ng sugo, ngunit hindi ito nalalapat sa mga komplikadong situwasyon. Ang kabalintunaan, hindi pinansin ng mga kaibigan ni Job ang kanyang sakit at walang empatiya habang sinusubukan nilang tulungan siya.

Napakabilis ng pagtatapos ng kuwento nang hindi nagbibigay ng mahahalagang detalye. Iginagalang ng Diyos ang pagpapakumbaba at katapatan ni Job at muli siyang pinagpapala ng higit pa sa orihinal na mayroon siya. Ngunit ang kuwento ay hindi kasama ang anumang bagay tungkol sa pakikitungo sa pagitan ng Diyos at Satanas. Sa huli, ang mabuti ay nananaig laban sa kasamaan dahil hindi nag aalinlangan si Job. Natalo muli, si Satanas ay hindi nagpapakita sa Diyos na may ibang taya. Gayundin, ang kuwento ay hindi kailanman nagpapaliwanag kung bakit ang matatapat na tagasunod ay nagdurusa o kung bakit ang masasama ay umuunlad, kaya ang mga mambabasa ay naiwan upang isipin ang mga sagot para sa kanilang sarili. Ang buhay ay hindi mahuhulaan kapag ang mabuti at masamang pwersa ay magkakasama. Ang mga paraan ng Diyos ay hindi ang ating mga paraan, ang tiyempo ng Diyos ay hindi ang ating tiyempo. Ang katapatan sa Diyos at ang ating pagtugon sa mga pangyayari sa ating buhay ang pinakamahalaga. Ang mga krisis sa buhay ay magagamit sa kabutihan—ang mga tao ay mga taong umunlad at hinubog sa mahihirap na panahon.

Jonas

Sa maikling kuwentong ito, tinawag ng Diyos ang propetang si Jonas upang magsalita ng katotohanan at paghatol sa mga tao ng Nineveh, ang kabisera ng imperyo ng Asiria. Ang kuwento ay may kaunting mga detalye, at ang dalawang pahina nito ay maaaring basahin nang napakabilis, ngunit mayroon itong maraming mga pangkalahatang aral. Ang kuwento ay nauugnay sa pagsuway ng tao, ang mga kahihinatnan ng hindi pagsunod sa tawag ng Diyos, kung paano ginagamit ang kalikasan kung minsan upang ipakita ang kapangyarihan ng Diyos, pagkapanatiko sa mga dayuhan, biyaya at pagpapatawad ng Diyos para sa lahat ng tao, at kung paano tayo nadidismaya kapag ipinapakita ng Diyos ang kanyang pag-ibig sa mga taong sa tingin natin ay hindi nararapat nito.

Una nating nalaman na natakot si Jonas na mangaral ng paghatol sa Ninive. Sa halip na maglakbay sa silangan at ipagsapalaran ang kamatayan, sumakay siya ng bangka patungong Espanya (2,000 milya sa kabilang direksyon). Isang malakas na bagyo ang nagbabanta ng pagubog ng barko, at ang mga tripulante ay tumatawag sa kanilang mga diyos upang iligtas ang barko. Sinabihan ng kapitan si Jonas na manalangin sa kanyang diyos.

Ang bagyo ay sobrang kakaiba kaya alam ng mga tripulante na may isang sumpa sa kanilang barko. Natuklasan nila na si Jonas ang may sala, at ipinaliwanag niya na siya ay isang Israelita na sumuway sa Diyos. Sinabi niya na titigil ang bagyo kung siya ay itapon sa dagat, at nang gawin ito ng mga tripulante, agad huminto ang bagyo. Dahil dito, ang lahat sa loob ng barko ay nagsimulang sumamba sa Diyos ng mga Israelita.

Nahuli si Jonas sa damong dagat at nilamon ng malaking balyena. Sa loob ng tatlong araw siya nagtagal sa loob ng balyena at halos mamatay na. Nangako si Jonah sa Diyos na pupunta siya sa Nineveh kung siya ay mabubuhay. Nagkasakit ang balyena at itinuka si Jonah sa lupa.

Sa kalaunan ay pumunta si Jonas sa Nineveh. Sinabi niya sa mga tao na ang lungsod ay mawawasak dahil sa kanilang masasamang paraan. Ang mga tao ay naniwala sa kanyang mensahe at nagbago ang kanilang mga gawi. Nag-utos ang hari na magdasal ang lahat ng mga tao sa lungsod at itigil ang kanilang kasamaan.

Nang makita kung paano tumugon ang mga tao ng Nineveh, nagpakita ang Diyos ng habag at hindi sinira ang lungsod. Nagalit ito kay Jonas — gusto niyang magdusa ang kaaway. Sinabi niya sa Diyos, "Alam kong ikaw ay mapagbiyaya at mahabagin, mabagal sa pagkagalit at bukas-palad sa Iyong pag-ibig, isang Diyos na hindi gustong magpadala ng kapahamakan. Panginoon, kunin mo na ang aking buhay dahil mas gugustuhin ko pang mamatay kaysa mabuhay."

Umakyat si Jonah sa isang bundok malapit sa lungsod upang panoorin kung ano ang mangyayari. Kinain ng isang uod ang halamang ginamit niya para sa lilim kaya siya ay napaso sa sobrang init ng araw. Nalungkot siya sa kanyang kalagayan at sinabi, "Galit na galit ako, mas gugustuhin kong patay kaysa buhay." Sinabi ng Diyos kay Jonas, "Nag-aalala ka na wala kang lilim? Hindi ba dapat mag-alala ako sa isang lungsod na may mahigit 120,000 bata na walang kasalanan at walang alam?" Kulang si Jonas sa pagmamahal at kapatawaran, kahit na ang Diyos na kanyang sinusunod ay mapagmahal at mapagpatawad.

Awit ni Solomon

Ang may akda ng Awit ni Solomon ay hindi kilala. Ginamit ng manunulat ang isang dialogo na nakasulat sa tula upang ilarawan ang isang perpektong kuwento ng pag ibig sa pagitan ng isang dalaga at ng kanyang kasintahan. Ang romansa ay walang salungatan, at ang may akda ay gumamit ng matingkad na mga imahen ng mga halaman at hayop upang ilarawan ang pang akit ng mag asawa sa isa't isa. Pinagtitibay ng kuwento na ang pisikal na pagmamahal ay isang pagpapala sa loob ng isang pagsasama.

Ang maikling kuwento ay naglalarawan ng magkasintahan. Ang dalaga ay kayumanggi dahil sa kanyang pagtatrabaho sa isang ubasan, at ang lalaki naman ay may iginagalang. Nahulog ang loob niya sa kanya sa unang pagkakataon na nakita niya ito at naisip ang kanilang kasal. Nananabik silang dalawa sa isa't isa at naiisip ang kagandahan ng katawan at galaw ng bawat isa. Bagamat maraming magagandang babae sa paligid, siya ay natatangi dahil sa kanyang panlabas at panloob na kagandahan–itong mapagkumbaba at tapat na manggagawa ay para lamang sa kanya. Ang dalaga ay nananaginip tungkol sa kanya at nalulungkot kapag nagising at nalamang wala siya.

Kapag sila ay ikinasal at magkasamang umalis sa bayan, ipinapakita nila ang kanilang pagmamahal sa isa't isa. Kalaunan ay sinabi niya sa kanya:

Ilagay mo ako bilang kuwintas na nakasabit sa tabi ng puso mo,
Tulad ng pulseras sa iyong braso, nakalantad para makita ng lahat,
Sapagkat ang pag-ibig ay kasinglakas ng kamatayan; ang selos nito ay hindi nagbabago tulad ng libingan.
Ang pag ibig ay nag aalab na parang apoy na nagniningas, parang banal na apoy.

Mga Awit o Salmo

Ginamit ang tula sa ilang aklat ng Bibliya, at ang ilang aklat ay ganap na isinulat sa anyong tula. Ang aklat ng Mga Awit ay mayroong 150 tula na isinulat ni David at ng iba pang mga may-akda mga 3,000 taon na ang nakalilipas. Ipinakikita ng mga ito ang matinding damdamin at kaisipang may kaugnayan sa naganap sa mga Israelita. Karamihan ay nauugnay sa ilang paraan sa mga konsepto ng mabuti at masama. Humigit-kumulang kalahati ng mga salmo ang tumatalakay sa mga panalangin sa panahon ng kabagabagan, at ang ilan ay pumupuri sa Diyos. Ang ilang mga salmo ay sinadya upang samahan ng musika. Sa halip na gumamit ng mga salitang magkatugma, ang mga salmo ay kadalasang naglalaman ng mga paulit-ulit na ideya.

Tatlong kumpletong salmo ang makikita sa ibaba. Ang mga may-akda ay karaniwang gumagamit ng mga panghalip na lalaki at mga pangngalan (siya, kanya, kanya, tao) upang ilarawan ang Diyos at lahat ng tao.

Awit 1 (Ang Matuwid at Masama ay Pinaghambing)

Mapalad ang taong hindi lumalakad sa payo ng masama,
Ni tumatayo sa daan kasama ng mga makasalanan,
Ni umuupo sa mga upuan kasama ng mga manunuya.
Ngunit ang kanyang kaluguran ay nasa kautusan ng
   Panginoon,
At siya ay nagbubulay-bulay sa Kanyang mga batas araw
   at gabi.
Siya ay magiging tulad ng isang puno na matatag na
   nakatanim sa tabi ng mga batis ng tubig,
Na nagbubunga ng kanyang bunga sa kanyang kapanahunan
At kung kaninong dahon ay hindi nalalanta.
Kahit anong gawin niya ay uunlad.
Hindi gayon sa masasama! Para silang ipa na tinatangay ng
   hangin.
Kaya't ang masama ay hindi tatayo sa kahatulan,
Ni ang mga makasalanan ay magsasama-sama sa mga
   matuwid.
Sapagkat alam ng Panginoon ang daan ng matuwid,
Ngunit ang daan ng masama ay mapapahamak.

Awit 23 (Isang Awit ni David)

Ang Panginoon ang aking pastol, nasa akin ang lahat ng
   kailangan ko.
Pinahiga niya ako sa luntiang pastulan;
Dinala niya ako sa tabi ng tahimik na tubig.
Ibinabalik niya ang aking kaluluwa;
Inaakay niya ako sa mga landas ng katuwiran alang-alang
   sa kanyang pangalan.
Kahit na lumakad ako sa libis ng anino ng kamatayan,
Hindi ako matatakot sa anumang kasamaan, sapagkat ikaw
   ay kasama ko;
Ang iyong pamalo at mga tauhan ay umaaliw sa akin.
Naghahanda ka ng mesa sa harap ko sa harapan ng aking
   mga kaaway.
Pinahiran mo ng langis ang aking ulo;

Umaapaw ang tasa ko.
Tunay na ang kabutihan at awa ay susunod sa akin sa lahat
ng mga araw ng aking buhay,
At ako ay tatahan sa bahay ng Panginoon magpakailanman.

Awit 100 (Isang Awit ng Pasasalamat)

Kayong mga tao sa buong mundo,
Sumigaw kayo nang may kagalakan sa Panginoon!
Paglingkuran ninyo nang may kagalakan
Lumapit kayo sa kanya na umaawit sa tuwa.
Tayo'y kanyang mga mamamayan na parang mga tupa na
Kilalanin ninyo na ang Panginoon ang Dios!
Siya ang lumikha sa atin at tayo'y sa kanya.
Tayo ay kanyang bayan tulad ng mga tupang inaalagaan
niya sa kanyang pastulan.
Pumasok kayo sa kanyang templo nang may pagpapasalamat
at pagpupuri.
Magpasalamat kayo at magpuri sa kanya.
Dahil mabuti ang Panginoon; ang pag-ibig niya'y walang
hanggan,
At ang kanyang katapatan ay magpakailanman!

IKALAWANG BAHAGI

Ang Bagong Tipan

DUMATING ANG MESIYAS
Dalawang Sanggol ang Lumaki at Nagpahayag ng Bagong Panahon

Sanligan

Ang mga hula ni Malakias ay isinulat noong 420 BC at ito ang huling talaan ng mga propeta sa Lumang Tipan. Maraming Hudyo ang nanirahan sa labas ng Palestina, higit sa lahat sa Babylonia at Ehipto, at ang kanilang mga komunidad ay naging napakalaki. Upang mapanatili ang kanilang pananampalataya sa Diyos, ang mga komunidad na ito ay nagtayo ng mga lugar ng pagsamba (mga sinagoga) na pinamumunuan ng isang iskolar ng relihiyon (rabbi) na nagbabasa at nagpapaliwanag ng mga banal na kasulatan sa mga Israelita.

Sa loob ng 400 taon kasunod ng mga propesiya ni Malakias, naganap ang mahahalagang pangyayari na nakaimpluwensya sa mga Hudyo.

- Sinakop ng mga Griyego, sa pamumuno ni Dakilang Alejandro, ang maraming bahagi ng mundo, kabilang ang Palestina. Ang mga Griyego ay nagdala ng mga bagong paraan ng pag-iisip tungkol sa mundo sa pamamagitan ng kanilang mga ideya sa relihiyon at pulitika, at ang wikang Griyego ay naging malawak na sinasalita at naisulat (Hebreo at Aramaic ay ginamit din ng mga Hudyo). Ang mga pamayanang Hudyo ay nagtamasa ng kapayapaan noong panahon ng paghahari ni Alejandro.

- Nang mamatay si Alejandro, ipinagbawal ang Hudaismo. Naghimagsik ang ilang mga Hudyo dahil kailangan silang magsakripisyo sa ibang mga diyos. Lumaganap ang isang paghihimagsik sa buong Palestina, at ang mga Griyego ay kalaunan ay pinalayas noong 142 BC. (Ipinagdiriwang ng Hanukkah ang tagumpay na ito.)

- Sinakop ng mga Romano ang Palestina at nakontrol ang Jerusalem noong 63 BC. Hindi nila pinahintulutan ang paghihimagsik at pinatay nila ang maraming pari at mga pinunong Hudyo. Noong 37 BC si

Dakilang Herodes ay ipinahayag na hari ng mga Hudyo at nagsimulang magtayo ng maraming gusali, kabilang ang isang mas malaking Templo sa Jerusalem. Nang siya ay mamatay noong 4 BC, inilagay ng Roma ang iba pang mga pinuno sa kanyang lugar.

Ang mga Tao ng Palestina

Sa loob ng 400 taong panahong ito, ang mga paraan ng pag iisip ng mga Griyego ay naging kaakit akit sa marami sa mga Hudyo, at lumitaw ang mga pagkakaiba sa mga Hudyo tungkol sa kung paano sila dapat mamuhay sa isang mundo na pinangungunahan ng mga ideya ng Griyego habang pinangangalagaan ang kanilang pananampalataya.

- Ang mga *Pariseo* ay isang maliit ngunit maimpluwensyang grupo na nakatuon sa mahigpit na pagsunod sa mga utos ng Diyos. Nais din nilang maging hiwalay sa mundo sa halip na "makihalubilo" sa mga hindi mananampalataya. Idiniin nila ang pagiging napakarelihiyoso at may mahigpit na pananaw sa tama at mali. Ang pag-iwas sa impluwensya ng ibang bansa ay napakahalaga sa kanila, at sinunod nila ang mga karagdagang alituntunin upang matiyak na hindi sila lalapit sa paglabag sa alinman sa mahahalagang utos ng Diyos. Ipinagmamalaki nila at ipinahayag nila ang kanilang mga paniniwala sa relihiyon sa iba sa mga nakikitang paraan.

- Ang mga *Saduceo* ay isa pang maliit ngunit maimpluwensyang grupo, ngunit nakatuon sila sa moralidad at hindi naniniwala sa mga supernatural na kapangyarihan. Tinanggap nila ang mga dayuhang ideya, lalo na ang mga ideya ng mga Griyego. Ang mga Saduceo ay karaniwang mayayaman at may mahusay na pinag-aralan at hindi sumusunod sa mga karagdagang tuntunin na sinusunod ng mga Pariseo.

- Ang mga *Essenes* ay nakatuon sa pagpipigil sa sarili at pag withdraw sa mundo. Ang maliit na grupong ito ay umatras sa mga liblib na bahagi ng rehiyon, higit sa lahat sa disyerto malapit sa Dagat ng Asin (Patay).

- Ang mga *Zealot* ay nagnanais na gamitin ang pisikal na pwersa upang tiyakin na walang banyagang kapangyarihan ang nagkokontrol sa mga buhay ng mga taong pinili ng Diyos. Handa silang mamatay para sa kanilang layunin.

May iba pang uri ng tao na naninirahan sa Palestina. Ang ilan sa kanila ay tinatawag base sa kung saan sila naninirahan, tulad ng mga impurong Samaritano at Galileo na kinamumuhian dahil madalas silang nag-aasawa ng mga hindi Hudyo o hindi hindi naman talaga Hudyo. (Ang Galilea ay ang hilagang bahagi ng Palestina, ang Samaria ay ang gitnang bahagi, at ang Judea ay ang timog na bahagi na noon ay kilala bilang Judah.) Kilala din ang mga taga Galilea sa kanilang paghihimagsik laban sa dayuhang awtoridad. May mga grupo rin na natatangi base sa kanilang propesyon, tulad ng mga eskriba na sumusulat ng mahahalagang dokumento (madalas ay may kaugnayan sa relihiyon), at ang mga miyembro ng Sanhedrin, isang malaki at magkakaibang grupo ng mga lider na nagbabantay sa relihiyosong buhay ng mga Hudyo at may kapangyarihan na parusahan ang mga Hudyo. May mga kilalang may matatag na pagkakakilanlan: ang mga Herodiano ay mga Hudyo na sumusunod sa mga tradisyon at paniniwala ng mga Romano, ang mga Helenista ay mga Hudyo na sumusunod sa mga tradisyon at paniniwala ng mga Griyego, at mayroon pa ring mga Nazareo (mga naglalagay ng panata na maglaan ng kanilang sarili sa Diyos).

Dahil sa pagdayo ng mga di-Hudyo sa Palestina at sa pagdayo ng mga Hudyo sa labas ng Palestina, karamihan sa mga taong naninirahan sa Palestina 2,000 taon na ang nakalilipas ay hindi mga Hudyo, at higit sa 80% ng mga Hudyo ay nanirahan sa ibang lugar. Hindi maganda ang sistema ng kalsada sa Palestina, at hindi madali ang maglakbay sa lugar. Karaniwang naglalakad o gumagamit ng asno o mula ang mga tao. Ilang primitibong inn ang umiiral sa mga kalsada, kaya maraming manlalakbay ang umasa sa kanilang network ng mga kaibigan at pamilya para sa matutuluyan habang naglalakbay sila.

Marami sa mga propeta ang sumulat tungkol sa isang Lingkod-Hari na darating at ibabalik ang bansa sa kaluwalhatian. Nagtataka ang mga Hudyo kung kailan ipapadala ng Diyos ang pinunong ito at kung bakit ito'y natatagalan. Ang mga pangyayari sa rehiyon ay nagpaisip sa mga Hudyo na may magliligtas sa kanila mula sa pang-aapi. Ang kalupitan ng mga Romano ay nagpaalaala sa kanila kung kailan ang kanilang mga ninuno ay pinagmalupitan sa Ehipto at nang sila ay nasakop ng mga Asiryano at Babylonian. 400 taon na ang nakalipas mula noong huli nilang marinig mula sa isang propeta ang tungkol sa isang taong biglang lilitaw. Mahigpit nilang binantayan ang darating na Mesiyas (Kristo sa Griego), ang Pinahiran na darating at magliligtas sa kanila habang dudurugin ng Roma ang mga pinunong rebeldeng Hudyo at dahan-dahan silang pinatay sa pamamagitan ng pagpapako sa kanila nang buhay sa mga krus na na nagkalat sa rehiyon.

Ang Buhay ni Hesus

Ang natitirang bahagi ng kabanatang ito at mga kabanata 15–18 ay naglalarawan ng mahahalagang pangyayaring naganap sa buhay ni Hesus at sa kanyang mga pangunahing turo habang ang mga ito ay itinala ng apat na lalaki. Dalawang may-akda ang nakasaksi na sumunod kay Hesus nang malapitan at kabilang sa mga unang disipulo (si Juan ay isang mangingisda at si Mateo ay isang maniningil ng buwis). Ang dalawa pang may-akda ay sina Marcos, isang matalik na kaibigan ni Pedro, at Lucas, isang Hentil na doktor na nag-imbestiga sa mga kuwento tungkol kay Hesus na sinabi ng iba. Ang salaysay ni Marcos ang unang isinulat, at ang salaysay ni Juan ang huling isinulat at may kasamang maraming kuwento at detalye na hindi isinama ng iba. Bawat manunulat ay mayroong iba't ibang mambabasa at kanilang sariling pananaw at estilo, kaya't may mga pagkakaiba sa mga pahayag. Bilang kabuuan, sila ay kilala bilang "mga ebanghelyo" (mga mabuting balita tungkol kay Hesus).

Isang Sanggol ang Ipinanganak

Noong 5 BC nang si Herodes ang hari ng Roma na namamahala sa Juda, ang isang pari na nagngangalang Zacarias at ang kanyang asawang si Elizabeth ay tumanda na ng walang anak, kahit na madalas silang manalangin para sa isang anak na lalaki. Nang si Zacarias ay nagsusunog ng insenso sa Templo, siya ay nagulat nang may anghel na lumapit sa kanya at naging takot. Ngunit sinabi sa kanya ng anghel, "Huwag kang matakot. Dininig ng Diyos ang iyong panalangin. Ang iyong asawa ay magkakaroon ng isang anak na lalaki, at tatawagin mo siyang Juan. Hindi siya kailanman iinom ng alak, at pupunuin siya ng Banal na Espiritu. Dadalhin niya sa Panginoon ang maraming suwail na bayan ng Israel, at ihahanda niya ang bayan para sa Panginoon."

Tinanong ni Zacarias, "Paano ito mangyayari? Ako ay isang matanda na, at ang aking asawa ay matanda na rin." Sumagot ang anghel, "Ako si Gabriel. Ako ay ipinadala upang sabihin sa iyo ang magandang balitang ito. Ngunit hindi ka makakapagsalita hanggang sa ipanganak ang bata dahil nagdududa ka sa akin."

Nang lumabas si Zacarias mula sa Templo, hindi siya makapagsalita. Ginamit niya ang mga galaw ng kamay upang ilarawan sa iba malapit sa Templo ang nangyari at hindi siya makapagsalita. Ganoon din ang sinabi niya kay Elizabeth.

Nang si Elizabeth ay anim na buwan nang buntis, lumitaw din ang anghel sa isang batang dalaga na nagngangalang Maria na nakatira sa Nazaret, isang bayan sa Galilea (halos 70 milya hilaga ng Jerusalem). Siya ay nakatakda na ikasal kay Jose, na isang inapo ni Haring David. Sinabi ng anghel kay Maria, "Magandang araw sa iyo, pinagpala ka! Ang Panginoon ay sumasaiyo!"

Nalito at natakot si Maria nang marinig niya ito mula sa isang ganap na estranghero na biglang lumitaw. Ngunit sinabi ng anghel, "Huwag kang matakot. Magsisilang ka ng isang anak na lalaki at tatawagin mo siyang Hesus. Siya ay magiging dakila at tatawaging Anak ng Kataastaasan. Ibibigay sa kanya ng Diyos ang trono ni Haring David, ang kanyang ninuno. Siya ay maghahari sa mga inapo ni Jacob magpakailanman."

Tinanong ni Maria ang anghel kung paano ito mangyayari — siya ay dalaga pa at hindi pa kasal. Sumagot ang anghel, "Ang espiritu ng Diyos ang magiging ama, at ang iyong kamag-anak na si Elizabeth ay nagdadalang-tao, kahit na siya ay matanda na."

Namangha si Maria na nangyari ang isang imposibleng bagay kay Elizabeth. Agad niyang pinuntahan si Elizabeth. Nang batiin ni Maria si Elizabeth, tumalon ang sanggol sa loob niya at binigyan ng Diyos si Elizabeth ng kaunawaan kung ano ang nangyari kay Maria. Sinabi niya kay Maria, "Pinagpala ka sa mga babae at ang anak ng iyong sinapupunan! Napakapalad ko na ang ina ng Panginoon ay dumating sa akin." Nanatili si Maria kay Elizabeth nang tatlong buwan hanggang sa maisilang ang kanyang sanggol na lalaki.

Nang dumating ang oras ng pagtutuli sa bata, inisip ng lahat na siya ay tatawaging Zacarias ayon sa kanyang ama (iyon ang tradisyon). Ngunit sinabi ni Elizabeth na ang kanyang pangalan ay Juan. Ang kanyang mga kapitbahay at kamag-anak ay naguguluhan – walang sinuman sa kanilang pamilya ang pinangalanang Juan. Bumaling sila kay Zacarias at hiniling sa kanya na isulat ang pangalan ng bata sa isang tapyas. Isinulat niya ang pangalang Juan at agad siyang nakapagsalita, at ipinaliwanag niya kung ano ang nangyari sa kanya. Nagbigay rin siya ng mga hula tungkol sa buhay ng bata.

Ang Diyos ay dumating upang iligtas tayo, isa mula sa sambahayan ni David na sinabi sa atin ng mga propeta noong unang panahon upang alalahanin ang tipan na ginawa sa ating amang si Abraham. Ililigtas Niya tayo mula sa kamay ng ating mga kaaway at tutulungan tayong maglingkod sa Diyos nang walang takot. Ang aking anak ay tatawaging propeta ng Kataastaasan dahil siya ay magpapatuloy sa harap ng Panginoon upang ihanda ang daan para sa Diyos, upang bigyan ang mga tao ng kaalaman ng pagiging ligtas sa pamamagitan ng kapatawaran ng kanilang mga kasalanan.

Isa pang Sanggol ang Ipinanganak

Nang bumalik si Maria sa kanilang tahanan, nalaman ng kanyang kasintahang si Jose na siya ay nagdadalang-tao. Si Jose ay isang tapat na lalaki at nais niyang hiwalayan si Maria nang tahimik (sila ay legal na nakatakdang magpakasal). Ngunit habang iniisip niya ito, isang anghel ang nagpakita sa kanya sa panaginip at nagsabi, "Huwag kang matakot na kunin si Maria bilang iyong asawa. Ang Banal na Espiritu ng Diyos ay ang ama. Siya ay magkakaroon ng isang lalaki, at pangalanan mo siyang Hesus, sapagkat ililigtas niya ang mga tao sa kanilang mga kasalanan."

Ito ay hinulaan ni propeta Isaias: "Ang birhen ay maglilihi at manganganak ng isang lalaki, at siya ay tatawaging Emmanuel" (ibig sabihin "ang Diyos ay sumasa atin"). Nang magising si Jose, ginawa niya ang sinabi ng anghel — iniuwi niya si Maria bilang asawa.

Nang si Maria ay malapit nang manganak, iniutos ng emperador ng Roma na si Cesar Augustus na kumuha ng sensus. Kailangang pumunta ang lahat sa kanilang bayan kung saan sila bibilangin. Sina Maria at Jose ay naglakbay patimog mula Nazaret patungong Betlehem, isang bayan na malapit sa Jerusalem. Ang bayan ay puno ng mga taong bumabalik upang mabilang, at walang lugar para kay Maria at Jose upang manatili. May lugar para matulog sa isang kamalig, at doon isinilang ni Maria ang kanyang anak. Binalot niya ito gamit ang mahahabang piraso ng tela, at ginamit niya ang sabsaban (isang kainan para sa mga hayop) bilang kuna.

Nang gabing iyon, may isang anghel na nagpakita sa mga pastol na nagbabantay sa kanilang mga tupa malapit sa lugar na iyon. Sila ay labis na natakot, ngunit sinabi ng anghel sa kanila, "Huwag kayong matakot. Dala ko ang magandang balita na magpapagalak sa lahat! Isang Tagapagligtas ang ipinanganak ngayong araw sa Betlehem. Siya ang Mesiyas, ang Panginoon. Pumunta kayo at tingnan ninyo siya. Siya ang nakabalot ng tela at nakahiga sa pasungan." Biglang nagpakita rin ang maraming ibang anghel at may pagkakatapang na sumigaw, "Luwalhati sa Diyos sa kaitaasan ng langit at sa lupa. Magdadala siya ng kapayapaan sa kanyang mga pinapaboran."

Pagkatapos ay nawala ang mga anghel. Sumang ayon ang lahat ng mga pastol na hahanapin nila ang sanggol. Nagmadali silang pumasok sa bayan at natagpuan nila sina Maria at Jose at ang sanggol. Matapos nilang makita siya, sinabi nila sa iba ang nangyari, at namangha ang lahat nang marinig nila ang kanilang kuwento.

Nang walong araw na ang bata, pinatuli siya nina Maria at Jose at pinangalanan siyang Hesus. Dinala nila siya sa Templo sa Jerusalem at iniharap sa Panginoon ang mga kinakailangang sakripisyo. Isang matanda at tapat na lalaki na nagngangalang Simeon ang nasa Templo. Sinabi sa kanya ng Diyos na hindi siya mamamatay hangga't hindi niya nakikita ang Mesiyas.

Nang magpakita si Hesus sa Templo kasama ang kanyang mga magulang, si Simeon ay napuno ng damdamin. Hinawakan niya si Hesus at sinabi, "Panginoon, maaari mo na akong kunin nang payapa. Gaya ng iyong ipinangako, nakita ko ang iyong pagliligtas na inihanda mo para sa lahat ng mga bansa: isang liwanag para sa mga Hentil at ang kaluwalhatian ng iyong bayang Israel."

Binasbasan sila ni Simeon at sinabi kay Maria, "Ang batang ito ang magpapabagsak at magbangon ng maraming tao sa Israel, at pag-uusapan sila upang mahayag ang kanilang mga iniisip."

Ang Tatlong Mago

Bago isinilang si Hesus, ang mga pari mula sa Persia (Magi) na nag-aaral ng mga bituin ay nakakita ng maliwanag na liwanag sa kalangitan na nakakumbinsi sa kanila na isang bagong hari ang isinilang sa Juda. Naglakbay sila ng daan-daang milya at pumunta sa Jerusalem upang itanong kay Haring Herodes kung saan ipinanganak ang hari ng mga Hudyo. Ang pag-iisip ng isa pang hari ay nag-aalala kay Herodes at sa iba pang mga pinuno sa Jerusalem. Nalaman ni Herodes mula sa mga pinunong Hudyo na ang Mesiyas ay ipanganganak sa Betlehem, at sinabi niya sa mga Mago na hanapin ang bata at iulat sa kanya kung nasaan siya. Sinabi ni Herodes sa mga Mago na gusto niyang siya mismo ang magbigay-pugay sa bata.

Ang maliwanag na bituin ay umali-aligid sa Betlehem na ilang milya ang layo. Pumunta ang mga Mago at natagpuan nila si Hesus kasama ang kanyang mga magulang, at sila ay nagpatirapa at sumamba sa sanggol. Nagbigay rin sila ng mga regalo sa sanggol na ginto, insenso, at mira. Bago sila umalis, nagbabala sa kanila sa isang panaginip na gumamit ng ibang ruta pauwi at huwag sabihin kay Herod kung saan nananatili si Hesus.

Matapos umalis ang Mago,, nanaginip si Jose. Kailangan nilang dalhin si Maria at si Hesus sa Ehipto at manatili doon dahil hinahanap si Hesus ni Herod upang patayin. Gumising si Jose sa gitna ng gabi at agad na umalis patungong Ehipto.

Nang malaman ni Herodes na umalis ang mga Mago nang hindi sinasabi sa kanya kung nasaan si Hesus, nagalit siya. Nag-utos siya na patayin ang lahat ng mga batang lalaki sa Betlehem at sa mga karatig na lugar na may dalawang taong gulang pababa. (Hinulaan ni Jeremias na mangyayari ito.)

Nanatili ang pamilya sa Ehipto hanggang sa namatay si Herodes. Natupad nito ang sinabi ni propeta Oseas: "Tinawag ko ang aking anak mula sa Ehipto." Pagkatapos ay bumalik sina Jose at Maria sa kanilang tahanan sa Nazaret.

Lumaki si Hesus na malakas at puno ng karunungan. Ang kanyang mga ninuno ay nagmula sa maraming henerasyon at kasama dito sina Abraham, Isaac, Jacob, Judah, Boaz, Jesse, David, Solomon, Rehoboam, Hezekia, Amos, at Josias. Kasama rin sa kanyang mga ninuno ang apat na kababaihan, kabilang sina Rahab at Ruth (pareho silang banyaga).

Binisita ng Pamilya ang Jerusalem

Taun taon ay pumupunta ang pamilya sa Jerusalem para sa Pista ng Paskwa. Noong 12 taong gulang si Hesus, hindi sinasadyang iniwan siya nina Maria at Jose matapos dumalo sa pista. Naglakbay sila ng isang araw kasama ang kanilang mga kaibigan at kamag anak bago nila napagtanto na nawawala si Hesus. Hindi nila siya matagpuan sa kanilang karavan, kaya bumalik sila sa Jerusalem upang hanapin siya. Natagpuan nila siya tatlong araw na ang nakakalipas sa Templo habang nakikinig at nagtatanong sa mga guro. Nagulat ang lahat ng nakarinig sa kanya dahil sa kanyang pang-unawa, kaalaman, at mga sagot, kahit na siya ay bata pa lamang.

Parehong gumaan ang loob ni Maria at kasabay din nakaramdam ng kalungkutan nang matagpuan niya si Hesus. Sinabi niya kay Hesus, "Bakit mo ginawa ito sa amin? Nag-alala kami ng ama mo."

Sumagot si Hesus, "Bakit ninyo ako hinanap? Hindi ba ninyo alam na kailangan kong nasa bahay ng aking Ama?" Ngunit hindi nila naintindihan ang kanyang sinabi. Bumalik silang lahat sa Nazaret, at si Hesus ay isang masunurin na bata. Lumaki siya sa karunungan at sukat, at kinalugdan niya ang Diyos at ang lahat ng nakakakilala sa kanya.

Lumabas si Juann mula sa Ilang

Nang maging matanda na si Juan, nanirahan siya sa ilang. Noong siya ay 30 taong gulang, lumabas siya sa disyerto. Nagsuot siya ng kakaibang damit at kumain ng kakaibang pagkain. Pumunta siya sa kabukiran sa tabi ng Ilog Jordan at sinabi sa mga tao na baguhin ang kanilang mga gawi at humingi ng tawad sa kanilang mga kasalanan. Sinabi ni Juan sa mga tao, "Magsisi kayo, sapagkat darating ang kaharian ng langit." Ang pagdating niya ay inihula ng propetang si Isaias, na sumulat: "Isang tinig ang tumatawag sa ilang, 'Ihanda mo ang daan para sa Panginoon, gawin ninyong tuwid ang kanyang mga landas at ang mga patag ay magiging malambot. Makikita ng lahat ang gawaing pagliligtas ng Diyos.'"[4]

Libu-libong tao ang dumating upang makita si Juan. Pagkatapos nilang ipagtapat ang kanilang mga kasalanan, bininyagan sila ni Juan sa ilog. Nagbinyag siya ng libu-libong tao at nakilala siya bilang si Juan Bautista. Nang makita niya ang mga Pariseo at Saduceo na dumarating sa ilog upang tingnan kung ano ang nangyayari, marahas na kinausap ni Juan ang mga pinunong ito ng relihiyon.

> Mga makamandag na ahas! Sino ang nagbabala sa iyo na tumakas mula sa paparating na poot? Magpakita kayo ng bungang nagpapakita ng inyong pagsisisi. Huwag ninyong isipin na masasabi ninyo sa inyong sarili, "Si Abraham ang aming ama." Sinasabi ko sa inyo, maaaring buhayin ng Diyos ang mga anak ni Abraham mula sa mga batong ito. Ang palakol ay handa ng putulin ang ugat ng mga puno. Bawat puno na hindi nagbubunga ng mabuting bunga ay puputulin at susunugin.

---

[4] Sa tuwing maglalakbay ang isang hari sa panahong iyon, magpapadala siya ng mga manggagawa ng maaga upang matiyak na ang ruta ay diretso at maayos, sa gayon ay ginagawang mas mabilis at mas komportable ang paglalakbay ng hari.

Dumating ang mga eskriba at Levita mula sa Jerusalem at tinanong kung siya ang Mesiyas. Sinabi ni Juan na hindi, pagkatapos ay sinipi niya si Isaias, na sinasabing siya ay "ang tinig na sumisigaw sa ilang, 'Ituwid mo ang daan para sa Panginoon.'" Sinasabi niya sa kanila na malapit nang dumating ang Mesiyas.

Nang tanungin siya ng mga tao kung ano ang dapat nilang gawin, sinabi ni Juan, "Ang sinumang may dalawang kamiseta ay dapat ibahagi ang isa sa taong wala. Ang sinumang may pagkain ay dapat makibahagi sa parehong paraan." Nang ang kinasusuklaman na mga maniningil ng buwis na nagtatrabaho para sa mga Romano ay dumating upang magpabinyag at magtanong kung ano ang dapat nilang gawin, sinabihan sila ni Juan na huwag nang mangolekta ng higit pa sa kinakailangan nilang kolektahin. Tinanong siya ng mga sundalo kung ano ang dapat nilang gawin. Sumagot siya, "Huwag pilitin ang mga tao na bigyan ka ng pera o akusahan ang mga tao nang hindi totoo–maging kontento sa kung ano ang ibinayad sa iyo."

Ang mga ng tao ay nagtataka kung si Juan ang Mesiyas. Sumagot si Juan:

> Bibinyagan ko kayo sa tubig, ngunit may isa pang darating sa lalong madaling panahon na mas makapangyarihan kaysa sa akin. karapat-dapat na magbitbit ng kanyang sandalyas. Bibinyagan ka Niya ng Banal na Espiritu at apoy. Kaniyang titipunin ang trigo sa kaniyang kamalig, nguni't susunugin niya ang lahat ng dayami.

Si Hesus ay nasa gulang din na 30 taong gulang at pumunta sa ilog ng Jordan upang magpabinyagi Juan. Bilang mag kamag-anak na ipinanganak sa parehong panahon, magkakilala silang mabuti. Nang makita ni Juan si Hesus na papalapit, sinabi niya ng malakas, "Tingnan ninyo, ito ang Kordero ng Diyos na nag-aalis ng mga kasalanan ng mundo!" At lumingon si Juan kay Hesus at sinabi, "Bakit ka pumunta sa akin? Ako ang dapat na magpapabinyag sa iyo!"

Sumagot si Hesus, "Kailangan mangyari ito upang ako ay makatupad ng lahat ng mga tanda ng katuwiran."

Kaya bininyagan ni Juan si Hesus, at nang lumabas si Hesus mula sa tubig, bumukas ang langit, at ang Espiritu ng Diyos ay bumaba sa anyo ng isang kalapati at dumaong sa kanya. Isang tinig mula sa itaas ang nagsabi, "Ito ang aking Anak. Mahal ko siya at nalulugod ako sa kanya." Akala ng mga taong naroon ay nagsalita ang isang anghel.

Si Hesus ay Sinubukan at Nagsimulang Mangaral

Maraming tao ang nag-ayuno at nanalangin pagkatapos mabinyagan, at si Hesus ay hindi naiiba. Iniwan niya ang ilog na puno ng Banal na Espiritu at inakay ng Espiritu patungo sa ilang. Matapos na hindi kumain ng kahit anong pagkain sa loob ng 40 araw, siya ay sobrang gutom, mahina, at maaaring madaling matukso.

Pagkatapos ay dumating si Satanas bilang isang masamang espiritu at tinukso siya. "Kung ikaw talagang Anak ng Diyos, sabihin mo sa batong ito na maging tinapay."

Sumagot si Hesus, "Sinasabi sa Kasulatan: 'Hindi lamang sa tinapay tayo nabubuhay, kundi sa mga salita ng Diyos.'»

Dinala ni Satanas si Hesus sa pinakamataas na bahagi ng Templo sa Jerusalem at sinabi, "Kung ikaw ang Anak ng Diyos, itapon mo ang iyong sarili. Sapagkat nakasulat: 'Uutusan ng Diyos ang iyong mga anghel na bantayan kang mabuti. Itataas ka nila para hindi matamaan ang iyong paa sa bato."

Sumagot si Hesus, "Nakasulat din, 'Huwag mong subukin ang Panginoon mong Diyos.'"

Pagkatapos ay dinala ni Satanas si Hesus sa isang mataas na lugar at ipinakita sa kanya ang lahat ng kaharian sa mundo, na sinasabi, "Bibigyan kita ng kapangyarihan spang kontrolin ang lahat ng ito. Akin ang lahat, at kaya kong ibigay ito kahit kanino. Kung yuyuko ka at sasambahin mo ako, magiging iyo ang lahat."

Sumagot si Hesus, "Inuutusan kitang umalis, sapagkat nakasulat: 'Sumamba kayo at maglingkod lamang sa Panginoon ninyong Diyos.'" Matapos mabigo ang tatlong tuksong ito, umatras si Satanas at naghintay ng isa pang pagkakataon na tuksuhin o patibongin si Hesus.

Habang nag aayuno si Hesus sa ilang, pinagsabihan ni Juan si Herodes Antipas (anak ni Herodes na Dakila) dahil sa lahat ng masasamang bagay na kanyang ginawa. Ipinahuli ni Herodes si Juan at ibinilanggo. Nang malaman ni Hesus ang nangyari kay Juan, sinimulan niyang ipangaral ang mensahe ni Juan, "Magsisi kayo, sapagkat malapit ng dumating ang kaharian ng langit." Ang pangangaral sa lugar na iyon ay isa pang hula ni Isaias tungkol sa pagdating ng Mesiyas.

Nang maglaon, bumalik si Hesus sa Nazaret kung saan siya pinalaki noong bata pa siya at nagtrabaho bilang isang may sapat na gulang. Isang araw ng Sabat, pumunta siya sa sinagoga gaya ng karaniwan niyang ginagawa. Kilala siya ng lahat, at tumayo siya sa harap ng kongregasyon at binuksan ang sang kasulatan. Natagpuan niya ang lugar na naglalaman ng mga hula ni Isaias at binasa ito sa kapulungan: "Ang Espiritu ng Panginoon ay sumasa akin, sapagkat ako ay pinahiran ng Diyos upang ipahayag ang mabuting balita sa mga dukha. Isinugo ako ng Diyos upang ipahayag ang kalayaan para sa mga bilanggo at pagbawi ng paningin para sa mga bulag, upang palayain ang mga inaapi at ipahayag ang taon ng Jubileo." Ang kilalang bahaging ito ng mga isinulat ni Isaias ay tungkol sa Mesiyas. Binalot niya ang balumbon, ibinigay sa tagapaglingkod, at naupo. Pinagmasdan siyang mabuti ng lahat upang makita kung ano ang susunod na mangyayari. Sinabi niya, "Ngayon ang kasulatang ito ay natupad."

Lahat ay nagsasabi ng magagandang bagay tungkol sa kanya at lahat ay namangha sa kanyang matatalinong salita. Nagtaka sila kung ang lalaking ito na mahusay magsalita ay ang parehong Hesus na kilala nila na isang karpintero at anak nina Jose at Maria. Ngunit ang kanilang kaligayahan ay mabilis na napalitan ng galit nang laitin sila ni Hesus at ang iba pang mga Hudyo.

> Hinihiling ninny sa akin na gawin ko dito sa aking bayan ang narinig ninyo na ginawa ko sa Capernaum. Ngunit walang propetang tinatanggap sa kanyang bayan. Hindi tinulungan ni Elias ang sinumang mga Israelita ngunit tinulungan niya ang isang balo sa ibang bansa. At marami sa Israel ang may ketong noong si Eliseo ang propeta, ngunit si Naaman, ang taga Syria lamang, ang gumaling.

Galit na galit ang lahat ng tao sa sinagoga. Paano maipapakita ng isang taong nagpapahiwatig na siya ang Mesiyas sa mga dayuhan! Sinundan nila siya habang palabas at patungo sa tuktok ng pinakamataas na burol ng bayan, isang lugar kung saan dinala ang mga tao upang batuhin. Ngunit nang makarating si Hesus sa tuktok ng burol, tumalikod siya at naglakad kaagad pabalik sa maraming tao at pababa sa burol. Walang humipo sa kanya, at hindi siya kailanman gumawa ng anumang himala sa Nazaret.

Nagpunta si Hesus sa Capernaum at nagturo sa sinagoga tuwing Sabat. Lahat ay nagulat sa kanyang pagtuturo at sa kanyang pag-unawa sa mga kasulatan. Isang lalaki sa sinagoga na sinasakop ng demonyo ay sumigaw sa kanya ng malakas, "Lumayas ka! Ano ang nais mo sa amin? Naparito ka ba upang kami ay lipulin? Alam kong ikaw ang Banal ng Diyos!"

Sinabi ni Hesus nang matatag sa lalaking iyon, "Tumahimik ka at lumabas ka sa kanya!" Inihagis ng demonyo ang lalaki sa lupa at lumabas na hindi nakapagdulot ng pinsala sa kanya. Nagulat ang lahat ng tao! Ang kanyang mga utos ay may awtoridad at kapangyarihan sa mga masasamang espiritu, at ang mga demonyong kanyang hinaharap ay lumalabas sa mga tao! Ang balita tungkol kay Hesus at sa kanyang kapangyarihan ay kumalat nang mabilis sa buong rehiyon.

Tinawag ni Hesus ang Kanyang Unang mga Alagad

Si Hesus ngayon ay umaakit ng maraming tao na nais marinig ang kanyang mga pananaw at makita ang kanyang mga kamangha manghang kapangyarihan. Nang siya ay nangangaral sa pampang ng Dagat ng Galilea, ang karamihan ay dumami kaya siya ay naipit sa tubig. Nakita niya ang dalawang bangka na walang laman sa baybayin at itinulak ang isa sa mga ito sa tubig. Sumakay siya sa bangka at kinausap ang mga tao habang nakaupo sa bangka na lumulutang malapit sa dalampasigan.

Ang bangka ay pag-aari ng magkapatid na nagngangalang Simon at Andres. Nang matapos magsalita si Hesus, bumaba siya sa bangka at sinabi sa kanila na isakay ang bangka sa malalim na tubig at ihulog ang kanilang mga lambat. Sumagot si Simon, "Guro, buong gabi kaming nagtrabaho at wala kaming nahuli. Pero gagawin namin." Nang ginawa nila, nakahuli sila ng napakaraming isda kaya't nagsimulang mapunit ang kanilang mga lambat. Tinawag nila ang kanilang dalawang kasama sa pampang (mga kapatid na nagngangalang Santiago at Juan) at ipinadala sa kanila ang kanilang bangka upang tumulong sa paghatak ng lahat ng isda. Ang mga mangingisdang ito ay nakahuli ng napakaraming isda kaya ang dalawang bangka ay nagsimulang lumubog.

Namangha ang lahat sa laki ng nahuli. Inisip nila kung paano nalaman ng isang karpintero ang napakaraming bagay tungkol sa pangingisda at maunawaan din niya ng husto ang mga banal na kasulatan. Nang dumating si Simon sa dalampasigan kasama ang lahat ng isda, siya ay nahulog sa paanan ni Hesus at sinabi, "Lumayo ka sa akin, Panginoon. Ako ay isang makasalanang tao." Sinabi ni Hesus kay Simon na huwag matakot. Ibinigay niya kay Simon ang pangalang Pedro (ibig sabihin "bato") at sinabi sa kanya na malapit na siyang manghuli ng mga tao, hindi mga isda. Sa katunayan, sinabi ni Hesus kay Pedro na siya ang magiging bato kung saan itatatag ang isang bagong kaharian, at hindi magtatagumpay ang mga kapangyarihan ng kamatayan. Iniwan ng apat na lalaki ang kanilang mga bangka at lambat sa kamay ng kanilang mga magulang at sumunod kay Hesus.

Kinabukasan, sinabi ni Hesus kay Felipe, na kaibigan nina Pedro at Andres, na sumunod sa kanya. Sinabi ni Felipe sa kanyang kaibigan na si Bartolomeo ang tungkol kay Hesus, na nag-iisip kung may anumang mabuting maidudulot mula sa Nazareth. Sinabi ni Felipe, "Halika at tingnan mo!"

Nakita ni Hesus ang dalawang lalaki na papalapit at sinabi niya tungkol kay Bartolome, "Narito ang isang taong matapat at hindi nanlilinlang sa iba." Humanga si Bartolomeo na kilala siya ni Hesus kahit na hindi pa sila nagkikita. Si Hesus ngayon ay may anim na lalaki na malapit na susunod sa kanya. Ang ganitong mga tao ay kilala bilang "mga disipulo"–inialay nila ang kanilang sarili sa pag-aaral mula sa isang matalinong guro, kung paano ginagabayan ang isang baguhan ng isang maestro. (Karaniwan sa mga matalinong guro na may mga taong sumusunod at nag-aaral mula sa kanila.)

Pumunta si Hesus sa bahay ni Simon Pedro kung saan ang kanyang biyenan ay may mataas na lagnat. Hiniling ni Pedro kay Hesus na tulungan siya. Inutusan ni Hesus ang lagnat na iwanan siya. Siya ay kaagad na gumaling at nagsimula agad na maglingkod sa kanila. Kumalat na ang balita na si Hesus ay nakapagpapagaling ng mga maysakit, kaya't nagsimulang magdala ng mga may sakit ang mga tao sa kanya nuong gabing iyon. Isang-isa, hinipo niya sila at gumaling silang lahat.

Kinaumagahan, lumabas si Hesus upang mag isa. Natagpuan siya ng mga tao at pinilit siyang hindi umalis. Ngunit sinabi ni Hesus na naparito siya upang ipangaral ang mabuting balita ng kaharian ng Diyos sa maraming lugar.

KABANATA 15

MGA GAWA NI HESUS
Mga Hindi Pangkaraniwang Pagkikita
at mga Himala Nakaaakit ng Madla

Si Hesus ay patuloy na nangangaral sa mga sinagoga at gumagawa ng mga milagro. Siya ay may di-karaniwang karisma at kumikilos ng may awtoridad. Agad na kumalat ang balita tungkol sa kanya, at dinala ang mga tao sa kanya ng mga may sakit o may pisikal na karamdaman. Malalaking pulutong ng mga tao mula sa buong Palestina at malalaking lungsod sa silangan ng Jordan (karamihan ay mga Hentil) ang nagsimulang sumunod sa kanya. Madalas siyang nakikipag-ugnayan sa mga hindi Hudyo at sa mga taong itinuturing ng relihiyosong mga Hudyo bilang imoral. Marami sa kanyang mga ginawa ay nakatulong sa mga hindi Hudyo at sa mga nakatira sa mga gilid ng lipunan (mga babae, may kapansanan, at mga sinapian ng masamang espiritu).

Gumawa si Hesus ng maraming himala. Minsan ginawa niya ito para magbigay ng isang aral, at kung minsan naman ay dahil lamang sa kabaitan ng kanyang puso. Pinagaling niya ang katawan, damdamin, at espiritu ng mga tao. Sinadya niyang gumawa ng mga himala sa Sabat upang magturo tungkol sa mga priyoridad ng Diyos–naniniwala ang mga Pariseo na ang mga himalang ito ay isang uri ng gawain, na ipinagbabawal sa araw ng pahinga. Inilalarawan ng kabanatang ito ang ilan sa mahahalagang gawa ni Hesus matapos siyang maging isang pampublikong tao sa Galilea sa edad na 30.

Mga Makabuluhang Pagkikita

Ang Babaeng Samaritana
Minsan ay naglakbay si Hesus kasama ang kanyang mga disipulo mula sa Jerusalem patungong Galilea. Sa halip na tahakin ang karaniwang daan na umiiwas sa Samaria, mas direktang ruta ang kanyang tinahak sa Samaria. Dumating siya sa isang balon ng tanghali at pagod na pagod siya sa paglalakbay at init. Ang mga alagad ay nagpunta sa bayan upang kumuha ng pagkain habang si Hesus ay nakaupo nang mag-isa sa balon.

Nang dumating ang isang babaeng Samaritana upang kumuha ng tubig mula sa balon, humingi si Hesus sa kanya ng isang basong tubig. Ngunit sinabi ng babae, "Ikaw ay isang Hudyo at ako ay isang babaeng Samaritana. Paano ka maaaring humingi sa akin ng tubig?" (Ang mga Hudyo ay hindi nakikipag-ugnayan sa mga Samaritano.)

Sumagot si Hesus, "Kung kilala mo kung sino ako, hihingi ka sa akin ng maiinom, at bibigyan kita ng tubig na buhay" (isang terminong tumutukoy sa sariwang tubig sa isang balon).

Sumagot siya, "Ngunit ginoo, wala kang anumang pang-salok, at malalim ang balon. Saan mo makukuha itong tubig na buhay? Mas dakila ka ba kay Jacob, na nagbigay sa amin ng balon?"

Sumagot si Hesus, "Ang bawat iinom ng tubig mula sa balon na ito ay muling mauuhaw, ngunit ang mga iinom ng tubig na ibinibigay ko ay hindi mauuhaw kailanman. Ang tubig na ibinibigay Ko ay magiging bukal ng tubig sa iyong kaluluwa at nagdudulot ng buhay na walang hanggan."

Sinabi ng babae, "Ginoo, bigyan mo ako ng tubig na ito para hindi na ako mauuhaw at hindi na ako pupunta rito para kumuha ng tubig sa kalagitnaan ng araw."

Sinabi niya sa kanya, "Tawagin mo ang iyong asawa at bumalik ka."

Sumagot siya, "Wala akong asawa."

Pagkatapos ay sinabi ni Hesus, "Tama ang sinabi mong wala kang asawa. Dahil may limang lalaki kang napangasawa at ang lalaking kasama mo ngayon ay hindi mo asawa."

Dahil sa kahihiyan, iniba ng babae ang usapan. "Ginoo, nakikita kong isa kang propeta. Ang aming mga ninuno ay sumamba sa bundok na ito, ngunit sinasabi ninyong mga Hudyo na dapat kaming sumamba sa Jerusalem."

Sumagot si Hesus, "Darating ang panahon na hindi na kayo sasamba sa bundok na ito o sa Jerusalem. Ang tunay na mananamba ay maglilingkod sa Diyos sa Espiritu at Katotohanan."

Sinabi ng babae, "Alam kong darating ang Mesiyas. Pagdating niya, ipapaliwanag niya sa amin ang lahat."

Sinabi sa kanya ni Hesus, "Ako ang taong iyon."

Nang sabihin ito ni Hesus, bumalik ang kanyang mga disipulo na may dalang pagkain at nagulat sila nang makita siyang nakikipag-usap sa isang babae. Pero walang nagtanong sa kanya tungkol dito. Iniwan ng babae ang kanyang banga ng tubig sa balon at pumasok sa bayan at sinabi sa lahat, "Halika tingnan ninyo ang isang lalaking nagsabi sa akin ng lahat ng ginawa ko. Maaari bang ito ang Mesiyas?"

Maraming tao ang pumunta upang makita siya, at marami ang naniwala sa kanya. Inanyayahan siya ng mga tao na manatili, at nanatili roon si Hesus ng dalawang araw. Dahil dito, mas maraming Samaritano ang nagsimulang sumunod kay Hesus dahil sa kanyang mga turo— naniwala sila na siya ang Mesiyas.

Kakatwa naman na ang walang kapangyarihan at imoral na Samaritana ay hinamak maging ng kanyang sariling mga tao, subalit siya ang una sa iilang tao na sinabihan ni Hesus na siya ang Mesiyas. Malabo Siya kung sino siya sa iba at karaniwang tinutukoy ang kanyang sarili nang hindi direkta bilang Anak ng Tao. Ginamit ni Daniel ang katagang iyon nang hulaan niya ang pagdating ng Mesiyas.

Isang Lihim na Pagpupulong sa Gabi

Isang miyembro ng namumunong konseho ng mga Hudyo na nagngangalang Nicodemus ang lumapit kay Hesus nang palihim sa gabi. Gusto niyang malaman ang higit pa tungkol kay Hesus at sinabi sa kanya, "Rabi, alam naming sinugo ka ng Diyos, sapagkat walang makakagawa ng iyong ginagawa kung hindi kasama niya ang Diyos."

Sumagot si Hesus, "Walang makakakita ng kaharian ng Diyos maliban kung sila ay ipanganak na muli."

Nalito si Nicodemo at nagtanong, "Paano isisilang ang sinuman kung sila ay matanda na? Tiyak na hindi sila maipanganak sa ikalawang pagkakataon!" Tumugon si Hesus at inilarawan ang isang bagong tipan.

Walang makakapasok sa kaharian ng Diyos maliban kung sila ay isinilang sa tubig at sa Espiritu. Ang laman ay nanganganak ng katawan, ngunit ang Espiritu ay nanganganak sa espiritu ng isang tao. Ikaw ay isang guro ngunit hindi mo nauunawaan ang mga bagay na ito? Kung paanong itinaas ni Moises ang ahas sa ilang upang mabuhay, gayon din naman ang Anak ng Tao ay kailangang itaas upang ang lahat ng naniniwala ay magkaroon ng buhay na walang hanggan. Sapagkat mahal na mahal ng Diyos ang sanlibutan kaya isinugo ng Diyos ang Anak sa sanlibutan upang ang sinumang naniniwala sa kanya ay hindi mamamatay kundi mabubuhay magpakailanman. Ang

Anak ay umiiral bago pa man likhain ang mundo, at hindi siya isinugo ng Diyos sa mundo para hatulan ang mundo. Siya ay naparito sa mundong ito upang iligtas ito. Ang mga naniniwala at sumusunod sa kanya ay hindi hinatulan; yung mga hindi tatayo condemned. Dumating na ang liwanag sa mundo, ngunit mahal ng mga tao ang kadiliman dahil masama ang kanilang mga gawa. Lahat ng gumagawa ng masama ay napopoot sa liwanag dahil natatakot silang malantad ang kanilang mga kilos. Ngunit ang mga namumuhay ayon sa katotohanan ay pumupunta sa liwanag upang makita ang kanilang ginagawa.

Si Zacchaeus ang Kolektor ng Buwis

Habang naglalakbay si Hesus sa Jerico, isang lalaking nagngangalang Zaqueo ang gustong makita siya. Si Zaqueo ay mayaman dahil siya ang punong maniningil ng buwis sa lungsod, ngunit hindi niya makita si Hesus sa karamihan dahil siya ay maliit. Kaya tumakbo si Zaqueo sa unahan at umakyat sa isang puno para makita niya si Hesus na dumaraan.

Nang makarating si Hesus sa puno, tumingala siya at sinabi kay Zaqueo na bumaba para makapunta sila sa kanyang bahay nang gabing iyon. Bumaba si Zaqueo at malugod na tinanggap si Hesus.

Alam ng lahat kung sino si Zaqueo, at nagsimula silang magtsismis na si Hesus ay magiging panauhin ng isang makasalanan! Ngunit si Zaqueo ay nagbagong tao at sinabi kay Hesus, "Tingnan mo, Panginoon! Ibibigay ko na ngayon ang kalahati ng aking mga ari-arian sa mahihirap, at kung nadaya ko ang sinuman sa anumang bagay, babayaran ko ng apat na beses ng halaga."

Sinabi sa kanya ni Hesus, "Ngayon ikaw at ang mga nasa bahay mo ay naligtas. Ang taong ito ay anak din ni Abraham. Ang Anak ng Tao ay naparito upang iligtas ang mga nawawala."

Isang Mayaman na Batang Pinuno

Isang batang pinuno ang lumapit kay Hesus at tinanong siya kung ano ang dapat gawin upang magmana ng buhay na walang hanggan. Sumagot si Hesus na dapat sundin ng lalaki ang 10 utos.

Sinabi ng lalaki na sinunod na niya ang lahat ng mga ito mula pa nang siya ay bata. Nang marinig ito ni Hesus, sinabi niya sa lalaki,

""Isang bagay pa ang kulang. Ibenta mo ang lahat ng iyong pag-aari at ipamahagi sa mga mahihirap, at magkakaroon ka ng kayamanan sa langit. Pagkatapos ay sumunod ka sa akin."

Nang marinig ito ng lalaki, siya ay lubhang nalungkot dahil siya ay mayaman. Tumingin si Hesus sa kaniya at sinabi sa mga naroroon, "Napakahirap para sa mga mayaman na pumasok sa kaharian ng Diyos! Sa katunayan, mas madali pang pumasok ang isang kamelyo sa butas ng karayom kaysa sa isang mayaman pumasok sa kaharian ng Diyos." Nagtanong ang mga nakarinig nito kay Hesus kung sino ang maaaring maligtas. Sinagot ni Hesus, "Ang mga bagay na hindi kayang gawin ng mga tao ay kayang-kaya ng Diyos.⁵"

Pinahiran ng Isang Makasalanang Babae si Hesus

Isang Pariseo na nagngangalang Simon ang nag-imbita kay Hesus at mga iba pa sa kanyang bahay para sa hapunan, at sila ay naupo sa sahig habang sila ay kumakain. Nalaman ng isang kilalang makasalanang babae na nagngangalang Maria Magdalena na si Hesus ay kumakain doon, at pumunta siya sa bahay na may dalang isang mamahaling banga ng mabangong pamahid. Lumapit siya sa likuran ni Hesus habang nakahiga siya sa lupa na nasa likuran niya ang kanyang mga paa at binti. Nagsimula siyang umiyak at binasa ng kanyang luha ang mga paa ni Hesus. Pinunasan niya ang kanyang mga paa gamit ang kanyang buhok at hinalikan iyon. Pagkatapos ay binasag niya ang banga at nilagyan ng langis ang ulo at mga paa nito.

Naiinis ang ilang alagad na nandoon dahil sinayang niya ang banga at langis. Sabi nila na ang garapon at langis ay maaaring ipagbili ng higit sa isang taon na sahod at ang pera ay maaaring ibigay sa mga mahihirap.

Inisip ng may-ari ng bahay na kung tunay na propeta si Hesus, dapat ay alam niya na isang makasalanan ang humahawak sa kanya. Alam ni Hesus ang iniisip niya, kaya't nagkuwento siya kay Simon. Inilarawan niya ang dalawang tao na may utang sa isang mangangalakal. Ang isa

---

⁵ Ang "mata ng karayom" ay isang napakaliit na butas sa pader ng Jerusalem. Ang isang kamelyo ay kailangang lubusang magbunton at nakahiga sa isang tabla, pagkatapos ay hinila sa pamamagitan ng isang kahoy na tabla upang makapasok sa pintuang-bayan. Ang mensahe ay nagpapahiwatig na hindi lamang sa pamamagitan ng pagiging mababa at mahirap ay maaaring magmana ng buhay na walang hanggan–kinakailangan ang tulong ng Diyos. Bukod dito, ang mga ari-arian ng isang tao ay maaaring maging hadlang sa pagsunod sa buhay ng pagsunod.

ay may utang na 500 denarii (halos dalawang taon na sahod ng isang karaniwang manggagawa), at ang isa ay may utang na 50 denarii lamang. Wala silang perang pambayad, kaya pinatawad ng mangangalakal ang utang ng dalawa.

Tinanong ni Hesus si Simon kung alin sa dalawang taong iyon ang mas nagmamahal sa kanya. Sumagot si Simon, "Marahil ang taong pinatawad na may mas malaking utang."

Sinabi ni Hesus na tama ang sagot ni Simon at tiningnan niya ang babae habang nagsasalita sa kanya ni Simon:

> Tingnan mo ang babaeng ito. Dumating ako sa bahay mo, ngunit hindi mo ako binigyan ng tubig para sa aking mga paa, gayunpaman binabasa niya ang aking mga paa sa kanyang mga luha at pinunasan ito ng kanyang buhok. Hindi mo ako binigyan ng halik, pero hindi pa rin tumitigil ang babaeng ito sa paghalik sa aking mga paa. Hindi mo nilagyan ng langis ang ulo ko, pero binuhusan niya ng langis ang mga paa ko. Samakatuwid, ang kanyang maraming kasalanan ay pinatawad dahil nagpakita siya ng malaking pagmamahal. Ngunit kung sino man ang napatawad ay maliit ang nagmamahal sa kaunti. Napakaganda ng ginawa niya. Ang mga mahihirap ay laging makakasama mo, ngunit ako ay nandito sandali lamang.

Sinabi ni Hesus sa babae, "Pinatatawad na ang iyong mga kasalanan. Ang iyong pananampalataya ang nagligtas sa iyo; humayo ka ng payapa." May mga panauhin na nagsalita ng tahimik sa isa't isa, "Sino itong nagpapatawad ng mga kasalanan?"

Mga Himalang Ginawa ni Hesus

Isang Himala sa Kasal

Hindi nagtagal matapos magsalita si Hesus mula sa bangka sa Dagat ng Galilea, nagpunta siya sa isang kasalan sa Cana kasama ang kanyang ina at ilan sa kanyang mga disipulo. Sa ikatlong araw ng pagdiriwang, sinabi ng kanyang ina kay Hesus na wala ng alak. Sinabi ni Hesus, "Bakit mo sinasabi sa akin ito Hindi ko pa oras." Ngunit sinabi ni Maria sa mga alipin na gawin ang anumang sabihin ni Hesus.

Anim na malalaking banga ng tubig ang nakalagay sa malapit na ginagamit ng mga Hudyo sa paghuhugas ng kanilang mga kamay bago kumain. Ang bawat isa ay hindi bababa sa 20 galon ng tubig. Sinabi ni Hesus sa mga tagapaglingkod na punuin ng tubig ang mga banga. Nang mapuno ang mga banga, sinabi niya sa mga katulong na dalhin ang kaunti nito sa pinuno ng piging.

Natikman ito ng amo at hindi alam kung saan ito nanggaling. Pagkatapos ay tinawag niya ang kasintahang lalaki sa isang tabi at sinabi, "Lahat ay naglalabas muna ng pinakamagandang alak at pagkatapos ay ang mas murang alak pagkatapos na ang mga bisita ay nagkaroon ng masyadong maraming inumin. Ngunit itinabi mo ang pinakamainam ngayon!" An tubig ay naging alak — mahigit sa 100 galon nito pagkatapos na marami sa mga naroon ay lasing na!

Pinagaling ni Hesus ang Maraming Uri ng Tao

Si Hesus ay nagtuturo sa isang bahay at ang mga tao mula sa bawat bahagi ng Palestina ay naroon. Ang mga Pariseo at mga eskriba ay nakaupo sa unang hanay ng isang silid na siksikan. Maraming tao ang pinagaling ni Hesus, at may ilang lalaki na dumating sa bahay na may dalang lumpo sa pisang banig. Sinubukan nilang pumasok sa pinto at dalhin siya kay Hesus, ngunit hindi sila makapasok. Kaya sila ay nagtungo sa bubong, tinanggal nila ang mga Tisa, at dahan dahan na ibinaba ang lalaki sa kanyang banig, na may mga lubid na nakatali sa bawat sulok, pababa sa kung saan si Hesus ay nagsasalita. Pinagmamasdan ng lahat ang pagbaba ng lalaki mula sa bubong.

Nang makita ni Hesus ang kanilang pananampalataya, sinabi niya sa lalaking nakahiga sa banig na ang kanyang mga kasalanan ay patawarin. Nagtaka ang mga Pariseo at eskriba kung anong uri ng tao ang nagsasalita ng gayong kalapastanganan, dahil tanging ang Diyos lamang ang makapagpapatawad ng kasalanan.

Alam ni Hesus ang kanilang iniisip at nagtanong, "Alin ang mas madali, sabihin na 'patawarin ang iyong mga kasalanan' o sabihin na 'tumayo ka at maglakad'? Ngunit nais kong malaman ninyo na mayroon ang Anak ng Tao ng awtoridad sa lupa upang magpatawad ng mga kasalanan." Pagkatapos ay lumingon si Hesus sa lumpo at sinabi, "Tumayo ka at dalhin mo ang iyong banig pauwi." Agad na tumayo ang lalaki at dinala ang kanyang pinaghigahan habang pinupuri ang Diyos habang siya ay naglalakad pauwi. Nagulat ang lahat at nagpuri rin sa Diyos.

Isang Centurion ng mga Romano ang dating sa kanya at humingi ng tulong. Mayroon siyang lingkod sa bahay na lumpo at lubhang nangangailangan ng tulong. Nag-alok si Hesus na pumunta sa kanyang bahay upang magbigay ng tulong, ngunit sinabi ng sundalo, "Panginoon, hindi ako karapat-dapat na pumasok ka sa aking bahay. Sabihin mo na lamang ang salita, at gagaling ang aking lingkod. Nauunawaan ko ang awtoridad — may mga sundalo akong na sumasailalim sa akin, at kung sasabihin ko sa isa sa kanila, 'Umalis ka,' pupunta siya. Kung sasabihin ko sa aking lingkod, 'Gawin mo ito,' gagawin niya ito."

Nang marinig ito ni Hesus, siya ay namangha at sinabi sa senturion, Sa katotohanan, wala pa akong nakitang sinuman sa Israel na may ganitong kalaking pananampalataya! Humayo ka na, nangyari na ayon sa iyong paniniwala." Sa sanding iyon, gumaling ang lingkod ng Centurion sa kanyang tahanan.

May mga taong nagdala ng isang bulag kay Hesus upang siya ay mapagaling. Ipinahid ni Hesus ang sarili niyang laway sa mga mata ng lalaki at ipinatong ang kanyang mga kamay sa kanya. Pagkatapos ay tinanong niya ang lalaki kung may nakita siya. Tumingala ang lalaki at sinabing, "Nakikita ko ang mga taong mukhang mga puno na naglalakad sa paligid." Ipinatong muli ni Hesus ang kanyang mga kamay sa mga mata ng lalaki, at namulat ang mga mata ng lalaki, at nakita niyang malinaw ang lahat.

Nang si Hesus ay nasa Jerusalem para sa isang pista ng mga Hudyo, nagpunta siya sa isang palanguyan na may mga kapangyarihan sa pagpapagaling. Maraming mga taong may kapansanan ang humihiga malapit sa palanguyan, at may isang lalaki na nakahiga roon sa loob ng 38 taon. Nang makita siya ni Hesus doon at malaman kung gaano katagal na siyang naroon, tinanong niya ang lalaki kung gusto niyang gumaling.

Sinabi ng lalaking lumpo kay Hesus na walang tutulong sa kanya sa palanguyan kapag gumalaw ang tubig. Laging may ibang tao na nauuna sa tubig at gumagaling. Sinabi sa kanya ni Hesus, "Bumangon ka! Kunin mo ang iyong banig at maglakad ka." Agad na gumaling ang lalaki. Kinuha niya ang kanyang banig at lumabas ng palanguyan.

Dahil sa naganap ito sa araw ng Sabat, pinaalalahanan ng mga lider ng mga Hudyo ang lalaking lumpo na bawal magdala ng higaan sa Sabat. Ngunit sinabi niya sa kanila na ang taong nagpagaling sa kanya ang nagsabi na dalhin niya ang kanyang higaan at maglakad. Tinanong nila siya kung sino ang nagsabi sa kanya na gawin ito. Wala siyang ideya dahil tahimik na umalis si Hesus sa mga tao sa tabi ng palanguyan. Nang matagpuan siya ni Hesus sa Templo, sinabi niya sa kanya, "Gumaling ka na! Huwag ka na uling magkasala upang hindi na lumala pa ang iyong kalagayan." Pagkatapos, nagpunta ang lalaki at sinabi sa mga pinunong Hudyo na si Hesus ang nagpagaling sa kanya.

Isang pinuno ng sinagoga na nagngangalang Jairo ang sumalubong kay Hesus at nakiusap sa kanya na pumunta sa kanyang bahay. Ang kanyang nag iisang anak na babae ay malapit ng mamatay at 12 taong gulang pa lamang. Habang papunta si Hesus sa kanyang bahay, maraming tao ang nakapaligid sa kanya. Ang isang babae na patuloy na dumudugo sa loob ng 12 taon ay hindi nakahanap ng sinumang makapagpapagaling sa kanya. Akala niya ay gagaling siya kung mahahawakan niya ang damit ni Hesus. Lumapit ito sa likod niya at hinawakan ang gilid ng kanyang balabal, at agad na tumigil ang kanyang pagdurugo.

Biglang huminto si Hesus at nagtanong kung sino ang humipo sa kanya. Nang walang sumagot, sinabi ni Simon Pedro, "Guro, maraming tao ang nasa paligid mo at nagsisiksikan."

Ngunit sinabi ni Hesus, "May humipo sa akin at ang kapangyarihan ay lumabas sa akin." Lumapit sa kanya ang babaeng duguan na may sobrang natakot at nagpatirapa sa kanyang mga paa. Nakikinig ang lahat habang kinuwento niya kung bakit niya hinipo si Hesus at kung paano siya gumaling. Sinabi ni Hesus sa kanya, "Lakasan mo ang iyon loob, anak, gumaling ka dahil sa iyong pananampalataya. Humayo ka ng mapayapa.

Habang nagsasalita pa si Hesus, may dumating at sinabi kay Jairo na patay na ang kanyang anak na babae at hindi na kailangan si Hesus. Narinig ito ni Hesus at sinabi kay Jairo na maniwala at siya ay gagaling. Pagdating ni Hesus sa bahay, wala siyang pinapasok na kasama niya maliban sa tatlong alagad at sa mga magulang ng bata. Lahat ng iba ay nanatili sa labas at umiyak nang malakas dahil sa patay na bata.

Sinabi ni Hesus sa mga nasa labas na tumigil sa pag-iyak dahil natutulog lamang ang bata, hindi patay. Tumawa ang mga tao sa kanya dahil alam nilang patay na ang bata. Pero pumunta siya sa kanyang kama, hinawakan ang kanyang kamay, at sinabihan na bumangon siya. Ang kanyang espiritu ay bumalik at siya ay tumayo. Sinabihan ni Hesus ang mga magulang na bigyan siya ng pagkain upang ipakita na hindi siya multo. Kumain siya at nagulat ang lahat ng mga nakakita.

Pinagaling ni Hesus ang mga May Masasamang Espiritu

Kabilang sa mga nakatagpo ni Hesus ay ang mga taong may masasamang espiritu na sumanib sa kanila. Nang makilala niya sila, kinilala nila siya bilang Anak ng Diyos dahil alam ng masasamang espiritu kung sino siya. Ngunit kapag inihayag ng mga espiritu ang nalalaman nila tungkol sa kanya, pipigilan sila ni Hesus at hindi sila hahayaan na magsalita dahil ayaw niyang malaman ng mga tao na siya ang Mesiyas hangga't dumating ang tamang panahon.

Ilang mga Pariseo ang nagdala sa harapan ni Hesus ng isang lalaking may demonyo, bulag at hindi makapagsalita. Iniligtas ni Hesus ang lalaki upang siya ay makakita at makapagsalita. Kahit na nanggilalas ang mga taong nandoon at pinaniniwalaang si Hesus ay ang Mesiyas, sinabi ng mga Pariseo sa mga nakakakita na ang kapangyarihan ni Beelzebul, ang prinsipe ng mga demonyo, ang nagpalabas sa masamang espiritu sa lalaki. Alam ni Hesus ang kanilang iniisip at sinabi,

Walang kaharian, lungsod, o pamilya ang makaliligtas kung ito ay nahahati. Kung si Satanas ay nagpapalaya kay Satanas, siya ay nahahati laban sa kanyang sarili at ang kanyang kaharian ay hindi maaaring tumayo. Kung nagpapalaya ako ng mga demonyo sa pamamagitan ni Beelzebul, kanino ninyo sila pinalalabas? Hayaan ninyo na ang mga tao ang magpasya. Kung nagpapalaya ako ng mga demonyo gamit ang Espiritu ng Diyos, sa ganoon ang kaharian ng Diyos ay dumating na sa inyo. Ang lahat ng uri ng kasalanan ay maaaring patawarin, ngunit ang pagsisinungaling tungkol sa Espiritu ng Diyos ay hindi patatawarin.

Sa isang pagkakataon sa kaniyang ministeryo, kinailangan ni Hesus ng panahon upang makapagpahinga mula sa mga taong nagdagsaan, kaya't pumunta siya sa baybayin ng Feniciaia kasama lamang ang kanyang mga alagad. Isang Griyegang babae na naninirahan sa lugar ang lumapit at nakiusap kay Hesus na kaawaan ang kanyang anak na sinapian ng demonyo at lubhang nagdurusa. Hindi pinansin ni Hesus ang kanyang kahilingan at sinabi sa kanyang mga alagad, "Tanging sa mga nawawalang tupa ng Israel ako ipinadala." Ngunit patuloy pa rin siyang nanggugulo at naging istorbo. Siya'y lumuhod sa harapan ni Hesus at humingi ng tulong.

Sumagot si Hesus, "Hindi tama na kunin ang tinapay ng mga bata at ihagis sa mga aso."

Sumagot siya ng hindi karaniwang paraan: "Ngunit Panginoon, kahit ang mga aso ay kumakain ng mga maliit na tira-tira ng tinapay na nalalaglag mula sa hapag ng kanilang mga panginoon."

Sinabi ni Hesus sa kanya, "Babae, malaki ang pananampalataya mo! Wala na ang demonyo." Umuwi siya at nakita niya ang kanyang anak na nakahiga sa kama na walang demonyo.

Minsan, nagpunta si Hesus sa isang di-karaniwang biyahe sa isang rehiyon ng mga Hentil sa silangan ng Dagat ng Galilea upang tulungan ang dalawang lalaking mayroong maraming demonyo. Sila ay naninirahan sa mga libingan, naglalaslas ng kanilang katawan gamit ang matalas na bagay, hindi nagsusuot ng anumang damit, at napakarahas nila na walang makakalapit sa kanila.

Nang lumapit si Hesus sa kanila, sumigaw sila, "Bakit kayo naparito upang gamitin ang inyong kapangyarihan sa amin ngayon?" Tinanong sila ni Hesus kung ano ang tawag sa kanila. Sabi nila "Legion" dahil napakaraming demonyo ang sumanib sa mga lalaki. (Ang katagang legion ay tumutukoy sa isang grupo ng ilang libong sundalong Romano.) Nakita ng mga demonyo ang isang malaking kawan ng mga baboy sa malayo, at hiniling nila kay Hesus na ihagis sila sa mga baboy sa halip na ipadala sila sa Kailaliman. Itinuro ni Hesus ang mga baboy at sinabisa mga demonyo, "Lumabas kayo". Iniwan ng mga demonyo ang mga lalaki at pumasok sa mga baboy, at ang buong kawan ay tumakbo pababa sa isang burol at sa isang bangin patungo sa dagat.

Ang mga nag-aalaga ng mga baboy ay pumunta sa bayan at sa kanayunan upang sabihin sa lahat ang nangyari. Maraming tao ang dumating upang makita si Hesus at ang mga lalaking may mga demonyo, na nakaupo sa paanan ni Hesus, nakadamit ng normal na pananamit, at nasa tamang pag-iisip. Ngunit hiniling ng mga tao kay Hesus na umalis—natakot sila sa kanya, at katatapos lang niyang sirain ang kanilang mga baboy, isang napakahalagang mapagkukunan ng kita. Nang pabalik na si Hesus sa kanyang bangka, nakiusap ang isa sa mga lalaki na sumama sa kanya, ngunit sinabihan siya ni Hesus na umuwi at sabihin sa lahat kung gaano kalaki ang ginawa ng Diyos para sa kanya. Bumalik si Hesus sa Galilea sakay ng kanyang bangka at ginawa ng lalaki ang iniutos sa kanya.

Ang mga Patay ay Nabuhay

Binuhay ni Hesus ang mga tao mula sa mga patay, at mabilis na naglakbay ang balita tungkol sa kanyang kapangyarihan. Halimbawa, nasa bayan siya ng Nain kasama ang kanyang mga disipulo, at maraming tao ang lumapit sa pasukan ng bayan. Dinala ang Isang patay na lalaki ang nag- iisang anak ng kanyang ina, isang balo. Nang makita siya ni Hesus, naawa ito sa kanya at sinabihan siyang huwag umiyak. Hinipo ni Hesus ang istrukturang kinaroroonan ng patay. Nakatayo pa rin ang mga nagdadala sa kanya. Sinabi ni Hesus sa patay na lalaki na bumangon, at ang patay ay umupo at nagsimulang magsalita.

Isa sa matalik na kaibigan ni Hesus ay ang lalaking nagngangalang Lazaro. Ang kanyang kapatid na babae ay si Maria Magdalena na naligtas mula sa mga demonyo. Si Lazaro ay may matinding sakit, at si Maria at ang kanyang kapatid na si Marta ay nagpadala ng mensahe kay Hesus na dumating ng mabilis hangga't kaya niya upang pagalingin ang kanyang mabuting kaibigan.

Si Hesus ay nasa ibang bayan sa malayo at sinabing ang sakit ay hindi magiging dahilan upang siya ay mamatay. Sa halip, ito ay isang pagkakataon para sa kanya na purihin ang Diyos. Kaya nanatili siya sa kinaroroonan niya sa loob ng dalawang araw pa, at pagkatapos ay sinabi niya sa kanyang mga alagad na oras na para puntahan si Lazaro dahil patay na siya. Dalawang araw silang nakarating doon.

Pagdating nila, apat na araw ng nasa libingan si Lazaro. Maraming Hudyo ang naroon upang aliwin sina Marta at Maria. Nang marinig ni Marta na malapit na si Hesus, tumakbo siya para salubungin siya at sinabi, "Panginoon, kung narito ka, hindi sana namatay ang aking kapatid. Pero alam kong ibibigay sa iyo ng Diyos ang anumang hingin mo."

Sinabi ni Hesus sa kanya na si Lazaro ay mabubuhay muli. Sinabi ni Marta na alam niya na siya'y babangon muli sa huling araw. Sinabi ni Hesus sa kanya, "Ako ang muling pagkabuhay at ang buhay—ang mga sumasampalataya sa akin ay mabubuhay kahit na namatay sila. Naniniwala ka ba dito?" Sumagot siya, "Oo, Panginoon, naniniwala ako na ikaw ang Mesiyas, ang Anak ng Diyos, na nagmula sa Diyos."

Pagkatapos niyang sabihin ito, lumapit siya at sinabihan ang kanyang kapatid na si Maria na dumating na si Hesus. Agad na tumakbo si Maria upang salubungin siya. Ang mga Hudyo na pumunta upang damayan ang mga kapatid ay iniisip na pupunta si Maria sa libingan upang umiyak kaya't sumunod sila sa kanya. Ngunit sa halip na sa libingan, pumunta siya kay Hesus at nagreklamo na kung dumating siya ng mas maaga, hindi sana namatay si Lazaro.

Nang makita ni Hesus na siya ay umiiyak at ang mga Hudyong kasama niya ay umiiyak din, siya ay labis na nalungkot. Hiniling niya kay Maria na ipakita sa kanya kung saan inilibing si Lazaro, at dinala niya siya sa libingan.

Pagdating ni Hesus sa libingan, lumuhod siya at umiyak nang mapuno siya ng damdamin. Si Lazaro ay bata pa ngunit ngayon ay inilibing sa isang kuweba, at isang malaking bato ang nakaharang sa pasukan.

Sinabi ni Hesus sa mga iba na ilipat ang bato mula sa pasukan ng kweba. Sinabi ni Marta, "Panginoon! Apat na araw ng nakalibing siya doon. Siguradong mabaho na siya!" (Lagi kasing nais ni Marta na gawin ang mga bagay ng tama upang makagawa ng magandang impresyon.) Sinabi ni Hesus sa kanya na ginagawa ito upang ipakita sa mga tao ang kapangyarihan ng pananampalataya sa Diyos.

Matapos alisin ang bato, tumingin si Hesus paitaas at sinabi, "Ama, pinasasalamatan kita dahil pinakinggan mo ako. Alam kong lagi mo akong pinakikinggan, pero sinasabi ko ito para sa kapakanan ng mga taong nakatayo dito, upang maniwala sila na ikaw ang nagpadala sa akin."

Pagkatapos sabihin ito, sumigaw si Hesus ng malakas sa kuweba, "Lazaro, lumabas ka!" Lumabas ang patay na lalaki na nakabalot ang mga kamay at paa ng mga hibla ng lino. May tela rin sa kanyang mukha. Sinabi ni Hesus sa mga tao na tanggalin ang mga damit panglibingan at palayain siya.

Si Hesus ay Nag-Asal sa Di Karaniwang mga Paraan

Si Hesus ay Nakihalubilo sa mga Makasalanan

Nakita ni Hesus ang maniningil ng buwis na si Levi na nakaupo sa kanyang kubol. Sinabi niya kay Levi na sumunod sa kanya. Tumayo si Levi, iniwan ang lahat, at sumunod kay Hesus. Kalaunan, si Levi (tinatawag ding Mateo) ay nagdaos ng malaking salu-salo para kay Hesus sa kanyang bahay, at maraming maniningil ng buwis at iba pa ang naroon. Ngunit nagreklamo ang mga Pariseo at mga eskriba tungkol sa mga alagad ni Hesus at tinanong siya kung bakit siya kumain at uminom kasama ang mga maniningil ng buwis at mga makasalanan.

Sumagot si Hesus, "Hindi nangangailangan ng manggagamot ang mga malulusog, kundi ang mga maysakit. Naparito ako upang tawagin ang mga makasalanan na magsisi, hindi ang mga matuwid."

Ang mga pinuno ng relihiyon ay patuloy na nagtatanong kay Hesus. Sinabi nila na ang mga alagad ni Juan at ng mga Pariseo ay madalas mag-ayuno at manalangin, ngunit ang mga sumusunod kay Hesus ay masaya sa kanilang pagkain at pag-inom.

Sumagot si Hesus, "Maaari ba ninyong pilitin ang mga kaibigan ng lalaking ikakasal na mag-ayuno habang sila'y kasama niya? Subalit darating ang panahon na kukunin ang lalaking ikakasal sa kanila; sa mga araw na iyon ay mag-aayuno sila." Pagkatapos ay sinabi ni Hesus sa kanila ang parabulang ito:

> Walang pumupunit ng isang piraso ng bagong kasuotan para tagpiin ang luma. Kung hindi, mapupunit nito ang bagong damit, at ang tagpi mula sa bago ay hindi magkakatugma sa luma. At walang nagbubuhos ng bagong alak sa mga lumang sisidlang balat. Kung hindi, aalsa ang bagong alak at masisira ang mga balat–mauubos ang alak at masisira ang mga sisidlan. Ang bagong alak ay dapat ibuhos sa mga bagong sisidlang balat,

at ang sinumang iinom ng lumang alak ay hindi nagnanais ng bago, sapagkat sinasabi nila, "Ang luma ay mas mabuti."

(Sinasabi ni Hesus na ang mga tao ay mas komportable sa karaniwang mga paraan ng pag iisip at paggawa ng mga bagay — ang mga tao ay may posibilidad na tutulan ang paggawa ng mga bagong bagay at pag-iisip ng mga bagong paraan. Nahihirapan tayong baguhin ang paraan ng karaniwang pag-iisip at pagkilos natin.)

Ginulo ni Hesus ang Templo

Nang oras na para ipagdiwang ang Paskwa, pumunta si Hesus sa Jerusalem. Sa looban ng Templo nakita niya ang mga taong nagbebenta ng mga hayop para ihandog at ang iba ay nakaupo sa mga mesa na nagpapalitan ng pera. Ito ay nagpagalit sa kanya. Gumawa siya ng latigo at itinaboy ang lahat ng hayop sa labas ng Templo. Binaliktad niya ang mga mesa, nagkalat ang pera sa lupa. Sinabi niya sa mga nagtitinda ng mga kalapati, "Alisin ninyo ang mga ibon na ito! Huwag ninyong gawing palengke ang bahay ng aking Ama! Nakasulat, 'Ang aking bahay ay magiging isang bahay ng panalangin,' ngunit ginawa ninyo itong lungga ng mga magnanakaw!"

Tinanong ng mga Hudyo si Hesus kung anong tanda ang maibibigay niya upang patunayan ang kanyang awtoridad at bigyang-katwiran ang kanyang mga aksyon. Sinabi ni Hesus, "Gibain ang Templong ito, at itatayo ko ito sa loob ng tatlong araw."

Sumagot sila, "Ang Templo na ito ay binuo ng maraming taon. Paano ninyo ito maitatayo sa loob ng tatlong araw?" Ang Templo na tinutukoy ni Hesus ay ang kanyang sariling katawan.

Pagkatapos ay tinanong ng mga pinunong pari at matatanda si Hesus kung sino ang nagbigay sa kanya ng awtoridad na sirain ang mga stall ng Templo. Sumagot si Hesus, "Magtatanong ako sa inyo, at kung sasagutin ninyo ito, ibibigay ko sa inyo ang aking sagot. Ang pagbibinyag ba ni Juan ay mula sa langit o mula sa tao " Nag usap usap ang mga pari at matatanda at napagtanto nila kahit anong sabihin nila, magmumukhang masama sila sa mga tao. Kaya sinabi nila na hindi nila alam. Sinabi ni Hesus na dahil hindi nila sinagot ang tanong niya, hindi rin niya sasagutin ang tanong nila.

Si Hesus at ang Dagat ng Galilea

Isang gabi, may mga alagad na sumakay sa isang bangka upang magbiyahe mula sa isang dulo ng Dagat ng Galilea patungo sa kabilang dulo. Hindi nila kasama si Hesus. Sa kalagitnaan ng gabi, may malakas na hangin na nagsimulang humampas at lumakas ang alon. Pagkaraan ng apat na milya patungo sa Capernaum, sila ay napagod na. Nakita ni Hesus mula sa malayo na naghihirap ang bangka sa mga alon at hangin, kaya lumakad siya patungo sa kanila sa ibabaw ng tubig.

Nang makita siya ng mga alagad na dumarating at lumalakad sa ibabaw ng lawa, natakot sila—naisip nilang multo siya. Ngunit ipinakilala ni Hesus ang kanyang sarili at sinabi sa kanila na huwag matakot. Sinabi ni Pedro, "Panginoon, kung ikaw nga, sabihin mo sa akin na pumunta sa iyo." Sinabihan siya ni Hesus na lumapit, at bumaba si Pedro sa bangka at nagsimulang lumakad sa ibabaw ng tubig patungo kay Hesus. Ngunit nang makita ni Pedro ang hangin, natakot siya at nagsimulang lumubog. Sumigaw siya upang maligtas, at agad na inabot ni Hesus at sinalo siya. Sinabi niya kay Pedro habang hawak niya ito, "Napakaunti ang iyong pananampalataya. Bakit ka nagduda?"

Pag-akyat nila sa bangka, humupa ang hangin. Sinamba siya ng mga taong nakasakay sa bangka at sinabing siya ay tunay na Anak ng Diyos. Kinabukasan, ang ilang mga tao na alam na si Hesus ay hindi naglayag kasama ang mga disipulo sa bangka ay nagulat nang makita si Hesus na kasama nila.

Sa isa pang pagkakataon, si Hesus at ang kanyang mga alagad ay nasa isang bangka sa lawa. Isang matinding bagyo ang biglang nagdulot ng malalaking alon na tumama sa gilid ng bangka, at nagsimulang lumubog ito. Si Hesus ay natutulog pa, kahit na ang bangka ay puno na ng tubig. Ang mga alagad ay ginising siya dahil sa kanilang paniniwala ay malapit na silang malunod. Sinabi ni Hesus sa kanila, "Mga lalaking may kaunting pananampalataya, bakit kayo natatakot?" Siya ay bumangon at sinabi sa mga hangin at alon na tumigil, at bigla namang naging tahimik ang lahat. Ang mga lalaki sa bangka ay nagulat na kahit ang mga hangin at alon ay sumusunod sa kanya!

Ang Labindalawang Disipulo

Habang si Hesus ay umaakit ng napakaraming tao habang siya ay lumilibot sa Palestina, mayroong 12 lalaki na nanatiling pinakamalapit na mga alagad niya. Tinawag ni Hesus ang nakaalay na mga alagad na ito na "mga apostol." Ang 12 ay sina:

- Si Pedro (Simon) at ang kanyang kapatid na si Andres (mga mangingisda at maliliit na may ari ng negosyo)
- Santiago at Juan (mga kasosyo nina Pedro at Andres sa pangingisda)
- Si Felipe (ang kaibigan ng mga mangingisda) at ang kaibigan niyang si Bartolomeo (kilala rin bilang Nathaniel)
- Mateo (isang maniningil ng buwis, na kilala rin bilang Levi)
- Tomas (kilala rin bilang Didimus)
- Santiago (anak ni Alfeo)
- Si Simon na Zealot
- Hudas (anak ng ibang lalaking nagngangalang Santiago)
- Hudas Iscariote (isang taong may kahusayan sa pananalapi).

Sinabi ni Hesus sa 12 disipulo at mga 60 iba pa na ikalat ang balita sa mga bayan at nayon na darating siya para bisitahin. Binigyan niya ang mga lalaking ito ng kapangyarihan at awtoridad na paalisin ang lahat ng demonyo, pagalingin ang maysakit, at ipahayag ang kaharian ng Diyos. Wala silang dala: walang tungkod, walang bag, walang tinapay, walang pera, walang dagdag na damit. Pagpasok nila sa isang bahay, una nilang sinabi, "Sumainyo nawa ang kapayapaan sa bahay na ito." Kung may isang tao roon na nagtataguyod ng kapayapaan, nanatili ito roon. Ngunit kung hindi sila tinanggap o pinakinggan ng mga tao sa bayan, iniwan nila ang bayan at pinagpagan ang alikabok sa kanilang mga paa bilang tanda laban sa kanila. at sinugo ang mga ito nang dala-dalawa sa pagpapahayag ng mabuting balita at nagpagaling ng mga tao sa lahat ng dako.

Maraming babae rin ang sumunod kay Hesus. Kabilang dito sina Maria Magdalena, Juana (ang tagapamahala ng sambahayan ni Herodes), at Susana. Sinuportahan ng mga babaeng si Hesus at ang mga disipulo sa pamamagitan ng kanilang sariling pera.

Juan Bautista

Si Juan Bautista ay nasa bilangguan habang lumalago ang ministeryo ni Hesus. Sinabi sa kanya ng mga tagasunod ni Juan kung ano ang ginagawa at sinasabi ni Hesus, at si Juan ay nalito. Nagpadala siya ng dalawang lalaki upang tanungin si Hesus, "Ikaw ba ang aming inaasahan na darating, o dapat pa ba kaming maghintay ng iba?"

Sinabi ni Hesus sa mga sugo, "Sabihin ninyo kay Juan ang inyong nakita at narinig: Ang mga bulag ay nakakakita, ang mga lumpo ay naglalakad, ang mga may ketong ay nalinis, ang mga bingi ay nskarinig, ang mga patay ay nabuhay, at ang mabuting balita ay ipinapahayag sa mga dukha."

Nang umalis ang mga lalaki, nagsalita si Hesus tungkol kay Juan sa karamihan at sa mga lider ng relihiyon na naroon. "Si Juan ang isinulat ng mga propeta: 'Ipapauna ko ang aking sugo sa inyo, na maghahanda ng inyong daan bago kayo.' Dumating si Juan Bautista na hindi kumakain ng tinapay at umiinom ng alak, at sinabi ninyo na siya ay may demonyo. Ang Anak ng Tao ay dumating na kumakain at umiinom, at sinasabi ninyo, 'Siya ay isang matakaw at isang lasinggero, isang kaibigan ng mga maniningil ng buwis at mga makasalanan."

Hindi nagtagal ay pinatay si Juan habang nakakulong dahil sinabi niya kay Haring Herodes na hindi dapat siya nagpakasal sa asawa ng kanyang kapatid. Ang asawa ng hari ang nag-utos na patayin, at ang hari ay nag-atubili na pumayag.

KABANATA 16

MGA TURO NI HESUS
Hinahamon ng mga Di Kinaugaliang Pananaw ng mga Tradisyong Panrelihiyon

Si Hesus ang pinaka-interesanteng tao na nakipag-usap sa mga Hudyo sa loob ng maraming siglo, ngunit ang kanyang mga mensahe at pagkilos ay nakalilito sa maraming tao. Karaniwan niyang itinuturo ang kanyang mga aral sa pamamagitan ng pagkukuwento para maiintindihan ng mga tao. Kahit hindi siya nag-aral bilang isang rabi, kayang-kaya niyang mag-sipi ng anumang banal na kasulatan sa anumang oras. Nagbigay rin siya ng mga bagong ideya tungkol sa mga utos na isinulat ni Moises, at hindi siya sumusunod sa mga mahigpit na mga tuntunin sa relihiyon.

Ang dami ng mga taong sumunod kay Hesus ay nagbanta sa karaniwang relihiyosong aktibidad. Marami sa mga naghahanap ng darating na Mesiyas ay nag-aakalang magdadala ito ng mga tagumpay na pang-militar at magpapabagsak sa mga Romano, ngunit iba ang mensahe ni Hesus. Nagsalita siya tungkol sa kaharian ng Diyos at kaharian ng langit na parang malapit na, kasalukuyan, at darating pa lamang.

Iba iba ang pananaw ni Hesus tungkol sa mga banal na kasulatan mula sa pinaniniwalaan ng mga lider ng relihiyon. Kung minsan, ang kanyang pagtuturo ay direktang sumalungat sa naisulat. Sasabihin niya, "Narinig ninyo na ang sinabi nito ... pero sinasabi ko sa inyo ...." Minsan ang kanyang mga mensahe ay mahirap maunawaan at hindi nilalayon na kunin ng literal. Minsan ang kanyang mga mensahe ay may kaugnayan sa mga bagay na mangyayari sa hinaharap na hindi pa alam ng mga tao. Kinondena lamang niya ang mga taong napaka relihiyoso at ang mga taong gumagamit ng relihiyon upang makinabang ang kanilang sarili. Nakatuon siya sa pag-unlad ng espirituwalidad kaysa pagbabago sa pamahalaan — hindi niya kailanman binatikos ang mga malupit na Romano. Sinabi ni Hesus na ang problema ay ang hindi angkop na mga paniniwala at mga inaasahang relihiyoso ng mga Hudyo.

Ano ang Nagpaparumi sa Isang Tao

Ang mga relihiyosong Hudyo ay hindi kumakain hanggang sa maghugas sila ng kanilang mga kamay sa isang tiyak na paraan, at sinusunod nila ang iba pang mga tradisyon na may kaugnayan sa kalinisan, tulad ng paghuhugas ng kanilang mga pinggan. Pinuntahan ng ilang Pariseo at eskriba si Hesus at nakita ang kanyang mga disipulo na kumakain na hindi naghuhugas ng kamay. Tinanong ng mga lider ng relihiyon si Hesus kung bakit hindi sinunod ng kanyang mga disipulo ang mga normal na gawain sa halip ay kumain ng pagkain na marumi ang mga kamay. Sinabi ni Hesus na malinis ang pagkain.

> Tama ang sinabi ni Isaias tungkol sa inyong mga mapagkunwari. Isinulat niya, "Pinaparangalan ninyo ako sa pamamagitan ng inyong mga labi ngunit ang inyong mga puso ay malayo sa akin. Ang inyong pagsamba ay walang halaga sa akin, ang inyong mga turo ay mga tuntunin lamang ng tao." Binitawan ninyo na ang mga utos ng Diyos at sinusunod ninyo lamang ang mga tradisyon ng tao. Magaling kayong tumalikod sa mga utos ng Diyos para sundin ang sarili ninyong mga tradisyon! Ang pagkain na may maruming kamay ay hindi nagpapasama sa isang tao. Ito ang lumalabas sa puso ng isang tao na nagpapakita ng kanilang kasalanan. Ang kasamaan ay nagmumula sa puso ng isang tao: mga kasalanang seksuwal, pagnanakaw, pagtataksil, pagpatay, pagiging makasarili at masama, pagbabalak ng kasamaan, paninibugho, pagsisinungaling, pagmamataas at hangal. Ang lahat ng kasamaang ito ay nagmumula sa loob ng isang tao.

Pagkatapos, pumunta si Hesus sa hapunan kasama ang isang Pariseo. Nang umupo si Hesus upang kumain, nagulat ang Pariseo na hindi muna naghugas si Hesus. Sinabi sa kanya ni Hesus, "Kayong mga Pariseo ay nililinis ang labas ng kopa at pinggan, ngunit ang loob ay puno ng kasakiman at kasamaan. Ang tanda na malinis ka sa loob ay ang pagiging mapagbigay sa mga mahihirap."

Ang Sabat

Noong araw ng Sabat, habang naglalakad si Hesus kasama ang kanyang mga alagad sa mga bukid, kumuha sila ng mga uhay ng trigo at kinain ang mga butil. Tinanong ng ilang Pariseo si Hesus kung bakit nila ginagawa ang hindi pinapayagang gawain sa araw ng Sabat. Sinagot sila ni Hesus:

> Hindi ninyo ba nabasa ang ginawa ni David noong gutom sila ng mga kaibigan niya Pumasok sila sa bahay ng Diyos at kumain ng mga tinapay na itinuturing na banal at nakalaan lamang para sa mga pari. Ang mga tao ay hindi ginawa para sa Sabat; ang Sabat ay ginawa para sa mga tao. Kung alam ninyo ang ibig sabihin nito nang sabihin ng Diyos, "Awa ang hangad ko, hindi sakripisyo," hindi ninyo. hahatulan ang mga inosente. Kung ang inyong mga tupa ay nahulog sa hukay sa araw ng Sabat, hindi ba ninyo hihilahin ito palabas? Mas mahalaga ang isang tao kaysa tupa!

Noong nagtuturo si Hesus sa sinagoga sa araw ng Sabat, isang lalaking may nakunot na kamay ang naroon. Ang mga Pariseo at mga eskriba ay naghahanap ng dahilan para akusahan si Hesus, kaya pinagmasdan nila siya nang mabuti upang makita kung may pagagalingin siya sa araw ng Sabat (itinuturing nilang trabaho ang pagpapagaling). Alam ni Hesus ang iniisip nila at sinabi niya sa lalaki na tumayo sa harap ng lahat. Nang tumayo siya, tinanong ni Hesus ang mga lider ng relihiyon, "Ano ang matuwid sa araw ng Sabat: ang gumawa ng mabuti o masama, ang magligtas ng buhay o sirain ito?" Nang walang sumagot, sinabi ni Hesus sa lalaki na iunat ang kanyang kamay. Nang gawin niya ito, ang kanyang kamay ay ganap na gumaling. Galit na galit ang mga Pariseo at mga eskriba dahil pinagaling ni Hesus ang lalaki sa araw na iyon.

Ang Mabuting Samaritano

Isang lider ng relihiyon ang gustong subukan si Hesus at tinanong siya kung ano ang dapat gawin para mabuhay magpakailanman ang isang tao. Sumagot si Hesus na dapat gawin ng mga tao ang nakasulat sa Kautusan. Sinipi ng pinuno ang Kautusan: "Ibigin mo ang Panginoon mong Diyos ng buong puso at ng buong kaluluwa at ng buong lakas at ng buong pag-iisip" at "Ibigin mo ang iyong kapuwa gaya ng iyong sarili." Sumagot si Hesus, "Tama ka. Gawin mo ito at mabubuhay ka."

Ngunit gustong magpakitang gilas ang pinuno at tinanong si Hesus, "Sino ang aking kapwa?" Sumagot si Hesus sa pamamagitan ng isang kuwento.

Isang lalaki ang naglalakad sa mapanganib na daan mula sa Jerusalem patungong Jerico at sinalakay ng mga magnanakaw. Hinubaran nila siya ng kanyang damit, pagkatapos ay binugbog siya at iniwan siyang halos patay na. Isang pari na naglalakbay sa kalsada ang nakakita sa lalaki at dumaan sa kabilang bahagi ng kalsada. Nakita rin ng isang Levita ang lalaki at nilagpasan siya sa kabilang panig ng daan. Ngunit dumating ang isang Samaritano at nakita ang halos patay na lalaki at naawa sa kanya. Una niyang nilinis at tinakpan ang kanyang mga sugat, pagkatapos ay isinakay niya ang lalaki sa kanyang asno at dinala sa pinakamalapit na bahay-panuluyan kung saan sinabi niya sa may-ari ng bahay-tuluyan na alagaan siya. Binigyan niya ng dalawang araw na suweldo ang may-ari ng bahay-tuluyan at sinabi, "Pagbalik ko, babayaran ko ang anumang karagdagang gastos mo sa pag-aalaga sa kanya."

Tinanong ni Hesus ang pinuno kung sino sa tatlong lalaki ang kapitbahay ng lalaking inatake. Sumagot ang pinuno, "Ang lalaking nagpakita sa kanya ng awa."

Sinabi ni Hesus sa lider, "Humayo ka at maawa ka sa mga nangangailangan nito."

Kagalakan sa Paghanap ng Nawawala

Ang mga maniningil ng buwis at mga makasalanan ay madalas na nagtitipon sa paligid ni Hesus upang marinig siyang magsalita. Isang araw, ang ilang mga Pariseo at mga eskriba ay nasa pulutong at tahimik na nag-uusap dahil nandidiri sila sa pagtanggap ni Hesus sa mga makasalanan at pagkain kasama sila. Alam ni Hesus kung ano ang kanilang sinasabi kaya binigyan niya sila ng dalawang hipotetikong senaryo.

Kung ang isang babae ay may 10 pilak na barya at nawalan ng isa, hindi ba siya magsisindi ng lampara, magwawalis ng sahig, at maghahanap ng mabuti hanggang sa makita niya ito. Kung mayroon kang 100 tupa at nawala ang isa sa kanila, hindi mo ba iiwan ang 99 at hahanapin ang isa na nawala hanggang sa mahanap mo ito. Kapag nahanap mo na, hindi ka ba matutuwa at ipapatong mo sa balikat mo at iuwi mo na. Sa parehong mga kaso, ang mga tao ay nagagalak kapag natagpuan nila ang kanilang hinahanap. Ayaw ng Diyos na mawala ang sinuman. Mas masaya sa langit kapag nagsisi ang isang makasalanan kaysa sa 99 na mabubuting tao na hindi kailangang magsisi.

Ang Alibughang Anak

Nagsalaysay din si Hesus ng mahabang talinghaga tungkol sa isang lalaking may dalawang anak na lalaki. Hiniling ng bunsong anak sa kanyang ama ang kanyang mana. Matapos ibenta ng ama ang sapat na ari-arian upang maibigay sa anak ang kanyang bahagi, kinuha ng anak ang kanyang pera at nagpunta sa isang mahabang biyahe. Sinayang niya ang kanyang pera sa walang pakundangang pamumuhay. Pagkatapos niyang gastusin ang lahat ng kanyang pera, nagkaroon ng matinding taggutom at naging napakahirap niya kaya kumuha siya ng trabaho sa pagpapakain ng mga baboy (ang mga Hudyo ay hindi humahawak ng baboy o kumakain ng baboy). Gutom na gutom siya kaya gusto niyang kainin ang kinakain ng mga baboy.

Hindi nagtagal ay natauhan ang anak. Naisip niya ang mga alipin ng kanyang ama na maraming pagkain, ngunit siya ay nagugutom! Nagpasya siyang bumalik sa kanyang ama at hilingin na maging isa sa kanyang mga alipin.

Binabantayan siya ng ama araw araw pagkatapos niyang umalis, umaasang babalik siya. Makalipas ang maraming buwan, lumitaw ang anak sa malayo at nakilala ng ama ang kanyang paglalakad. Napuno ng kagalakan at pagmamahal at hindi nag aalala kung paano siya tumingin sa iba, tumakbo siya sa kanyang anak, inihagis ang kanyang mga braso, at hinalikan ito. (Sa kulturang iyon, hindi tumakbo ang matatandang lalaki.) Nagsimulang humingi ng paumanhin ang anak, ngunit pinigilan siya ng ama at sinabi sa kanyang mga lingkod, "Pumunta ka kaagad at dalhin mo ang pinakamagandang balabal at isuot mo sa kanya. Isuot ang singsing sa daliri at sandalyas sa paa. Patayin ang pinakamalaking guya para magkaroon tayo ng kapistahan at magdiwang. Sapagkat ang aking anak ay patay na ngunit nabuhay; Nawala siya at natagpuan na." Tapos nagsimula na silang magdiwang.

Pina-tuloy ni Hesus ang kuwento. Ang nakatatandang anak ay nasa bukid at papauwi na nang narinig niya ang musika at nakitang may mga taong sumasayaw. Nagtanong siya sa isang alipin kung ano ang nangyayari at sinabihan siya na buhay ang kanyang kapatid at nagbalik sa bahay. Nagpatay ang kanyang ama ng pinakamalaking baka upang ipagdiwang ang pagbabalik ng kanyang kapatid.

Nagalit ang nakatatandang kapatid na sumali sa pagdiriwang. Pinakiusapan siya ng ama na pumasok, ngunit sinabi ng panganay na anak, "Narito! Nagpaalipin ako para sa iyo sa lahat ng mga taon na ito at hindi kailanman sumuway sa iyo. Ngunit hindi mo ako binigyan ng kahit isang batang kambing para makapagdiwang ako kasama ang aking mga kaibigan. Ngunit kapag ang anak mong ito ay umuwi pagkatapos mong sayangin ang iyong pera sa ligaw na pamumuhay, pinapatay mo ang pinakamalaking baka para sa kanya!"

Sinabi ng ama ng may matinding pagmamahal, "Anak, lagi kang kasama, at lahat ng mayroon ako ay sa iyo rin. Ngunit kailangan nating magdiwang dahil ang iyong kapatid ay namatay at nabuhay muli — siya ay nawala ngunit ngayon siya ay natagpuan."

(Ang terminong alibugha ay nangangahulugang paggastos ng mga kayamanan na walang ingat o pagiging mapag-aksaya. Ang karaniwang pag-unawa sa kuwentong ito ay inilalapat ang termino sa anak, ngunit sa konteksto ng iba pang mga turo ni Hesus tungkol sa pagmamalasakit ng Diyos sa mga nawawala, isang mas mahusay na pag-unawa sa kuwento ay upang ilapat ang termino sa labis na pagmamahal ng ama para sa kanyang nawalang anak, kahit na pinahiya niya ang pamilya. Kaya naman, "Ang Alibughang Ama" ay mas magandang pamagat para sa kuwento.)

Higit pang mga Halimbawa ng Hindi Inaasahang Pagkabukas palad

Si Hesus ay inanyayahan sa hapunan ng isang iginagalang na Pariseo na nag-imbita rin ng marami sa kanyang mga kaibigang relihiyoso.

Napansin ni Hesus na sinubukan ng mga lalaki na pumili ng mga upuan ng karangalan sa mesa. Nakita ni Hesus na nangyayari ito at nagsalaysay ng isang talinghaga.

Naghanda ang isang lalaki ng isang masaganang hapunan para sa maraming inimbitahang mga bisita. Nang handa na ang hapunan, ipinadala niya ang kanyang lingkod upang sabihin ang lahat ng inimbitahan na pumunta. Ngunit lahat sila ay nagbigay ng mga dahilan kung bakit hindi sila makakapunta. Sinabi ng unang bisita na bago lang niya nabili ang isang bukid at kailangan niyang tingnan ito. Sinabi ng isa pang bisita na bago lang niya nabili ang limang baka at kailangan niya itong alagaan. Sinabi ng isang pangatlo na bago lang siyang kinasal at hindi siya makakapunta. Nagbalik ang lingkod at sinabing walang dadalo. Galit ang may-ari ng bahay at sinabi sa kanyang lingkod, "Pumunta ka sa mga kalye at eskinita ng lungsod at dalhin dito ang mga dukha, lumpo, bulag, at pilay." Ginawa ito ng lingkod, ngunit mayroon pa ring puwang para sa mga panauhin. Pinapunta ng may-ari ng bahay ang kanyang lingkod sa buong rehiyon upang hanapin pa ang ibang mga tao, at ang kanyang bahay ay naging puno. Wala sa mga orihinal na imbitado ang nakatikim ng kanyang hapunan.

Sa isa pang pagtitipon, nagbahagi si Hesus ng isang talinghaga tungkol sa kung paano magiging mapagbigay ang Diyos sa mga taong tila hindi karapat-dapat. Ang darating na kaharian ay tulad ng isang may-ari ng taniman ng ubas na lumabas ng maaga sa umaga at nag-upa ng mga manggagawa para sa kanyang ubasan, sinasabing babayaran niya sila ng isang araw na sahod para sa isang araw na trabaho. Ngunit ilang oras pa lamang ang lumipas, nakita ng may-ari ng taniman ang iba pang naghihintay na magkatrabaho, at sila ay kanyang inupahan, sinabihan silang magbibigay siya ng makatuwirang sahod. Ginawa niya ito ng ilang beses pa, kabilang ang pag-upa ng mga lalaking huli na sa hapon.

Sa pagtatapos ng araw, lahat ay dumating upang bayaran. Nagsimula ang may ari sa mga huling inupahan, at ang mga huling dumating ay nakatanggap ng isang araw na sahod. Nakita ito ng mga naunang inupahan, at inaasahan nilang makatanggap ng mas malaking sahod para sa isang araw. Ngunit pare-pareho lamang na tumanggap ang bawat tao ng parehong halaga, isang araw na sahod, kahit gaano kahaba ang oras nilang nagtrabaho.

Nagsimulang magbulung-bulungan ang mga unang inupahan. Sinabi nila sa may-ari, "Ang mga huling inupahan ay nagtrabaho lamang ng isang oras, ngunit ginawa mo silang katumbas sa amin— ginawa namin ang karamihan ng trabaho!"

Ngunit sinabi ng may-ari na hindi siya mandaraya. Binayaran niya sila ng isang araw na sahod, katulad ng kanyang pangako. Sinabi niya na dapat nilang tanggapin ito at pagkatapos ay sinabi, "Hindi ba ako may karapatang magpagbigay sa aking sariling pera? Kayo ay naiinggit sa aking kabutihan!"

Nagtapos si Hesus sa pagsasabi, "Ang huli ay mauuna, at ang nauna ay magiging huli."

Ang Pagpapatawad

Minsan ay tinanong ni Pedro si Hesus kung gaano kadalas dapat patawarin ng mga tao ang iba. Ang tradisyon ng mga Hudyo ay magpatawad sa isang tao nang tatlong beses, at iminungkahi ni Pedro na ang tamang bilang ay maaaring hanggang pitong beses, na higit sa doble kaysa sa itinuro noon. Ngunit sumagot si Hesus sinabi ang tamang numero ay 77 beses, at pagkatapos ay sinabi ang kuwentong ito.

Ang isang hari ay inutangan ng isang napakalaking halaga ng pera ng isa sa kanyang mga lingkod. Nang dumating ang hari upang mangolekta, hindi ito mabayaran ng lalaki. Pagkatapos ay inutusan siya ng hari, ang kanyang pamilya, at lahat ng kanilang ari-arian na ipagbili upang bayaran ang utang. Ngunit lumuhod ang alipin at humingi ng awa, sinabing babayaran niya ang lahat. Naawa ang hari sa lalaki at pinatawad ang utang at pinayagang umalis ang alipin at ang kanyang pamilya.

Ngunit pumunta ang lingkod sa isang tao na may maliit na utang sa kanya. Nang sabihin ng tao na hindi niya kayang bayaran ito, sinakal ng lingkod ang tao at hiningi ang pera.

Nang magmakaawa ang tao na maghintay at sabihing babayaran niya ang lahat, ipinakulong ng lingkod ang tao hanggang sa makabayad ito ng utang.

Nang makita ng ibang mga alipin ang ginawa niya, sinumbong nila ito sa hari. Tawagin ang lingkod ng hari, sinabi nito, "Nagpatawad ako sa iyong malaking utang, dapat mong ipakita ang awa sa tao na mayroong maliit na utang sa iyo." Pagkatapos, ibinilanggo ng hari ang lingkod na pinatawad hanggang sa makabayad siya ng kanyang utang.

Walang paraan ang alinmang lingkod na makapagbayad sa hari ng inutang. Nagtapos si Hesus sa pagsasabing hindi patatawarin ng Diyos ang mga hindi nagpapatawad sa iba. Sa pagsasabi na ang mga tao ay dapat magpatawad sa iba ng 77 beses, talagang sinasabi niya na ang mga tao ay dapat palaging patawarin ang mga humihingi nito.

Mga Talinghaga Tungkol sa mga Binhi

Habang naglalakbay si Hesus sa mga bayan at nayon, nagsalita siya ng mabuting balita tungkol sa kaharian ng Diyos. Kasama niya ang kanyang mga alagad nang sabihin niya ang talinghagang ito.

Isang magsasaka ang lumabas upang ikalat ang kanyang mga binhi Ang ilan ay nahulog sa landas na kanilang dinaanan at kinain ng mga ibon. Ang ilang mga buto ay nahulog sa mabatong lupa, at nang sila ay tumubo, ang mga halaman ay natuyo dahil wala silang kahalumigmigan. Ang ibang mga binhi ay nahulog sa mga tinik, na tumubo at natimpi ng mga halaman. Ang ibang mga buto ay nahulog sa mabuting lupa, at sila ay lumaki at nagbunga ng isang malaking ani, isang daang beses na higit kaysa sa naihasik.

Nang tanungin siya ng kanyang mga disipulo kung ano ang ibig sabihin ng talinghagang ito, ipinaliwanag niya ito sa kanila.

Ang mga binhi ay ang salita ng Diyos. Ang mga binhi sa daan ay yaong nakarinig, ngunit ang diyablo ay dumating at kinuha ang salita sa kanilang mga puso, upang hindi na sila maniwala. Ang mga binhi sa mabatong lupa ay yaong tumanggap ng salita ng may kagalakan, ngunit walang mga ugat. Naniniwala sila ng pansamantala, ngunit pagdating ng mga pagsubok, sila ay tumalikod sa kanilang pananampalataya. Ang mga binhi na nahulog sa gitna ng mga tinik ay yaong nakarinig, ngunit sa paglaki nila, sila ay nalilinlang ng mga alalahanin sa buhay, kayamanan, at mga kaligayahan–hindi sila nagiging matatag sa kanilang pananampalataya. Ngunit ang mga binhi sa mabuting lupa ay yaong may mabuting puso, nakarinig ng salita at nagtaguyod nito, at nagbunga ng malaki dahil sa kanilang pagtitiyaga.

Nagkuwento uli Hesus tungkol sa kaharian ng Diyos. Parang ang mga binhi na ikinalat sa lupa. Sa paglipas ng panahon, ang mga binhi ay lumaki kahit papaano. Lahat sa pamamagitan ng kanyang sarili, ang lupa ay unti-unting gumagawa ng butil, na kung saan ay aanihin kapag ito ay handa na.

Nagbigay siya ng iba pang mga ilustrasyon tungkol sa kung ano ang kaharian ng Diyos. Ang kaharian ay parang isang napakaliit na buto ng mustasa. Kapag ito ay itinanim, ito ay napakalaki kung kaya't ang mga sanga nito ay maaaring umalalay sa mga ibon. Ang kaharian ay katulad din ng hindi nakikitang lebadura na misteryosong nagpapa-alsa ng tinapay.

Ang Sermon sa Bundok

Minsan ay nagsalita si Hesus sa libu-libong tao sa isang pagkakataon. Minsan ay nagsalita siya ng napakahabang panahon sa isang bundok sa ilang libong tao. Ang ilan sa kanyang ipinangaral ay mahirap maunawaan at iba sa itinuro noon.

Pinagpala ang mga dukha sa espiritu,
sapagkat kabilang sila sa kaharian ng langit.

Pinagpala ang mga nagdadalamhati,
sapagkat aaliwin sila ng Diyos.

Pinagpala ang mga mapagpakumbaba,
sapagkat mamanahin nila ang daigdig.

Pinagpala ang mga nagugutom at nauuhaw na mabuhay nang tama, sapagkat sila ay mabubusog.

Pinagpala ang mga mahabagin,
sapagkat kahahabagan sila ng Diyos.

Pinagpala ang mga may malinis na puso,
sapagkat makikita nila ang Diyos.

Pinagpala ang mga gumagawa ng paraan para sa kapayapaan,sapagkat sila'y ituturing na mga anak ng Diyos.

Pinagpala ang mga inuusig nang dahil sa kanilang pagsunod sa kalooban ng Diyos,
sapagkat kabilang sila sa kaharian ng langit.

Pinagpala kayo kapag ang mga tao ay masama sa inyo at pinagsasabihan kayo ng lahat ng uri ng kasinungalingan at masasamang bagay dahil sa akin. Magalak kayo at magalak, sapagkat malaki ang inyong gantimpala sa langit, sapagkat inusig nila ang mga propeta na nauna sa inyo.

Kayo ang asin ng lupa, ngunit kung ang asin ay mawalan ng lasa, itinatapon ito. Kayo ang ilaw ng mundo. Hindi maaaring itago ang isang bayan na nakatayo sa bundok. Hindi rin sinisindi ng mga tao ang ilaw at itinatago ito–inilalagay nila ito sa ilalim ng isang takip-upuan upang magbigay ng liwanag sa lahat. Pabayaan ninyong magliwanag ang inyong ilaw upang makita ng iba ang inyong mabubuting gawa at papurihan ang Diyos.

Hindi ako naparito para alisin ang Kautusan o ang mga salita ng mga Propeta — naparito ako para tuparin ang mga ito. Matagal nang isinulat, "Huwag kang papatay, at ang sinumang pumatay ay hahatulan." Pero sinasabi ko na ang sinumang magsgalit sa kapatid ay hahatulan. Kaya kung ikaw ay mag-aalay ng regalo sa altar at maalala mo na ang iyong mga kapatid ay may laban sa iyo, pumunta ka muna at makipagkasundo sa kanila. Pagkatapos, bumalik ka at mag-alay ng iyong handog.

Matagal nang isinulat, "Huwag kang makikiapid." Ngunit sinasabi ko sa iyo na ang sinumang tumingin sa isang tao at nais ang mga ito para sa kanilang sarili ay nagkasala ng pangangalunya sa kanilang puso. Kung ang iyong kanang mata ay nagiging sanhi ng iyong pagkatisod, alisin mo ito. Mas maganda para sa iyo na mawala ang isang bahagi ng iyong katawan kaysa sa lahat ng sa iyo ay pumunta sa impiyerno.

Narinig mo na ang sabi, "Kumuha ka ng mata sa mata at ngipin sa ngipin." Pero sabi ko, kung may sumampal sa iyo sa kanang pisngi, ibaling mo ang kabilang pisngi mo sa kanila. Kung may gustong magdemanda sa iyo at kunin ang iyong damit, ibigay mo rin sa kanila ang iyong damit. Kung may pumipilit sa iyo na pumunta ng isang milya, pumunta ng dalawang milya para sa kanila. Magbigay sa mga humihingi at hindi tumatalikod sa mga gustong mangutang sa iyo.

Narinig ninyong sinabi, "Ibigin mo ang iyong kapwa at kamuhian mo ang iyong kaaway." Ngunit ito naman ang sinasabi ko, ibigin ninyo ang inyong mga kaaway at ipanalangin ninyo ang mga umuusig sa inyo. Kung mahal ninyo ang mga nagmamahal sa inyo, wala iyan — kahit ang mga maniningil ng buwis ay ginagawa iyan! Kung ang mga katulad ninyo lang ang binabati ninyo, ginagawa ninyo ang ginagawa ng lahat.

Huwag ninyong ipakita ang inyong pananampalataya para lamang mapansin ng iba. Kapag nagbibigay ka sa mga nangangailangan, huwag ninyong ipagsigawan ito tulad ng ginagawa ng mga relihiyosong tao upang sila ay mapuri ng iba. Kapag nagbibigay kayo, gawin ninyo ito ng palihim.

Nakikita ng Diyos ang mga ginagawa sa lihim at siya ang magbibigay sa inyo ng gantimpala.

Huwag ninyong paghirapan na makakuha ng maraming magagandang bagay para sa inyong sarili, dahil maaari silang sirain o manakaw. Sa halip, gumawa ng magagandang bagay para sa iba, na hindi maaaring sirain o manakaw.

Huwag kayong mag-alala tungkol sa inyong buhay o katawan at kung ano ang isusuot ninyo. Tingnan ninyo ang mga ibon — hindi nila itinatago ang kanilang pagkain sa mga bodega, pero pinakakain sila ng Diyos. Kayo ay mas mahalaga kaysa sa mga ibon. Ang pag-aalala ay hindi makapagpapahaba ng buhay ninyo ng isang oras. Sa halip, unahin ninyo ang kaharian ng Diyos at gawin ang tama, pagkatapos ay bibigyan ka ng lahat ng kailangan ninyo. Huwag kayong mag-alala tungkol sa bukas — maraming problema ang dapat harapin sa bawat araw.

Huwag mong husgahan ang iba, sapagkat sa gayon ay ikaw rin ay huhusgahan ayon sa iyong mga pananaw. Bakit mo tinitingnan ang butil ng alikabok sa mata ng ibang tao ngunit hindi mo pansin ang higanteng kahoy sa iyong sariling mata? Huwag kang maging mapagkunwari! Alisin mo muna ang kahoy sa iyong mata, pagkatapos ay makikita mo ng malinaw upang maalis mo ang butil ng alikabok sa mata ng iba.

Gawin mo sa iba ang gusto mong gawin nila sa iyo–ito ang buod ng Kautusan at ng mga Propeta. Ito ay mahirap gawin. Malawak ang pintuan at daang patungo sa kapahamakan, ngunit makitid ang pintuan at daan patungo sa buhay. Dumaan sa makipot na daan at dumaan sa makipot na tarangkahan. Iilang tao ang dumaraan sa rutang iyon — karamihan ay sumusunod sa mga huwad na pinuno na mukhang mapayapa ngunit parang mga lobo sa loob. Makikilala mo sila sa kanilang bunga. Pumitas ba ang mga tao ng ubas o igos mula sa mga halamang may tinik? Ang bawat mabuting puno ay nagbubunga ng mabuti, ngunit ang masamang puno ay nagbubunga ng masama. Bawat puno na hindi nagbubunga ng mabuti ay pinuputol at itinatapon sa apoy. Kaya't hindi lahat ng tumatawag sa akin na "Panginoon" ay papasok sa kaharian ng langit, kundi ang mga sumusunod lamang sa kalooban ng aking Diyos sa langit. Marami ang magsasabi sa akin sa araw na iyon, "Panginoon, hindi ba nagturo kami sa iyong pangalan at nagpalayas ng mga demonyo at gumawa ng maraming himala?" Sasabihin ko sa kanila, "Hindi kita kilala. Lumayo kayo sa akin, kayong mga masasama!"

Panalangin

Tinuruan ni Hesus ang mga tao kung paano makipag-usap sa Diyos. Ang mga nagdarasal ay hindi dapat gumamit ng mabulaklak na pananalita upang mapabilib nila ang mga nanonood at nakikinig, at hindi sila dapat magdasal sa pamamagitan ng paulit-ulit na pagsasabi ng parehong mga bagay. Sa halip, ang mga tao ay dapat manalangin ng pribado at maging tapat, na nagsasabi sa Diyos tungkol sa kanilang pinakamalalim na iniisip at nadarama. Alam ng Diyos kung ano ang kailangan ng mga tao, bago pa man nila ito hilingin.

Nagbigay si Hesus ng isang halimbawang panalangin na naglalaman ng ilang pangunahing elemento. Kabilang dito ang (1) pagkilala na ang Diyos ay banal, (2) pagnanais na maimpluwensyahan ng kaharian ng Diyos ang mundong ito upang ito ay maging mas katulad ng kung ano ang langit, (3) pagnanais na matupad ang kalooban ng Diyos sa lupa, (4) paghingi ng mga pangunahing pangangailangan na kailangan natin upang mabuhay, (5) paghingi ng kapatawaran para sa ating mga kasalanan at tulong na patawarin ang iba, at (6) paghahangad ng proteksyon at pagliligtas mula sa masasamang pwersa sa mundo. Kaya ang mga panalangin ay maaaring magtuon sa papuri, pasasalamat, at mga kahilingan. Sinabi ni Hesus na mahal ito ng Diyos kapag nagdarasal ang mga tao at nais na ang lahat ay umasa sa Diyos upang matugunan ang kanilang mga pangangailangan.

Ang bawat humihingi ay tatanggap, ang naghahanap ay makakatagpo, at ang mga kumakatok ay bubuksan ang pinto. Sino sa inyo, kung humingi ng tinapay ang inyong mga anak, ay bibigyan sila ng bato? O kung humingi sila ng isda, bibigyan mo ba sila ng ahas? Kung ang masasama ay marunong magbigay ng mabubuting kaloob sa kanilang mga anak, gaano pa kaya ang iyong Diyos sa langit na magbibigay ng mabubuting kaloob sa mga humihingi!

Madalas na umaalis si Hesus sa tahimik at pribadong lugar upang maalis ang mga nakakagambala at mapag-isa upang makipag usap sa Diyos. Walang partikular na oras o lugar kung kailan siya nanalangin; parang lagi na lang nangyayari. Ang kanyang kamalayan sa Diyos ay palagi at patuloy, at ang pakikinig sa Diyos sa pamamagitan ng katahimikan ay bahagi ng proseso.

Ang Diyos ay Naihayag kay Hesus

Noong nagtuturo si Hesus sa isang sinagoga, nanalangin siya, "Pinapupuri kita, Panginoon ng langit at lupa, sapagkat itinago mo ang mga bagay na ito sa matatalino at may pinag-aralan na mga tao ngunit ipinaalam mo ito sa maliliit na bata. Ito ang gusto mong gawin." Pagkatapos ay nagsalita siya sa mga tao at tinukoy ang Diyos bilang kanyang Ama.

Lahat ng bagay ay ibinigay sa akin ng aking Ama. Walang nakakaalam sa Ama maliban sa Anak at sa mga taong pinili ng Anak. Halina kayo sa akin, kayong lahat na napapagod at nabibigatan, at bibigyan ko kayo ng kapahingahan. Kung kayo ay nauuhaw, halina kayo sa akin at uminom. Hayaan ninyong ako ang mag-akay sa inyo tulad ng isang magsasaka na nag-aakay ng kaniyang mga baka sa pamamagitan ng pagdala ng pamatok. Ang aking pamatok ay magaan at ang aking pasanin ay madaling dalhin. Kung nakikilala ninyo ako, nakikilala ninyo ang Diyos. Ako ay mapagpakumbaba at maginoong tao, at ang inyong mga kaluluwa ay makakahanap ng kapahingahan. Kung nakikilala ninyo ako, makikilala ninyo ang katotohanan, at ito ay magpapalaya sa inyo.

Tinanong ng mga alagad si Hesus, "Anong tanda ang ibibigay mo upang maniwala kami sa iyo? Ang ating mga ninuno ay kumain ng manna sa ilang at sumulat, 'Binigyan sila ng Diyos ng tinapay mula sa langit upang kainin.'" Sumagot si Hesus sa ganitong komento tungkol sa tinapay.

Hindi si Moises ang nagbigay sa kanila ng tinapay mula sa langit. Ang tunay na tinapay mula sa langit ay mula sa Diyos. Ako ang tinapay ng buhay. Ang mga lumalapit sa akin ay hindi magugutom at ang mga nananalig sa akin ay hindi mauuhaw kailanman. Hindi ko itataboy ang sino man na lumalapit sa akin. Hindi ako nagmula sa langit upang gawin ang aking kalooban kundi upang gawin ang kalooban ng Diyos na nagsugo sa akin. Ito ang kalooban ng Diyos na nagsugo sa akin, na hindi ko mawawala ang sinuman na ibinigay sa akin, kundi itataas ko ang bawat isa sa huling araw. Ang tinapay na ito ay ang aking katawan na ibibigay ko para sa buhay ng sanlibutan.

Ang ilan sa mga Hudyo ay nagsimulang magreklamo nang sabihin niyang siya ay nanggaling sa langit. Kilala nila siya bilang anak nina Jose at Maria — paano niya masasabing nagmula siya sa langit? Nagsimula ring makipagtalo ang mga Hudyo sa isa't isa at iniisip kung paano maibibigay sa kanila ni Hesus ang kanyang katawan upang kainin.

Pinigilan sila ni Hesus at sinabi, "Maliban kung kumain kayo ng laman ng Anak ng Tao at uminom ng kanyang dugo, wala kayong buhay sa inyo. Ang mga kumakain ng aking laman at umiinom ng aking dugo ay may buhay na walang hanggan, at ibabangon ko sila sa huling araw. Ang aking laman ay tunay na pagkain, at ang aking dugo ay tunay na inumin. Kumain ng manna at namatay ang ating mga ninuno, ngunit ang mga kumakain ng tinapay na ito ay mabubuhay magpakailanman."

Matapos marinig ito, marami sa mga sumusunod kay Hesus ang hindi na nakinig sa kanya at umalis. Tinanong ni Hesus ang kanyang 12 alagad kung gusto din nilang iwan siya. Sumagot si Simon Pedro, "Panginoon, sino pa ang dapat naming sundin? Nasa iyo ang mga salita ng buhay na walang hanggan. Naiintindihan na namin at alam na namin na ikaw ang Banal ng Diyos."

Ang mga Halaga ng Pagiging Disipulo

Maraming tao ang nagpatuloy sa paglalakbay kasama si Hesus, at gusto niyang pag-isipan nilang mabuti kung ano ang ibig sabihin ng pagsunod sa kanya. Sinabi niya sa kanila, "Kung may lumapit sa akin ngunit mas mahal ang kanilang pamilya o ang kanilang sariling buhay, hindi sila maaaring maging alagad ko. Ang sinumang hindi magpasan ng kanilang krus at sumunod sa akin ay hindi maaaring maging alagad ko." Pagkatapos ay nagkuwento siya ng ilang beses para ipaliwanag ang ibig niyang sabihin.

Ipagpalagay na gusto mong magtayo ng tore. Hindi ka ba muna uupo at tantiyahin ang gastos upang makita kung mayroon kang sapat na pera upang makumpleto ito? Kung ilalagay mo ang pundasyon at hindi mo ito matatapos, tatawanan ka ng lahat. O ipagpalagay na ang isang hari ay nag-iisip tungkol sa pagpunta sa digmaan. Hindi ba niya muna iisipin kung kaya niyang talunin ang 20,000 tauhan ng ibang hari? Kung hindi siya manalo, magpapadala siya ng mga tao sa kabilang hari at sisikaping lutasin ang kanilang mga hindi pagkakaunawaan nang mapayapa. Sa parehong paraan, ang mga hindi sumusuko sa lahat ay hindi maaaring maging mga alagad ko.

Isinusugo ko kayo na parang mga tupa sa gitna ng mga lobo, kaya't mag-ingat kayo. Dapat kang maging matalino tulad ng mga ahas at maging banayad kagaya ng mga kalapati. Ibibigay kayo sa mga lokal na pinuno at hahagupitin sa mga sinagoga. Dadalhin kayo sa harap ng mga gobernador, mga hari, at mga Hentil upang maging mga saksi ko. Ngunit kapag hinuli ka nila, huwag mag-alala kung ano ang sasabihin o kung paano ito sasabihin–ang Espiritu ng Diyos ang magsasalita sa pamamagitan mo. Kapopootan kayo ng lahat dahil sa akin, at kapag kayo ay pinag-uusig, tumakas kayo sa ibang lugar. Huwag matakot sa mga pumapatay ng katawan — hindi nila kayang patayin ang espiritu. Ngunit mag-ingat sa mga masasamang gustong sirain ang iyong espiritu at katawan at dalhin ka kasama nila sa impiyerno. Ako ay magpapatunay sa Ama sa langit sa mga nagsasalita para sa akin sa harap ng mga tao. Ngunit itatatwa ko ang mga tumatanggi sa akin. Ang sinumang magtatagumpay na iligtas ang kanyang buhay ay mawawalan nito, ngunit ang sinumang mawawalan ng kanyang buhay dahil sa akin ay makakatagpo nito.

Paghahanda para sa Paghuhukom

Nagsabi si Hesus ng ilang talinghaga tungkol sa pagiging handa at handa para sa pagbabalik ng Diyos at sa paghatol sa lahat ng tao.

Talinghaga Tungkol sa Sampung Birhen

Una niyang binanggit ang tungkol sa 10 dalaga na naghihintay na makilala ang kanilang nobyo sa hindi lingid na oras. Lima ang mga hangal — may mga lampara silang sa gabi ngunit wala silang langis para punuin muli ang mga ito. Ang iba pang limang birhen ay mga matalino — mayroon silang mga lampara at nagdala ng langis upang mapunan ang mga ito. Matapos ang mahabang paghihintay sa kanilang kasintahan, silang lahat ay nakatulog.

Dumating ang nobyo sa hatinggabi at handa na silang salubungin. Hindi na naiilawan ng mga mangmang na babae ang kanilang mga lampara at hiniling na manghiram ng langis sa iba. Ngunit ayaw ibahagi ng matatalinong kababaihan ang kanilang langis; Kung gagawin nila ito, walang sapat na langis para sa lahat na magsindi ng lahat ng lampara. Sinabi ng mga babaeng ito sa iba na bumili ng langis para sa kanilang sarili. Habang ang mga mangmang na babae ay malayo at bumibili ng langis, ang lkasintahang ikakasal ay dumating at dinala ang matatalinong birhen sa salu-salo ng kasal. Pagkatapos ay isinara ang pinto.

Nang maglaon ay dumating ang mga hangal na birhen na may dalang langis, sinabi nila, "Panginoon, Panginoon, buksan mo ang pinto para sa amin!" Ngunit sinabi ng kasintahang lalaki, "Hindi ko kayo kilala." Tinapos ni Hesus ang talinghagang ito sa pagsasabing dapat maging handa ang mga tao dahil hindi alam ang oras ng paghuhukom.

Talinghaga ng mga Regalong Ginto

Nagkuwento rin ni Hesus tungkol sa wastong paggamit ng mga bagay na meron tayo habang tayo ay nabubuhay pa. Inilarawan niya ang tatlong lingkod na binigyan ng iba't-ibang halaga ng ginto upang gamitin habang ang may-ari ay nasa mahabang biyahe. Binigyan ng may-ari ng ginto ang bawat isa batay sa kanilang kakayahan at gamitin ito ng mahusay. Ang isa ay nakatanggap ng limang supot, isa ay nakatanggap ng dalawang supot, at ang pangatlo ay nakatanggap ng isang supot.

Ang alipin na nakakuha ng limang supot ng ginto ay ginamit ito nang matalino at nakakuha ng pa ng limang supot ng ginto. Ang katulong na tumanggap ng dalawang supot ay gumamit din ng ginto nang matalino at nadoble ang halaga ng ginto. Ngunit ang alipin na binigyan ng isang supot ay humukay ng butas at itinago ang ginto sa lupa.

Sa kalaunan, bumalik ang may-ari at hiningi ang ginto mula sa mga lingkod. Ihinain ng mga lingkod na nakatanggap ng limang at dalawang supot sa may-ari ang dobleng halaga ng ginto na kanilang nakuha. Sinabi ng may-ari sa bawat isa sa kanila, "Mabuti ang iyong ginawa, mabubuting mga lingkod at tapat! Ikaw ay tapat sa ilang bagay; ilalagay kita sa pangangasiwa ng maraming bagay. Halina at magbahagi sa aking kagalakan!"

Pagkatapos ay sinabi ng alipin na binigyan ng isang supot ng ginto sa may-ari, "Alam kong mahigpit kang tao, at natatakot ako sa iyo kaya't itinago ko ang iyong ginto sa lupa." Ibinigay ng aliping ito sa may-ari ang isang supot ng ginto na hinukay niya sa lupa.

Sinabi ng may-ari sa huling lingkod, "Masama at tamad ka! Kung alam mo kung sino ako, bakit hindi mo inilagay ang aking pera sa bangko? Kung gayon, nakatanggap ako ng ginto kasama ng interes nito." Pagkatapos ay ibinigay ng may-ari ang isang supot ng ginto sa lingkod na may sampung supot at sinabi, "Ang mga gumagamit ng kung ano ang mayroon sila ay bibigyan ng higit pa, ngunit ang mga hindi gumagamit ng kung ano ang mayroon sila ay mawawala kung anong mayroon sila." Pagkatapos ay ipinatapon ng may ari ang huling alipin sa kadiliman kung saan ang mga tao ay umiiyak.

Talinghaga Tungkol sa mga Tupa at mga Kambing
Nagsalaysay si Hesus ng isang talinghaga upang ilarawan kung sino ang pupunta sa langit at kung sino ang pupunta sa lugar ng mga patay. Sinabi niya na ang Anak ng Tao ay uupo sa isang trono, at habang ang bawat tao ay nakatayo sa kanyang harapan, ihihiwalay niya sila tulad ng paghihiwalay ng pastol sa mga tupa at mga kambing.

Sasabihin ng hari sa ilan, "Halika at tanggapin ang iyong pinagmulan, isang kaharian na inihanda para sa inyo mula pa noong nilikha ang sanlibutan. Sapagkat ako'y nagutom at binigyan ninyo ako ng pagkain, ako'y nauhaw at binigyan ninyo ako ng inumin, ako'y estranghero at tinanggap ninyo ako, ako'y walang damit at binihisan ninyo ako, ako'y may sakit at inalagaan ninyo ako, ako'y nakabilanggo at pinuntahan ninyo ako."

Ngunit itatanong ng mga tao, "Panginoon, kailan ka namin nakitang gutom at binigyan ka ng pagkain o uhaw at binigyan ka ng inumin? Kailan ka namin nakitang isang estranghero at tinanggap ka o walang damit at binihisan ka namin? Kailan ka namin nakitang may sakit o nakabilanggo at binisita ka namin?"

Sasabihin ng hari sa kanila, "Nang gawin ninyo ang mga bagay na ito sa aking mga kapatid, ginawa ninyo ito sa akin."

Pagkatapos, sasabihin ng hari sa iba, "Kayo ay sinumpa at papasok sa walang hanggang apoy na inihanda para sa diyablo at sa kanyang mga anghel. Sapagkat nagutom ako ngunit hindi ninyo ako pinakain, nauhaw ako ngunit hindi ninyo ako pinainom, ako'y naging estranghero ngunit hindi ninyo ako tinanggap sa loob ng inyong tahanan, ako'y walang damit ngunit hindi ninyo ako binigyan ng damit, ako'y may sakit at nakabilanggo ngunit hindi ninyo ako binisita."

Ang grupong ito ay magtatanong ng may pagkamangha, "Panginoon, kailan namin nakita kang gutom o nauuhaw o isang estranghero o nangangailangan ng damit o may sakit o nasa bilangguan, at hindi ka namin tinulungan?"

Sasabihin sa kanila ng hari, "Ang hindi ninyo ginawa para sa mga taong may mga problemang ito, hindi ninyo ginawa para sa akin." Ang mga taong ito ay papasok sa walang hanggang parusa, ngunit ang mga matuwid ay mabubuhay magpakailanman sa langit.

Pagpaparatang sa mga Pinuno ng Relihiyon

Madalas na malupit na nagsalita si Hesus sa mga pinuno ng relihiyon dahil nililigaw nila ang mga tao, hindi nagsisilbing mabuting halimbawa, at may halo ng masamang motibo. May tiwala sila sa kanilang sariling mga gawain sa relihiyon at nagmamataas sa iba. Ipinahayag ni Hesus ang talinghaga na ito.

May dalawang lalaki na nagpunta sa Templo upang magdasal, ang isa ay Pariseo at ang isa naman ay maniningil ng buwis. Ang Pariseo ay nagsalita ng malakas, "Diyos ko, nagpapasalamat ako na hindi ako katulad ng ibang tao—mga magnanakaw, masasama ang ugali, mga nangangaliwa—o kahit ng taong ito na maniningil ng buwis. Ako ay nag-aayuno ng dalawang beses sa isang linggo at nagbibigay ng sampung bahagi ng aking kinikita." Ngunit ang maniningil ng buwis ay nakatayo sa malayo, hinampas ang kanyang dibdib at sinabi, "Diyos ko, maawa ka sa akin, isang makasalanan." Sinasabi ko sa inyo na ang taong ito, hindi ang Pariseo, ay puwedeng umuwi na may tiwala at tumayo sa harap ng Diyos. Lahat ng nagmamayabang tungkol sa kanilang sarili ay mapapahiya; ang mga nagpapakumbaba naman ay papurihan.

Sa isa pang pagtitipon, mariing binatikos ni Hesus ang mga pinuno ng relihiyon.

Sa inyo mga Pariseo, kalunos-lunos! Nagbibigay kayo ng sampung bahagi ng inyong mga halaman sa hardin ngunit hindi ninyo pinapahalagahan ang pagiging makatarungan, pagmamahal, at pagpapakumbaba sa inyong Diyos. Dapat ninyong gawin ang mga ito pati na rin sa pagbibigay ng inyong mga halaman. Gusto ninyo ang mga upuan sa mga pinakamahalagang lugar sa sinagoga at ang paggalang na inyong natatanggap sa pamilihan. Gustung-gusto ninyo ang inyong hitsura habang suot ang inyong magarbong damit at sinasabi ang inyong mahahabang panalangin. Sa inyo mga eskriba, nagpapabigat kayo sa mga tao ng mga pasanin na hindi na nila kayang dalhin, at hindi ninyo man lang ginagalaw ang inyong mga daliri para tulungan sila.

Lahat kayo ay mga mapagkunwari! Sinasabi ninyo na sang-ayon kayo sa ginawa ng inyong mga ninuno, ngunit sila ang pumatay sa mga propeta. Nagpadala ng mga propeta ang Diyos sa kanila, ngunit ang iba ay pinatay at ang iba ay pinahamak. Ang henerasyong ito ang mananagot sa dugo ng lahat ng mga propeta na kailanman ay pinatay. Kayo ay mga batong puntod na maganda sa panlabas na anyo ngunit sa loob ay patay at marumi.

Ikinuwento ni Hesus sa kanila ang isa pang talinghaga tungkol sa isang may-ari ng lupa na nagtanim ng ubasan at mga gusali para protektahan ito. Pagkatapos ay ipinaupa niya ang ubasan sa ilang magsasaka at umalis. Nang malapit na ang oras ng pag-ani, ipinadala niya ang kanyang mga alipin sa mga nangungupahan para kunin ang kanyang mga bunga. Binugbog ng mga nangungupahan ang isang alipin at pinatay ang dalawa pa. Nagpadala ang may-ari ng mas maraming alipin para mangolekta ng prutas, at ganoon din ang pakikitungo sa kanila ng mga nangungupahan. Sa huli, ipinadala ng may ari ang kanyang anak, sa pag aakalang tiyak na igagalang siya ng mga nangungupahan. Ngunit nang makita ng mga nangungupahan ang anak, sinabi nila sa isa't isa, "Ito ang tagapagmana. Patayin natin siya at kunin ang mana niya." Kaya pinatay din nila siya.

Tinanong ni Hesus ang mga naroroon, "Pagdating ng may-ari ng ubasan, ano ang gagawin niya sa mga nangungupahan?"

Sinabi ng mga Pariseo, "Lilipulin niya ang mga masasamang nangungupahan na ito at ipapaupa niya ang ubasan sa ibang mga nangungupahan."

Sinabi ni Hesus sa kanila, "Nabasa ninyo sa Kasulatan: 'Ang batong itinakwil ng mga tagapagtayo ay naging batong panulukan.' Samakatuwid, ang kaharian ng Diyos ay aalisin sa inyo at ibibigay sa mga taong magbubunga." Alam ng mga lider ng relihiyon na sila ang tinutukoy niya.

Sinabi ni Hesus sa mga pinuno ng relihiyon ang isa pang talinghaga na may parehong mensahe. Sa kuwentong ito, mayroong isang ama na may dalawang anak at hiningi niya sa kanila na magtrabaho sa kanilang pamilyang ubasan. Sinabi ng una na hindi siya pupunta, ngunit sa huli ay nagbago ng isip at nagtrabaho. Sinabi naman ng pangalawa na pupunta siya, ngunit hindi nagtrabaho. Tinanong ni Hesus ang mga pinuno ng relihiyon kung alin sa mga anak ang gumawa ng nais ng kanilang ama, at lahat sila ay sumang-ayon na ang una ang gumawa ng nais ng ama. Nang marinig ang kanilang sagot, sinabi ni Hesus sa kanila, "Tunay na sinasabi ko sa inyo, ang mga taong inaakala ninyong masama ay papasok sa kaharian ng Diyos bago pa kayo. Dumating si Juan at nagpakita sa inyo kung paano mabuhay. Hindi kayo sumunod, ngunit ang mga inaakala ninyong masama ay sumunod." Ang mga kilos, hindi ang mga magagandang salita, ang nagpapakita ng tunay na paniniwala at nais ng isang tao.

Matapos marinig ang mga pagsaway na ito at maalaala ang lahat ng iba pang mga bagay na sinabi ni Hesus sa kanila noong nakaraan, ang mga Pariseo at mga eskriba ay tapos na sa pagtatalo. Naghanap sila ng paraan upang madakip siya, ngunit natakot sila sa karamihan dahil inaakala ng karamihan na siya ay isang propeta. Pinagmasdan nilang mabuti si Hesus at nagpadala ng mga espiya na nagpanggap na taos-puso upang bitagin siya at maghanap ng isang bagay na sinabi niya para maibigay nila siya sa Romanong gobernador. Tinanong siya ng mga tiktik na ito: "Guro, alam naming nagsasalita ka at nagtuturo ng tama, na ikaw ay makatarungan at nagtuturo ng daan ng Diyos. Tama ba na magbayad tayo ng buwis kay Cesar o hindi?"

Nakita ni Hesus ang kanilang matalinong patibong at tinanong sila, "Ipakita ninyo sa akin ang isang barya. Kaninong imahe at inskripsiyon ang nakasulat dito "

"Kay Cesar," sagot nila.

Sinabi sa kanila ni Hesus, "Ibigay ninyo kay Cesar ang kay Cesar, at ibigay sa Diyos ang sa Diyos." Namangha sa kanyang sagot, sila'y nanahimik at hindi nakahanap ng paraan upang mahuli siya sa anumang sinabi niya sa harap ng maraming tao.

Mga Pangalan ni Hesus

Maraming pangalan ang ginamit ng mga tao para sa Hesus. Sa maraming siglo, ang mga tao ay nakilala sa kanilang pamilya, kaya ang tao ay nakikilala si Hesus bilang si Hesus, anak ni Jose at Mary. Sa Lumang Tipan, maraming pangalan ang ginamit para sa Mesiyas, at sa panahon at pagkatapos ng kanyang ministeryo, ginamit ng mga tao ang iba't ibang pangalan para tawagin si Hesus at ang Mesiyas. Narito ang ilan sa mga pangalang ginamit para sa kanila.

Makapangyarihan sa lahat	Hari ng mga Hari	Tagapagligtas
Alpha at Omega	Tupa ng Diyos, Tupa	Anak ng Tao, ang Anak
Tagapamagitan	Ilaw ng Sanlibutan	Muling Pagkabuhay at Buhay
Tinapay ng Buhay	Leon ng Angkan ni Juda	Guro, Rabbi
Nobiyo	Mesiyas/Kristo	Ang Pinto

Walang Hanggang Ama	Dakilang Diyos	Ang Katotohanan
Diyos, Panginoon	Prinsipe ng Kapayapaan, Prinsipe	Ang Daan
Mabuting Pastol	Propeta	Ang Salita
Dakilang Mataas na Pari	Tagapagligtas	Tunay na Ubas
Ulo ng Simbahan	Muling nabuhay na Panginoon	Kamangha-manghang Tagapayo
Hukom	Bato	

PAG-ARESTO, PAGLILITIS, AT PAGBITAY
Mga Pinunong Relihiyoso,
Matagumpay na Napatay si Lazaro

Sa kanyang ikatlong taon ng ministeryo, si Lazaro ay nagsimulang magsalita ng mas madalas tungkol sa pagiging isang lingkod at sa kanyang sariling kamatayan. Hanggang sa puntong iyon, naging maingat siya sa pag-uusap tungkol sa kanyang papel sa mundo. Madalas niyang sabihin ang tungkol sa kanyang sarili bilang Anak ng Tao o bilang "siya" sa halip na "ako" at gumamit ng mga simbolo kapag nagsasalita siya tungkol sa kanyang sarili. Halimbawa, sinabi niya, "Ako ang tinapay ng buhay; hindi magugutom ang lumalapit sa akin. Ako ang pagkabuhay na mag-uli at ang buhay—ang sumasampalataya sa akin ay mabubuhay, kahit sila'y mamatay."

Tinanggap niya na tawagin siyang "guro" at "propeta" ngunit pinatahimik niya ang mga demonyo kapag sinasabi nilang siya ay ang Mesiyas. Nagpakita siya ng mga himala sa publiko na tumupad sa mga hula tungkol sa kanya bilang ang Mesiyas, ang Lingkod-Hari na tinukoy ng mga propeta. Gayunman, ipinakiusap niya sa iba na huwag pag-usapan ang mga himalang nagawa niya para sa kanila na nagpapatunay na siya ang Mesiyas, at kung minsan ay hindi siya gumawa ng aksyon dahil "hindi pa tama ang panahon."

Naiinip na ang ilang Hudyo at gustong malaman kung siya ba ang Mesiyas. Tinukoy niya ang Diyos bilang kanyang Ama sa langit at nagsalita tungkol sa kaharian ng Diyos na dumating. Ang ilan ay humanga sa kanyang kapangyarihan, ngunit ang mga bagay na sinabi niya ay lubhang kakaiba na ang ilan ay gustong batuhin siya–kasalanan ang pag-angkin na siya ay Diyos. Para sa mga lider ng relihiyon, inaakay ni Lazaro ang mga Hudyo mula sa katotohanan, at ang simbolismong ginamit niya ay nakalilito sa kaniyang mga alagad.

Hindi rin tuwirang binanggit ni Lazaro ang tungkol sa kanyang sariling kamatayan at kung paano ito hahantong sa buhay na walang hanggan sa langit. Halimbawa, tinawag niya ang kanyang sarili na "mabuting pastol."

Ako ang mabuting pastol at ang pintuan para sa mga tupa na nakakakilala at nakikinig sa kanyang tinig. Alam niya ang pangalan ng bawat isa at pinangunahan niya sila palabas. Nauna siya sa kanila at sinundan siya ng mga ito. Ako ang pintuang-bayan—ang pumapasok sa pamamagitan ko ay maliligtas at makakasumpong ng pastulan. Ako ay naparito upang sila ay magkaroon ng buo at masaganang buhay! Ang mabuting pastol ay nag-aalay ng kanyang buhay para sa mga tupa. Mayroon akong ibang mga tupa na wala rito, at kailangan kong dalhin sila dahil makikinig sila sa aking tinig. Magkakaroon ng isang kawan at isang pastol. Mahal ako ng aking Ama dahil ibinibigay ko ang aking buhay, upang kunin itong muli. Walang kumukuha nito sa akin — pinili kong ibigay ito.

Matapos buhayin ni Lazaro si Lazaro mula sa mga patay, sinabi ng ilang Hudyo sa mga Pariseo ang ginawa ni Hesus. Ang mga punong pari at ang mga Pariseo ay nagpatawag ng isang pagpupulong ng lahat ng mga pinuno ng relihiyon at pinagtatalunan kung ano ang dapat nilang gawin. "Ang taong ito ay gumagawa ng maraming tanda, at kung hahayaan natin siyang magpatuloy, lahat ay maniniwala sa kanya. Pagkatapos ay kukunin ng mga Romano kapuwa ang ating templo at ang ating bansa." Sinabi ng pinakapunong pari, "Mas mabuti pang mamatay ang isang tao para sa bayan kaysa hayaang mapahamak ang buong bansa." Mula sa araw na iyon, lahat sila ay nagbalak na hulihin si Hesus at patayin siya.

Papasok si Hesus sa Jerusalem

Dumating na ang panahon ni Hesus. Kasama ang kanyang mga alagad at iba pang tagasunod, naglakad siya papuntang Jerusalem para sa pagdiriwang ng Pista ng Paskwa sa tagsibol. Bago pumasok sa siyudad, nagpadala siya ng dalawang alagad upang kumuha ng isang asno at ng kanyang anak. Ito ay upang matupad ang hula ni propeta Zacarias tungkol sa Mesiyas: "Ang inyong hari ay paparating sa inyo, maamo at sakay ang anak ng asno."

Dinala sa kanya ng mga alagad ang asno at anak nito at inilagay ang kanilang mga balabal para upuan ni Hesus. Napakaraming tao ang nagpakalat ng kanilang mga balabal sa daan nang pumasok siya sa lungsod, at ang iba ay pumutol ng mga sanga mula sa mga puno at ikinalat ang mga ito sa daan. Ang mga tao sa daan ay sumigaw, "Hosana sa Anak ni David! Mapalad siya na dumarating sa pangalan ng Panginoon!"

Nabuhayan ng sigla ang buong lungsod at nagtatanong ang mga tao kung sino ang dahilan ng kaguluhan. Sinabi ng mga tao na si Hesus, ang propeta mula sa Nazaret, ang nagdulot ng ganitong kaganapan. Bumalik siya sa Templo at pinalayas ang lahat ng nagtitinda at nangangalakal doon.

Ang Huling Hapunan kasama ang mga Disipulo

Huwebes ng gabi bago ang Paskwa, alam ni Hesus na oras na para umalis siya sa mundong ito at bumalik sa Diyos sa langit. Tinipon niya ang 12 alagad sa silid sa itaas ng tahanan ng isang kaibigan para sa hapunan.

Habang kumakain, tumayo si Hesus at hinubad ang kanyang balabal. Binalot niya ng tuwalya ang sa kanyan baywang at binuhusan ng tubig ang isang malaking mangkok. Sinimulan niyang hugasan ang mga paa ng kanyang mga alagad at tinuyo nito gamit ang tuwalya. Tinanong ni Simon Pedro kung bakit kailangan niyang hugasan ang kanilang mga paa at sinabing hindi dapat gawin iyon ni Hesus. Ngunit sinabi ni Hesus, "Kung hindi kita huhugasan, hindi ka makakasama sa akin."

Matapos hugasan at patuyuin ni Hesus ang lahat ng kanilang mga paa, bumalik siya sa mesa. Tinanong niya ang mga lalaki, "Nauunawaan ba ninyo ang ginawa ko para sa inyo? Tinatawag mo akong 'Guro' at 'Panginoon,' na parehong tama. Ngunit hinugasan ko ang inyong mga paa upang magpakita ng halimbawa, upang gawin ninyo ang ginawa ko sa inyo."

Habang sila ay kumakain pa, ibinahagi ni Hesus ang isang tinapay upang magkaroon ang bawat isa ng kanyang bahagi. Pagkatapos ng panalangin, kinuha niya ang tinapay at sinabi, "Ito ang aking katawan, na ibinibigay para sa inyo. Kainin ninyo ito at alalahanin ninyo ako." Pagkatapos kumain ng tinapay, ipinasa ni Hesus ang isang kopa ng alak at sinabi, "Lahat kayo ay uminom mula sa kopa na ito. Ito ang aking dugo, ang bagong kasunduan, na nabubuhos para sa maraming tao upang patawarin ang kanilang mga kasalanan." (Ang "hapunang" ito ay naging kilala bilang Hapunan ng Panginoon.)

Sa nalalabing bahagi ng pagkain, nagsimulang magtalo ang mga disipulo sa kanilang sarili kung sino ang magkakaroon ng iba't ibang posisyon sa ilalim ni Hesus kapag siya ang naging hari. Akala nina Santiago at Juan sila ang pinakamagaling at hiniling nila kay Hesus na hayaan silang umupo sa magkabilang panig ng kanyang trono. Nagalit ang iba nang marinig ang hiniling nina Santiago at Juan.

Tinipon ni Hesus ang mga alagad at sinabi, "Ang mga Romanong pinuno ay lubhang mapagmalaki at gusto nilang magpakita ng kanilang kapangyarihan sa lahat ng mga Hudyo. Ngunit hindi dapat kayong magpakatulad sa kanila. Sa halip, sinumang nagnanais na maging dakila ay dapat maging lingkod, at sinumang nagnanais na maging unang-una ay dapat maging alipin ng lahat. Dahil kahit ang Anak ng Tao ay hindi naparito upang paglingkuran kundi upang maglingkod at ibigay ang kanyang buhay para sa marami."

Hinulaan ni Hesus ang Kanyang Pagtataksil

Pagkatapos ay sinabi ni Hesus na isa sa kanila ang magtataksil sa kanya. Natigilan ang kanyang mga alagad at nakatitig sa isa't isa. Si Juan ay nakaupo sa tabi ni Hesus at tahimik na tinanong siya kung sino ang taksil. Tahimik na sumagot si Hesus na ito ang taong bibigyan niya ng isang piraso ng tinapay pagkatapos niyang ibabad ito sa kanilang pinagsaluhang ulam. Pagkatapos ay nagbigay siya ng isang piraso ng tinapay kay Hudas Iscariote. Pagkakuha ni Hudas ng tinapay, sinabihan siya ni Hesus na gawin ang gagawin niya.

Wala sa ibang mga alagad ang nakakaalam kung ano ang nangyayari. Si Hudas ang namamahala sa pera ng mga alagad, kaya inisip ng ilan sa kanila na bibili siya ng isang bagay para sa kapistahan o magbibigay ng pera sa mga dukha. Ngunit sa katotohanan, nakipagkasundo si Hudas sa mga Pariseo na ipaaresto si Hesus nang gabing iyon nang wala ang mga tao. Inalok niyang kilalanin si Hesus kapalit ng 30 pirasong pilak.

Nagbigay si Hesus ng Bagong Utos at Hinulaan ang Pagtanggi ni Pedro
Pagkaalis ni Hudas, sinabi ni Hesus sa iba, "Hindi na ako makakasama pa. Ang Anak ng Tao ay ibibigay upang patayin. Hindi ka makakapunta sa pupuntahan ko. Ngunit kung mahal mo ako, sundin mo ang aking mga utos. At ngayon ay binibigyan ko kayo ng bagong utos: Magmahalan kayo gaya ng pagmamahal ko sa inyo. Sa pamamagitan ng inyong pagmamahal sa isa't isa malalaman ng mga tao na kayo ay aking mga alagad. Ang pinakadakilang pag-ibig ay ang isakripisyo ang iyong buhay para iligtas ang iba."

Nang tanungin ni Pedro, "Panginoon, bakit hindi ako makakasama sa iyo? Handa akong mamatay para sa iyo."

Sinabi ni Hesus, "Talaga? Sinasabi ko sa iyo, ngayong gabi, tatlong beses mong tatakwilin ako bago tumilaok ang manok! Lahat kayo ay mag-iiwan sa akin, tulad ng sinabi ng propeta na si Zacarias, 'Ako ay papatay sa pastol, at ang mga tupa ng kawan ay magkakalat.' Ngunit pagkatapos na akong muling nabuhay, magpupunta ako sa inyo sa Galilea."

Inaaliw ni Hesus ang Kanyang mga Disipolo
Ipinagpatuloy ni Hesus ang pagtalakay sa kanyang pag-alis. "Huwag kang mag-alala. Ipaghahanda ko kayo ng lugar sa bahay ng aking Ama. Babalik ako at isasama kita."

Sinabi ni Tomas na hindi nila alam kung saan siya pupunta, kaya hindi nila alam ang daan. Sumagot si Hesus:

Ako ang daan at ang katotohanan at ang buhay. Walang makakarating sa Ama maliban sa pamamagitan ko. Kung kilala ninyo ako, kilala rin ninyo ang aking Ama. Ang sinumang nakakita sa akin ay nakakita sa Ama. Sinasabi ko ang mga salita ng Ama na nabubuhay sa akin at pinatutupad ang gawain. Ang mga sumasampalataya sa akin ay gagawin ang aking ginagawa, at gagawa sila ng higit pang mga bagay kaysa sa mga ito, sapagkat ako ay pupunta sa Ama.

Bibigyan ka ng Diyos ng Espiritu na tutulong sa iyo at makakasama mo magpakailanman. Hindi mauunawaan ng mundo ang anumang bagay tungkol sa di-nakikita na Espiritung ito, ngunit ito ay nasa inyo. Hindi nagtagal, hindi na ako makikita ng mundo, ngunit hindi ko kayo iiwan bilang mga ulila — lalapit ako sa inyo, at makikita ninyo ako. Dahil ako ay nabubuhay, ikaw din ay mabubuhay. Ituturo sa iyo ng Espiritu ang lahat ng bagay at ipapaalala sa iyo ang lahat ng sinabi ko sa iyo.

Ako ang tunay na puno ng ubas. Kayo ang mga sanga at ang Diyos ang hardinero na nagpuputol ng mga patay na sanga at nagpuputol ng mga buhay na sanga upang mas marami silang bunga. Walang sanga ang maaaring magbunga nang kusa; Kailangang manatiling konektado ito sa puno ng ubas. Hindi kayo magbubunga kung hindi kayo mananatiling malapit sa akin; bukod sa akin wala ka nang magagawa. Magbunga ng maraming bunga upang ipakita na kayo ay aking mga disipulo. Pinili ko kayo upang magbunga na magtatagal.

Kung ang mundo ay napopoot sa iyo, alalahanin mo na sa una ay napopoot na rin sa akin. Kung ang mundo ay nag-uusig sa akin, sa iyo rin ay mag-uusig. Ngunit ito ay upang tuparin ang nakasulat sa kanilang batas: "Inapi nila ako ng walang dahilan." Iniwan ko sa inyo ang aking kapayapaan. Sa mundong ito, mayroon kang mga problema, ngunit huwag kang mawalan ng pag-asa–ako ay nanaig sa mundo!

Sinabi ni Hesus na si Satanas, ang prinsipe ng mundong ito, ay darating para sa kanya. Umalis silang lahat sa silid sa itaas at naglakad patungo sa hardin ng Getsemani sa labas lamang ng mga pader ng lungsod.

Ang Halamanan ng Getsemani

Pagdating nila sa hardin, labis na nalungkot si Hesus. Sinabi niya sa kanyang mga disipulo na ipagdasal siya habang papunta siya sa hardin kasama sina Pedro, Santiago, at Juan. Sinabi niya sa tatlong lalaki na manatili sa kanya at bantayan ang anumang maaaring dumating sa kanila. Pagkatapos ay pumunta pa siya sa hardin at nanalangin sa Diyos, na nagsasabi, "Kung maaari, ilayo mo sa akin ang kopang ito. Pero gawin mo ang dapat mong gawin, hindi ang gusto ko."

Ilan pang beses siyang bumalik sa kanyang tatlong alagad at sa bawat pagkakataon ay natutulog sila, hindi nagbabantay. Sinabi niya kay Pedro, "Hindi mo ba kayang magbantay ng isang oras? Bantayan mo at ipanalangin mo ang iyong sarili upang hindi ka malinlang. Ang espiritu ay handang magpakasakit, ngunit ang laman ay mahina."

Nagpakita lang si Hudas Iscariote kasama ang mga lingkod ng mga punong pari at matatanda ng bayan at maraming lalaking armado ng mga espada at mga palo dahil inaasahan nilang magkakaroon ng away. Isinaayos ni Hudas na halikan si Hesus bilang hudyat upang ipahiwatig kung sino ang kanilang huhulihin. Lumapit si Hudas kay Hesus at hinalikan siya ng tradisyonal na pagbati para sa isang rabbi.

Pagkatapos ay sinunggaban ng mga armadong lalaki si Hesus. Mabilis na kumilos si Pedro upang ipagtanggol siya–binunot niya ang kanyang espada at pinutol ang tainga ng isang alipin ng mataas na pari.

Sinabi ni Hesus kay Pedro, "Isantabi mo ang iyong tabak. Ang mga gumagamit ng tabak ay mamamatay sa pamamagitan ng tabak. Maaari kong tawagin ang aking Ama at siya ay magpapadala ng mga anghel upang iligtas ako. Ngunit upang matupad ang Kasulatan, kailangan na mangyari ito."

Pagkatapos ay pinagaling ni Hesus ang tainga ng alipin at humarap sa mga dumating upang arestuhin siya at sinabi, "Ako ba ay namumuno sa isang paghihimagsik kaya kailangan ninyong magdala ng mga espada at mga pamalo upang mahuli ako? Nakaupo ako sa Templo na nagtuturo at hindi ninyo ako hinuli. Ngunit ito ay nangyayari upang matupad ang mga isinulat ng mga propeta." Nang makitang nahuli na si Hesus, ang lahat ng mga disipulo ay umalis kaagad ng tahimik.

Si Hesus sa Harap ng Sanedrin

Kalagitnaan na ng gabi at dinala si Hesus upang salubungin ang lahat ng miyembro ng Sanedrin. Naghahanap sila ng matibay na ebidensya laban kay Hesus para bigyang-katwiran na patayin siya, ngunit walang ibinigay na ebidensya. Sa wakas, dalawang miyembro ang nagsabi na si Hesus ay nag-angkin na kaya niyang sirain ang Templo ng Diyos at ibangon ito sa loob ng tatlong araw.

Itinanong ng pangulong pari kay Hesus kung totoo ba ito, ngunit nanatiling tahimik si Hesus. Hiniling ng pangulong pari na sabihin niya kung siya ba ang Mesiyas, ang Anak ng Diyos. Sumagot si Hesus, "Oo, sinabi mo."

Nang marinig ito ng pinunong pari, pinunit niya ang kanyang damit at sinabing, "Nagpakita ka ng kawalang-galang sa Diyos! Hindi na natin kailangan ng iba pang mga saksi! Ano po ba ang dapat nating gawin?"

Sumagot ang iba, "Kailangan niyang mamatay!" Dinuraan nila siya sa mukha ni Hesus at sinuntok siya ng kanilang mga kamao. Hinampas at inalipusta rin siya ng iba, sabay nilang sinabi, "Magpakita ka ng hula! Sino ang sumuntok sa iyo?"

Nakita ni Hudas ang nangyayari at napagtanto niyang nakagawa siya ng masama. Dinala niya ang 30 pirasong pilak sa pinunong pari at sinabing ipinagkanulo niya ang isang inosenteng tao. Nang sabihin ng mga pinuno ng relihiyon na wala silang pakialam, inihagis ni Hudas ang mga pilak na barya sa Templo, umalis sa lugar, at nagpakamatay.

Pinulot ng mga punong pari ang mga barya at ginamit ang pera para bumili ng bukid bilang libingan ng mga dayuhan. Hinulaan ito ni propeta Jeremias nang isulat niya ilang siglo na ang nakararaan, "Kinuha nila ang 30 pirasong pilak at ginamit sa pagbili ng libingan para sa mga maralita."

Sinundan ni Pedro si Hesus mula sa malayo pagkatapos na arestuhin sa hardin. Pumasok siya sa looban ng punong pari at naupo kasama ng mga bantay upang tingnan kung ano ang mangyayari. Lumapit sa kanya ang isang alilang babae at sinabing kasama niya si Hesus.

Ngunit pinabulaanan ito ni Pedro at lumabas siya patungo sa pintuan ng bakuran. Nakita siya ng isa pang katulong na babae at sinabihan ang iba na nakita niya ito kasama si Hesus. Ngunit pinabulaanan ulit ito ni Pedro at sumumpa na hindi niya kilala si Hesus.

Pagkaraan ng ilang sandali, sinabi ng mga nakatayo roon kay Pedro, "Natitiyak kong isa ka sa kanila; nabubunyag ka ng iyong puntong taga-Galilea." Malakas na nagmura si Pedro at nanumpa na hindi niya kilala ang lalaki. Agad tumilaok ang isang tandang. Naalala tuloy ni Pedro na sinabi ni Hesus na ikakaila niya si Hesus nang tatlong beses bago tumilaok ang manok. Umalis siya at umiyak ng umiyak.

Hinarap ni Hesus si Pilato

Nang madaling araw ng Biyernes, ang mga pinunong pari at lahat ng mga lider ng relihiyon ay nagplano na ipapatay si Hesus sa mga Romano. Iginapos nila siya at ibinigay kay Poncio Pilato, ang gobernador. Tinanong ni Pilato si Hesus, "Ikaw ba ang hari ng mga Hudyo?"

"Oo, tulad ng sinasabi mo," sagot ni Hesus.

Tinanong siya ni Pilato, "Hindi mo ba naririnig ang mga paratang nila laban sa iyo?" Ngunit muli, hindi tumugon si Hesus sa mga paratang. Namangha si Pilato na hindi ipinagtanggol ni Hesus ang kanyang sarili.

Sa pagsapit ng Kapistahan, kadalasang nagpapakawala ng bilanggo ang gobernador na pinili ng karamihan. Sa panahong iyon, isang kilalang rebolusyonaryo na pinangalanang Barabbas ang nakabilanggo dahil sa pagpatay sa isang tao noong pag-aaklas laban sa mga Romano. Nang magtipon-tipon ang mga tao, tinanong ni Pilato sila, "Sino sa dalawang ito ang nais ninyong pakawalan ko: si Barabbas o si Hesus na tinatawag na Mesiyas?" Ang mga pangunahing pari at mga nakatatanda ay nag-udyok sa mga tao na piliin Barabbas at ipapatay si Hesus. (Alam ni Pilato na nais nilang patayin si Hesus upang protektahan ang kanilang kapangyarihan.)

Sumagot ang karamihan, "Barabas."

Pagkatapos ay itinanong ni Pilato, "Ano ang dapat kong gawin kay Hesus, ang tinatawag na Mesiyas?"

Sumagot ang karamihan, "Ipako siya sa krus!"

Nagtaka si Pilato kung bakit gusto ng mga tao na patayin si Hesus. Sinabi niya sa karamihan na sila mismo ang dapat na humarap sa kanya, ngunit sinabi ng mga lider ng relihiyon na hindi sila pinapayagang pumatay ng isang tao. Iginiit ng mga pinunong Hudyo, "Ayon sa ating Kautusan, dapat siyang mamatay dahil sinabi niyang siya ang Anak ng Diyos."

Nang marinig ito ni Pilato, natakot siya at pumasok sa loob ng palasyo at kinausap si Hesus. Sinabi ni Pilato kay Hesus na may kapangyarihan siyang palayain siya o ipako sa krus. Sinabi ni Hesus, "Hindi ka magkakaroon ng anumang kapangyarihan sa akin maliban kung ito ay ibinigay sa iyo mula sa itaas."

Tinanong ni Pilato si Hesus kung bakit nais siyang patayin ng kanyang mga kababayan. Sinabi ni Hesus, "Ang aking kaharian ay hindi bahagi ng mundong ito. Ipanganak akong maging hari at magdala ng katotohanan sa mundo."

Sumagot si Pilato, "Ano ang katotohanan?"

Hindi tumugon si Hesus, at gusto siyang palayain ni Pilato dahil wala siyang ginawang masama. Ngunit sinabi ng mga pinunong Hudyo na kung pakakawalan niya si Hesus, hindi siya kaibigan ni Cesar–iisa lamang ang hari, at sinumang nag-aangking hari ay sumasalungat kay Cesar. Sinabi rin ng mga pinuno na si Hesus ay hindi sumusunod sa kanilang relihiyon–ang kanyang mga turo ay nagdulot ng iba't ibang paniniwala ng mga tao. Hindi nila siya ibibigay kay Pilato kung wala siyang ginawang mali.

Nang marinig ni Pilato na si Hesus ay mula sa Galilea, isinugo niya ito upang tanungin ni Herodes, ang pinuno ng pamahalaan sa Galilea. Si Herodes ay nasa Jerusalem para sa Paskwa at natuwa sa wakas at nakilala niya si Hesus, na sikat sa buong Palestina. Ngunit walang nakitang mali si Herodes kay Hesus at pinabalik siya kay Pilato.

Nang bumalik si Hesus, muling lumapit si Pilato sa karamihan at nagtanong, "Bakit ninyo gustong ipako siya sa krus? Anong kasalanan ang kaniyang nagawa? Wala kaming nakitang kasalanan sa kaniya."

Ngunit patuloy pa rin ang sigaw ng karamihan, "Ipako sa krus siya." Gusto nilang magdusa si ?Hesus sa parusang kamatayan. Sinabi ni Pilato sa kanila, "Ito ang inyong hari."

Sumagot ang mga tao, "Wala kaming hari maliban kay Cesar."

Nayamot si Pilato at naghugas siya ng kanyang mga kamay sa harap ng mga tao, at sinabi, "Wala akong kasalanan sa pagkamatay ng taong ito. Responsibilidad ninyo ito!"

Sumagot ang mga tao, "Kami at ang aming mga anak ang may pananagutan sa kanyang kamatayan."

Pagpapahirap at Pagpatay

Pagkatapos ay pinalaya ni Pilato si Barabas at kinuha ng mga sundalong Romano si Hesus at pinahirapan siya. Pinalibutan nila siya, hinubad ang lahat ng kanyang damit at nilagyan siya ng balabal, at pinilipit nila ang mga mahahabang tinik at ginawang korona at ipinatong ito sa kanyang ulo. Pinagtawanan nila siya, dinuraan, binugbog, at paulit-ulit na hinampas sa ulo kaya lumalim ang mga tinik sa kanyang ulo. Hinubad nila ang balabal, isinuot muli ang kanyang sariling damit, at inakay siya palayo upang hagupitin ng malupit.

Matapos siyang latiguhin, pinasan ni Hesus ang malaking krus sa mga lansangan. Hindi nagtagal ay napakabigat ng krus para sa kanya, kaya dinala ito ng isang Hudyong lalaki mula sa Africa sa natitirang bahagi ng daan. Malaking bilang ng mga tao ang sumunod sa kanila, kabilang ang mga babaeng umiyak ng malakas para sa kanya.

Sa isang burol sa labas ng mga pader ng lungsod na tinatawag na Golgota (nangangahulugang lugar ng bungo), ipinako si Hesus sa krus. Dalawang karaniwang kriminal ang ipinako sa krus kasama niya. Ibinaon ang malalaking pako sa kanyang mga kamay at paa, at ang krus ay itinaas nang mataas para makita ng lahat. Ang tanda sa itaas ng kanyang ulo ay nagsasabing, "HESUS NG NAZARETH, ANG HARI NG MGA HUDYO" at ito ay nakasulat sa tatlong wika. Nais ng mga Hudyo na sabihin sa tanda na sinabi niyang siya ang hari ng mga Hudyo, ngunit sinabi ni Pilato na isinulat niya ang gusto niyang sabihin.

Bandang tanghali nang ilagay sa lupa ang tatlong krus. Habang siya ay nakabitin sa krus, si Hesus ay inalok ng isang anyo ng alak ngunit siya ay tumanggi na inumin ito. Inangkin ng mga sundalong Romano na naroon ang kanyang damit sa pamamagitan ng pagpapalabunutan. (Ito ay nasakatuparan ng isa pang hula tungkol sa Mesiyas.)

Nang dumaan ang ilang tao, pinulaan nila siya, at sinabing, "Sinabi mo na papabagsakin mo ang Templo at itatayo mo ito sa loob ng tatlong araw—iligtas mo ang iyong sarili! Bumaba ka sa krus kung ikaw ay Anak ng Diyos!" Nagpunta rin sa bundok ang mga pinunong relihiyoso at pinulaan din nila siya. Sinabi nila sa karamihan, "Iniligtas niya ang iba, pero hindi niya kayang iligtas ang kanyang sarili! Kung siya ay hari ng Israel, bumaba siya ngayon mula sa krus, at saka kami maniniwala sa kanya. Siya ay nagtitiwala sa Diyos. Hayaan ninyong iligtas siya ng Diyos ngayon, dahil sinabi niya na siya ay Anak ng Diyos."

Ininsulto rin si Hesus ng isa sa dalawang lalaking ipinako sa krus sa tabi niya, na nagsabing, "Hindi ba't ikaw ang Mesiyas, Iligtas mo ang iyong sarili at kami!" Pero sabi ng isa pang kriminal, "Nakukuha natin ang nararapat sa atin. Ngunit walang ginawang masama ang taong ito." Pagkatapos ay bumaling siya kay Hesus at sinabi, "Alalahanin mo ako kapag pumasok ka sa iyong kaharian."

Sumagot si Hesus, "Sinasabi ko sa iyo, ngayong araw ay makakasama mo ako sa paraiso." Marami sa kanyang mga tagasunod ang nanood mula sa malayo. May ilan na nag-aasahan ng isang himala na mangyayari. Ang kanyang ina, ang kanyang tiyahin, si Maria Magdalena, at si Juan ay nasa ilalim ng krus, at habang nakapako si Hesus doon, sinabihan niya si Juan na alagaan ang kanyang ina. Sinabi rin niya sa Diyos, "Patawarin mo silang lahat, dahil hindi nila alam ang kanilang ginagawa."

Ang Kamatayan at Paglilibing kay Hesus

Nagdilim ang kalangitan sa loob ng tatlong oras matapos ilagay sa lupa ang mga krus. Alas tres ng hapon, sumigaw si Hesus sa malakas na tinig, "Diyos ko, bakit mo ako iniwan?" Hindi nagtagal pagkatapos niyon, sinabi niya, "Tapos na. Diyos, ibinibigay ko sa iyo ang aking espiritu."

Sa puntong iyon, yumanig ang lupa, bumagyo ang kalangitan, at ang makapal na kurtina ng Templo ay napunit sa dalawa mula sa itaas hanggang sa ibaba. Ang isang guwardiya na nagmamasid kay Hesus ay natakot at sumigaw, "Tiyak na siya ang Anak ng Diyos!" Napaiyak ang mga nanonood nang makita ang nangyayari at malungkot na umalis sa lugar.

Gabi na noong Biyernes at ayaw ng mga pinunong Hudyo ang mga bangkay na nakabitin sa araw ng Sabat. Hiniling nila kay Pilato na baliin ang kanilang mga binti upang mas mabilis na mamatay ang mga lalaki at maibaba ang mga katawan. Binali ng mga kawal ang mga binti ng dalawang lalaking ipinako sa krus kasama ni Hesus, ngunit nang lumapit sila kay Hesus at nakitang patay na siya, hindi nila binali ang kanyang mga binti. Sa halip, sinaksak ng isang sundalo ang tagiliran ni Hesus, at lumabas ang pinaghalong dugo at tubig (ito ay nagpapahiwatig na siya ay patay na). Ang mga bagay na ito ay natupad sa dalawang hula tungkol sa Mesiyas: "Wala sa kaniyang mga buto ang mababali" at "Titingnan nila ang kanilang tinarak."

Pagsapit ng gabi, isang mayamang lalaki na nagngangalang Jose mula sa Arimatea ang pinahintulutan na kunin ang bangkay ni Hesus. Kasama ni Jose si Nicodemus, ang lalaking bumisita kay Hesus sa gabi, upang ilibing ang bangkay sa isang bagong libingan na mayroong hiwa sa isang pader ng bato sa hardin. Nagdala si Nicodemo ng pinaghalong pabango, at binalot nilang dalawa ang katawan ni Hesus ng mga pabango sa mga piraso ng malinis na lino. Ito ang karaniwang paraan ng paglilibing ng mga Hudyo sa kanilang mga patay. Pagkatapos ay iginulong nila ang isang malaking bato sa harap ng pasukan ng libingan at umalis habang si Maria Magdalena at ang isa pang Maria ay nakaupo sa libingan. Dumating sila upang tingnan kung saan inilibing si Hesus upang makabalik sila pagkatapos ng Sabat at pahiran ang katawan.

Wala pang 24 oras ang lumipas mula nang makipagkita si Hesus sa kanyang mga disipulo para sa huling pagkain Huwebes ng gabi at nang ilibing si Hesus. Sa araw ng Sabat, muling pinuntahan ng mga punong pari at ng mga Pariseo si Pilato. Sinabi nila sa kanya na sinabi ni Hesus na babangon siya mula sa mga patay sa ikatlong araw. Para matiyak na hindi manakaw ng mga disipulo ang bangkay at sabihing buhay na siya muli, hiniling nila na protektahan ng mga guwardiyang Romano ang libingan. Inutusan ni Pilato ang mga bantay na tiyaking walang gumagambala sa libingan, at isang tatak ang inilagay sa bato upang matiyak na mananatiling sarado ito. Pagkatapos ay nagbantay ang mga sundalo sa libingan. Habang nangyayari ito, ang mga Hudyo ay nagdiriwang nuong Sabat habang patay si Hesus sa selyadong libingan. Siya ay 33 taong gulang nang siya ay mamatay, at ang kanyang ministeryo ay tumagal lamang ng tatlong taon.

BUHAY PAGKATAPOS NG KAMATAYAN
Si Hesus ay Bumalik mula sa Libingan

Bago magbukang-liwayway ng Linggo ng umaga, ilang mga babae ang pumunta sa libingan upang takpan ng mga pabango ang katawan ni Hesus. Humigit-kumulang 40 oras na ang nakalipas mula nang mamatay siya noong Biyernes ng hapon, at iniisip nila kung paano nila ipapagulong ang bato. Ngunit nang makarating sila sa libingan, nabuksan na ang bato. Pumasok sila sa libingan ngunit hindi nila nakita ang bangkay. Nagkaroon ng lindol kaninang umaga at isang anghel ang nagpagulong ng bato. Takot na takot ang mga bantay sa anghel kaya tumakbo sila palayo.

Habang nagtataka ang mga babae sa nangyari, dalawang lalaki na nakasuot ng maliwanag na damit ang pumasok sa libingan. Habang yumuyuko sa kanila ang mga natatakot na babae, sinabi ng mga anghel, "Bakit ninyo hinahanap ang buhay sa mga patay Wala si Hesus dito; Siya ay bumangon! Alalahanin kung paano niya sinabi sa inyo sa Galilea: 'Ang Anak ng Tao ay kailangang ibigay sa mga kamay ng mga makasalanan, ipako sa krus, at sa ikatlong araw ay muling mabubuhay.'" Tapos naalala nila ang sinabi niya.

Si Maria Magdalena ay isa sa mga babaeng pumunta sa libingan, at nagsimula siyang umiyak habang iniisip kung nasaan si Hesus. Lumapit sa kanya ang isang lalaki at tinanong kung bakit siya umiiyak. Sinabi niya sa lalaki, "Kinuha nila ang aking Panginoon, at hindi ko alam kung nasaan siya." Akala niya ang kausap niya ay ang hardinero at hindi niya namalayan na si Hesus iyon. Sinabi niya, "Ginoo, kung kinuha mo siya, sabihin mo sa akin kung saan mo siya inilagay at pupuntahan ko siya."

Pagkatapos ay sinabi ni Hesus, "Maria," at nakilala niya ang kanyang tinig. Napasigaw siya at niyakap siya nang mahigpit, at alam niyang hindi ito multo. Sinabi ni Hesus sa kanya na sabihin sa mga alagad na buhay siya at makikita sila sa Galilea.

Nagtakbuhan ang mga babae para sabihin sa 11 disipulo na si Hesus ay buhay, at sinabi ni Maria na nakita niya siya. Hindi pinaniwalaan ng mga alagad ang mga babae — walang kabuluhan ang sinabi nila. Tumakbo sina Pedro at Juan papunta sa libingan at pumasok sila sa loob. Nakita nilang nandoon lang ang mga tela na nakabalot sa katawan ni Hesus, pero hindi nila nakita si Hesus kaya hindi nila alam kung ano ang nangyari.

Ipinaalam ng ilang Romanong guwardiya sa mga pinuno ng relihiyon ang nangyari. Ang mga punong pari at matatanda ay nagbigay sa mga kawal ng malaking suhol at sinabi sa kanila na ang mga alagad ay dumating sa gabi at ninakaw ang bangkay habang sila ay natutulog. Dahil mahihirapan ang mga sundalong Romano kung mapapatunayan na natutulog sila sa trabaho o kung umalis sila sa kanilang pwesto, ipinangako ng mga lider ng mga Hudyo na bibigyan nila ng lagay ang gobernador kung malalaman niya ito. Kinuha ng mga kawal ang pera at ginawa ang itinuro sa kanila, at ang kuwento tungkol sa kung paano ninakaw ng mga alagad ang bangkay ay kumalat sa mga Hudyo.

Pagkita kay Hesus

Ang Daan patungong Emaus
Nang maglaon nang araw na iyon, dalawang lalaking sumunod kay Hesus ang naglalakad patungong Emaus, isang nayon na pitong milya mula sa Jerusalem. Habang pinag-uusapan nila ang nangyari, lumapit si Hesus at nagsimulang lumakad kasama nila. Hindi nila siya nakilala, at tinanong ni Hesus, "Ano ang iyong pinag-uusapan?"

Napatigil sila at may mga malungkot na mukha. Isa sa kanila ang nagsabi, "Ikaw ba'y ang tanging hindi nakakaalam kung ano ang nangyari sa Jerusalem nitong nakaraang mga araw?" Tinanong ni Hesus, "Anong mga bagay?"

Sumagot sila, "Ipinapatay ng mga punong pari at ng ating mga pinuno si Hesus ng Nazaret ng mga Romano. Siya ay isang makapangyarihang propeta para sa Diyos at sa mga tao, at lahat tayo ay umasa na siya ang magliligtas sa Israel. At ngayon lang namin nabalitaan na sa ikatlong araw na ito mula nang siya ay patayin, may mga babae na nagsabing nagpunta sila sa libingan ngunit hindi nila natagpuan ang kanyang bangkay. Nakita raw nila ang mga anghel na nagsabing buhay pa siya. Ang ilan sa aming mga kaibigan ay nagpunta sa libingan at natagpuan din ito na walang laman."

Sinabi ni Hesus sa kanila, "Tandaan ninyo ang sinabi ng mga propeta, na kailangang magdusa ang Mesiyas sa mga bagay na ito bago pumasok sa kanyang kaluwalhatian?" At sinimulang ipaliwanag niya ang lahat ng kasulatan patungkol sa kanya, simula pa kay Moises at hanggang sa lahat ng mga propeta.

Pagpasok nila sa Emaus, nanatili si Hesus sa pangunahing daan, ngunit hinimok siya ng dalawang lalaki na manatili sa kanila dahil nagdidilim na. Sumama sa kanila si Hesus, at nang magsimula silang kumain, kumuha siya ng tinapay, nagpasalamat, pinagputolputol, at ibinigay sa kanila. Nakita nila ang kanyang mga sugatang kamay at saka nila napagtanto kung sino siya.

Ngunit bigla na lang siyang nawala. Nagkuwentuhan sila kung gaano nila pinagpalang makasama siya at maipaliwanag sa kanila ang mga kasulatan. Kaagad silang bumangon at bumalik sa Jerusalem. Nakita nila ang sampung alagad (wala si Tomas) at sinabi nila na nakita nila si Hesus! Inilarawan nila kung ano ang nangyari sa daan at kung paano nila siya nakilala nang hatiin niya ang tinapay kasama nila.

Nagpakita si Hesus sa mga Disipulo

Nang gabing iyon, nagtatago ang mga alagad kasama ang mga nakasaradong pinto dahil takot silang baka sundan sila ng mga pinuno ng mga Hudyo. Dumating si Hesus at tumayo sa gitna nila, at sinabing, "Sumainyo ang kapayapaan!" Sila ay nagulat at natakot, at naisip na nakakakita sila ng multo. Ngunit sinabi ni Hesus sa kanila, "Huwag kayong matakot o mag-alala. Tingnan ninyo ang aking mga kamay at paa. Ako ito! Hipuin ninyo ako–hindi multo ang may laman at buto."

Ipinakita niya sa kanila ang kanyang mga kamay at paa at humingi ng makakain. Kumain siya ng isang pirasong lutong isda sa harapan nila. Ipinaliwanag niya sa kanila ang mga kasulatan upang makita nila na malinaw na ang lahat ng bagay ngayong alam nila na siya ang Mesiyas, ang Kristo.

Ito ang sinabi ko sa inyo dati: Kinakailangan maisakatuparan ang lahat ng nakasulat tungkol sa akin sa mga banal na kasulatan. Kinakailangang magdusa at mamatay ang Mesiyas, ngunit babangon siya mula sa patay sa ikatlong araw upang malaman ng buong mundo, mula sa Jerusalem, na ang mga nagsisisi ay patawarin sa kanilang mga kasalanan. Kayo ay mga saksi ng mga bagay na ito. Magpapadala ako sa inyo ng Espiritu ng Diyos.

Si Tomas ay hindi kasama ng mga alagad, at sinabi sa kanya ng ibang mga alagad, "Nakita namin ang Panginoon!" Ngunit hindi sila pinaniwalaan ni Tomas. Sinabi niya, "Hindi ako maniniwala sa inyo hangga't hindi ko nakikita ang mga marka ng pako sa kanyang mga kamay, ilagay ang aking daliri kung saan nakalagay ang mga pako, at ilagay ang aking kamay sa kanyang tagiliran."

Pagkalipas ng isang linggo, nandoon ulit ang lahat ng labing-isang alagad sa bahay. Nakasara ang mga pinto ngunit biglang lumitaw si Hesus at tumayo sa gitna nila at sinabi, "Sumainyo ang kapayapaan!" Tumingin siya kay Tomas at sinabi, "Ilagay mo rito ang iyong daliri at tingnan mo ang aking mga kamay. Isiksik mo rin ang iyong kamay at ilagay mo sa aking tagiliran. Huwag nang mag-alinlangan pa at maniwala ka na."

Sumagot si Tomas, "Panginoon ko at Diyos ko!"

Sinabi sa kanya ni Hesus, "Naniniwala ka na dahil nakita mo ako. Pinagpala silang hindi nakakita gayunma'y naniniwala."

Nagpakita si Hesus sa Galilea

Nagpakitang muli si Hesus sa ilan sa kanyang mga alagad malapit sa Dagat ng Galilea. Nangisda sila sa bangka ni Pedro noong gabi ngunit wala silang nahuli. Nang umagang iyon, tumayo si Hesus sa dalampasigan, ngunit hindi siya nakilala ng mga alagad. Tumawag siya sa malakas na boses at tinanong kung may nahuli silang isda. Wala raw silang nahuli.

Sinabi ni Hesus sa kanila na ihagis ang lambat sa kabilang panig ng bangka, at nang gawin nila ito, nahuli nila ang napakaraming isda kaya hindi nila mahatak ang lambat.

Sinabi ni Juan kay Pedro na si Hesus iyon! Nang marinig ito, tumalon si Pedro sa tubig at pumunta sa pampang. Ang ibang mga alagad ay pumunta sa pampang sakay ng bangka, na hinihila ang lambat na puno ng isda mula 300 talampakan ang layo. Pagdating nila, sinabihan sila ni Hesus na pumunta at kumain ng almusal at magdala ng ilang isda na kanilang nahuli. Alam nilang si Hesus iyon, lalo na nang bigyan sila ni Hesus ng tinapay at isda. Iyon ang ikatlong pagkakataong nagpakita si Hesus sa kanyang mga alagad pagkatapos niyang mabuhay muli.

Ibinalik ni Hesus si Pedro

Nang matapos silang kumain, tinanong ni Hesus si Pedro, "Mahal mo ba ako nang higit kaysa sa mga ito?" Sumagot si Pedro, "Oo, alam mo na mahal kita." Sinabi ni Hesus, "Pakainin mo ang aking mga tupa."

Tinanong siya ni Hesus sa pangalawang pagkakataon, "Pedro, mahal mo ba ako?" Sumagot muli si Pedro, "Oo, Panginoon, alam mong mahal kita." Sinabi ni Hesus, "Alagaan mo ang aking mga tupa."

Pagkatapos ay sinabi ni Hesus kay Pedro sa ikatlong pagkakataon, "Simon Pedro, anak ni Juan, mahal mo ba ako?" Nasaktan si Pedro dahil tinanong siya ni Hesus sa ikatlong pagkakataon. Sabi niya, "Panginoon, alam mo ang lahat; alam mo na mahal kita." Sinabi ni Hesus, "Pakainin mo ang aking mga tupa. Sumunod ka sa akin!" Tatlong beses nang itinatwa ni Pedro si Hesus, ngunit ngayon ay tatlong beses na niyang pinatunayan ang kanyang katapatan kay Hesus.

Mga Huling Salita at Aksyon

Habang nasa Galilea ang 11 alagad, sinabi ni Hesus sa kanila, "Binigyan ako ng lahat ng awtoridad sa langit at sa lupa. Lagi kitang kasama, kahit mamatay ka. Ngayon ay humayo ka at gumawa ka ng mga alagad sa lahat ng mga bansa. Binyagan mo sila at turuan silang sundin ang lahat ng sinabi ko sa iyo."

Pagkatapos ay pumunta sila sa isang lugar malapit sa Jerusalem. Tinanong ng mga alagad si Hesus kung kailan niya ibabalik ang kaharian ng Israel. Sinabi niya sa kanila, "Hindi ninyo dapat malaman ang oras o araw, tanging ang Diyos lamang ang nakakaalam. Ngunit kapag dumating sa inyo ang Banal na Espiritu, tatanggap kayo ng kapangyarihan at magiging mga saksi ko sa Jerusalem, sa Judea at Samaria, at sa buong mundo."

Matapos bumalik ang mga disipulo sa Jerusalem sa silid na kanilang tinutuluyan, sinamahan sila ng iba, kabilang ang ina ni Hesus at ang apat pa niyang anak na lalaki (Santiago, Joses, Judas, at Simon) at ilang babae. Dahil patay na si Judas Iscariote, sinabi ni Pedro na dapat siyang palitan. Isang kundisyon na kailangang matugunan ng kanyang kapalit ay tiyak na nakita niya si Hesus pagkatapos niyang mabuhay muli. Dalawang lalaki ang hinirang na naging kasama ni Hesus sa buong panahon ng kanyang ministeryo, mula sa panahon ni Juan Bautista hanggang noong umakyat si Hesus sa langit. Sa huli, si Matias ang napiling kahalili ni Judas Iscariote.

May mga 120 tao na tapat na sumunod kay Hesus at naniwala sa sinabi niya. Nanatili silang tapat na susundin ang kanyang halimbawa at maging saksi sa nangyari at sa sinabi ni Hesus.

Si Hesus ay hindi dumating bilang isang hari sa karaniwang paraan. Ang kanyang pagpasok sa isang maliit na bayan sa isang kamalig ay naglalarawan sa kanyang kababaang-loob. Bihira niyang gamitin ang kanyang kakaibang kapangyarihan maliban sa pagtulong sa iba. Ginawa niya ang paglilingkod nang higit sa lahat ay nakikipag-usap siya sa mga Hudyo–sila ay bayan ng Diyos ngunit hindi nila naunawaan kung ano ang sinubukang ituro sa kanila ng Diyos. Ang mga pagkilos at turo ni Hesus ay nagpakita rin ng pagtanggap ng Diyos sa lahat ng tao, hindi lamang sa mga Hudyo. Ang kanyang pagtuon sa mga taong nahirapan sa ilang paraan ay nagpakita ng ibang hanay ng mga priyoridad, at ang kanyang pagtanggi na sumunod sa mga tuntunin ng relihiyon ay nagpakita ng isang bagong paraan ng pag-iisip. Ang pag-ibig ang pinakamataas na priyoridad, hindi ang pagsunod sa mga tuntunin. Ang pagmamahal sa iba ay nagpapagaling sa katawan, isipan, at espiritu ng mga tao; Ang pag-ibig na sakripisyo ay nagdudulot ng kapayapaan sa puso ng tao at pagkakasundo sa ating relasyon sa isa't isa.

ANG MGA APOSTOL AY TUMUTUGON AT NAGKAKALAT
Kumalat ang Balita Tungkol kay Hesus Habang Inuusig ang mga Mananampalataya

Ang mga sumusunod kay Hesus ay sama-samang naghihintay sa Jerusalem para sa panahon na kung kailang nila matatanggap ang Espiritu ng Diyos. Noong pista ng mga Hudyo ng Shavuot (50 araw pagkatapos mamatay si Hesus), sila ay nagtipon sa isang malaking bahay. Biglang may narinig silang tunog na parang malakas na hangin na pinuno ang bahay, at mayroong mga bagay na parang mga dilang apoy na humipo sa bawat isa sa kanila. Silang lahat ay napuno ng Banal na Espiritu, at bawat isa ay nagsimulang magsalita sa ibang wika. (Ang pagdating ng Espiritu ay naging kilala bilang "Pentecostes.") Nang sila ay pumasok sa lungsod, nagulat ang mga Hudyo na nagmula sa Asia, Aprika, at Europa na marinig ang mga taga-Galilea na nagsasalita sa kanilang wika at nag-uusap tungkol sa mga kabighaan ng Diyos. Ang mga hindi nakakaalam ng ibang wika ay nang-asar sa kanila dahil sa akala nila ay lasing sila.

Namuno ni Pedro Habang Lumalaki ang Kilusan

Nagsalita si Pedro sa karamihan habang ang 11 pang disipulo ay nakapalibot sa kanya. Sinabi niya sa mga Hudyo na ang mga nagsasalita ng mga salitang hindi nila maintindihan ay hindi lasing. Sa halip, tinutupad nila ang mga hula na ginawa ni propeta Joel na ibubuhos ng Diyos ang Espiritu sa lahat ng tao, kapwa bata at matanda, lalaki at babae. Sinabi ni Pedro sa kanyang mga kapwa Israelita:

> Si Hesus ng Nazaret ay isang taong pinahintulutan ng Diyos na magpakita ng iba't ibang mga himala at mga tanda. Bahagi ng plano ng Diyos na siya ay ibinigay sa mga masasama upang ipapatay, ngunit binuhay siya ng Diyos mula sa kamatayan dahil hindi posible na mapigilan siya ng kamatayan. Pinangako

ng Diyos kay Haring David na darating ang isang kanyang magiging tagapagmana sa trono na magiging Mesiyas na namatay at nabuhay muli. Nakita natin na binuhay siya muli. Siguraduhin ninyo ito: ginawang Panginoon at Mesiyas ng Diyos si Hesus na inyong ipinako sa Krus.

Ang mga taong nakikinig nito ay nadama ang kanilang pagkakasala at tinanong nila si Pedro kung ano ang dapat nilang gawin. Sumagot si Pedro, "Magsisi kayo at magpabinyag sa pangalan ni Jesucristo para sa kapatawaran ng inyong mga kasalanan. Sa gayon kayo rin ay tatanggap ng kaloob na Banal na Espiritu. Iligtas ninyo ang inyong sarili sa tiwaling salinlahing ito." Ang mga tumanggap ng kanyang mensahe ay nabinyagan, at mga 3,000 katao ang sumapi sa kilusan sa araw na iyon.

Nang sumunod na araw, nagpunta sina Pedro at Juan sa Templo sa oras ng panalangin. Ang isang taong bingi mula pa pagkabata ay nanlimos araw-araw sa pintuan ng Templo para sa pera. Sinabi ni Pedro, "Wala akong pilak o ginto, ngunit ang meron ako ay ibibigay ko sa iyo. Sa pangalan ni Jesucristo ng Nazaret, lumakad ka." Kinuha niya ang kamay ng lalaki at tinulungan itong tumayo. Ang mga paa at bukung-bukong ng lalaki ay biglang naging malakas. Nagsimula siyang maglakad at hindi nagtagal ay tumatalon siya habang pinupuri ang Diyos.

Nakilala siya ng mga tao sa loob ng Templo bilang ang taong nanlimos sa pintuan ng Templo, at nagulat sila na nakakalakad at nakasasayaw na siya. Tumakbo ang mga tao patungo sa mga alagad, at sinabi ni Pedro, "Mga kapatid na Israelita, hindi dahil sa aming kapangyarihan o kabutihan ang nagpagaling sa taong ito. Niluwalhati ng Diyos ni Abraham, ni Isaac, at ni Jacob ang kanyang lingkod na si Hesus. Tinanggihan ninyo siya, kahit na nais ni Pilato na palayain siya. Pinatay ninyo si Hesus, ngunit binuhay siya ng Diyos mula sa mga patay. Kami ay nakasaksi dito. Ang pananampalataya ng taong ito sa pangalan ni Hesus ang nagpagaling sa kanya."

Ipinaliwanag ni Pedro kung paano ipinahayag ng mga propeta na magdaranas ang Mesiyas ng paghihirap, at pinaalala sa kanila ang sinabi ni Moises: "Itataas ng Panginoon ang isang propeta mula sa gitna ng inyong mga kapatid, at kailangan ninyong pakinggan ang lahat ng kanyang sasabihin. Ang sinumang hindi makikinig sa kanya ay gazap na aalisin."

Habang nagsasalita sina Pedro at Juan, inaresto sila ng mga lider ng relihiyon at ikinulong sa gabi. Galit na galit ang mga pinuno dahil itinuturo ng dalawang alagad na nabuhay muli si Hesus matapos patayin, at marami ang nakarinig ng kanilang mensahe ang naniwala sa kanila. Ang bilang ng mga mananampalataya ay lumaki sa mga 5,000 kalalakihan (hindi kasama ang mga kababaihan).

Kinabukasan, nagpulong sa Jerusalem ang lahat ng mga pinuno, matatanda, mga eskriba, at mga mataas na pari at pinaharap sa kanila sina Pedro at Juan. Tinanong nila kung sino ang nagbigay sa kanila ng awtoridad na sabihin ang mga bagay na ito. Napuno si Pedro ng Espiritu Santo at sinabi sa kanila,

> Kung kami ay dinala dito ngayon dahil sa isang aktong kabutihan na ipinakita sa isang pilay, at tinatanong kung paano siya gumaling, ipaalam natin sa mga tao ng Israel na ito ay sa pangalan ni Hesus Christo ng Nazareth, na inyong ipinako sa krus ngunit binuhay ng Diyos mula sa mga patay, na nagpagaling sa taong ito. Si Hesus ang pinangaral ng salmista na magiging "bato na itinakuwil ng mga nagtatayo, ngunit nagging bato pangunahin." Walang kaligtasan na matatagpuan sa iba, dahil walang ibang pangalan sa mundo na makapagliligtas ng isang tao.

Nang malaman ng mga lider ng relihiyon na sina Pedro at Juan ay mga disipulo ni Hesus, umalis sila at nagkita-kita nang sarilinan upang pag-usapan kung ano ang susunod na gagawin. Nalaman ng lahat sa Jerusalem kung paano pinagaling ni Pedro ang lalaki sa pintuan ng Templo. Nagpasya silang utusan sina Pedro at Juan na tumigil sa pagtuturo tungkol kay Hesus. Ngunit sinabi nina Pedro at Juan na hindi sila maaaring tumigil sa pagtuturo tungkol sa kanilang nakita at narinig.

Nang makalaya sina Pedro at Juan, nagpunta sila at sinabi sa ibang mga disipulo ang sinabi ng mga punong pari at matatanda at kung paano napuspos ng Espiritu si Pedro nang magsalita siya. Lahat sila ay namangha at pinuri ang Diyos. Natanto nila na ang mga banta laban sa kanila ay nagbigay ng pagkakataon para sa kanila na magsalita nang may katapangan dahil ang Espiritu ay magsasalita para sa kanila at ang mga himala ay maaaring mangyari sa pamamagitan ng paggamit ng pangalan ni Hesus.

Ang mga apostol ay gumawa ng maraming tanda at kababalaghan sa mga tao. Ang mga mananampalataya ay nagsimulang magtipon-tipon sa harap ng Templo araw-araw. Naglalagay ng mga maysakit sa kalsada upang masilayan lang ang anino ni Pedro habang dumaan, at nagdadala ng mga maysakit at mga apektado ng masasamang espiritu ang mga tao mula sa mga karatig-bayan para sa mga apostol. Lahat sila'y gumaling. Ang mga naniniwala ay naglaan ng kanilang sarili sa pag-aaral ng mga turo ng mga apostol, sa pakikipag-kapwa, sa sa pagpuputolputol ng tinapay, at sa pananalangin. Masaya silang kumain nang sama-sama ng may taimtim na puso, nagpupuri sa Diyos at nagkamit ng mabuting reputasyon. Araw-araw, mas maraming lalaki at babae ang sumasali sa kanilang kilusan.

Lahat ng mananampalataya ay ibinahagi ang lahat ng mayroon sila, at walang sinumang nag-angkin ng kanilang mga ari-arian bilang kanilang ari-arian—walang mga taong nangangailangan sa kanila. Paminsan-minsan, ibinebenta ito ng mga may ari ng lupa o bahay, dinadala ang pera at inilalagay sa paanan ng mga apostol, at ipinamamahagi ito sa sinumang nangangailangan nito.

Isang lalaking nagngangalang Ananias at ang kanyang asawang si Safira ang nagbenta ng isang pirasong ari arian, ngunit lihim niyang itinago ang ilang pera para sa kanyang sarili at pagkatapos ay ibinigay ang natitira sa mga apostol. Hinarap siya ni Pedro tungkol sa pagsisinungaling tungkol sa halaga ng perang nakuha nila para sa pagbebenta ng lupa. Nang marinig ito ni Ananias, namatay siya sa lugar at inalis. Makalipas ang ilang oras, lumapit ang kanyang asawa sa mga apostol ngunit hindi niya alam kung ano ang nangyari sa kanyang asawa. Tinanong siya ni Pedro kung magkano ang nakuha nilang pera para sa pagbebenta ng lupa. Ibinigay niya ang halaga, na siyang halaga na ibinigay ni Ananias sa mga apostol.

Sinabi ni Pedro sa kanya, "Bakit mo binalak ang kasinungalingan na ito Nandito na ang mga lalaking kakalibing lang sa asawa mo, at sila rin ang magbubuhat sa iyo." Sa sandaling iyon, natumba siya at namatay. Binuhat siya ng mga nakalibing sa kanyang asawa at inilibing sa tabi nito. Kumalat ang takot sa lahat ng nakarinig ng nangyari.

Ang mga Mananampalataya ay Pinag-uusig

Ang mga pinuno ng relihiyon ay pinagbantaan ng bagong kilusang ito ng relihiyon, kaya inaresto nila ang mga apostol at ikinulong. Ngunit sa gabi, isang anghel ang nagbukas ng mga pintuan ng kulungan. Nakatakas ang mga apostol, at sa umaga, bumalik sila sa Templo upang magpatuloy sa pagtuturo.

Nang magtipon ang mga lider ng relihiyon upang dalhin ang mga apostol sa kanila, nakita ng mga opisyal ng bilangguan na walang laman ang kanilang mga selda. May nagsabi sa kanila na ang mga apostol ay bumalik sa Templo. Dinala ng kapitan ng bantay sa Templo ang mga apostol upang humarap sa Sanhedrin upang tanungin. Sinabi ng punong pari, "Mahigpit kaming nag-utos sa inyo na huwag magturo tungkol kay Hesus, ngunit patuloy kayong nagtuturo at sinasabing kami ang may pananagutan sa kanyang kamatayan."

Sumagot si Pedro: "Dapat nating sundin ang Diyos, hindi ang utos ng tao. Pinatay ninyo si Hesus sa pamamagitan ng pagbitay sa kanya sa krus, ngunit binuhay siya ng Diyos ng ating mga ninuno mula sa mga patay. Itinaas siya ng Diyos bilang Prinsipe at Tagapagligtas upang madala niya ang Israel sa pagsisisi at patawarin ang ating mga kasalanan. Nasaksihan namin ang mga bagay na ito, at ibinigay ng Diyos ang Banal na Espiritu sa mga sumusunod sa kanya."

Ang mga lalaki sa Sanhedrin ay galit na galit kay Pedro at gustong patayin silang lahat. Ngunit isang Pariseo na nagngangalang Gamaliel, na may mabuting reputasyon, ang nag-utos sa mga apostol palabas ng silid. Nilingon niya ang mga naiwan at sinabi, "Pag-isipan ninyong mabuti kung ano ang gusto ninyong gawin sa mga lalaking ito. Alam ninyo ang dalawang lalaki na may mga tagasunod at nanguna sa mga paghihimagsik, at sila ay pinatay. Naghiwa-hiwalay ang mga tagasunod nila at wala ng nadatnan. Ipinapayo ko sa inyo na iwanan ang mga lalaking ito at hayaan silang umalis. Kung ang kanilang mga aksyon ay hindi mula sa Diyos, sila ay mabibigo. Ngunit kung sila ay mula sa Diyos, hindi ninyo sila mapipigilan dahil ikaw ay lalaban sa Diyos."

Nahikayat ng kanyang pananalita ang iba pang mga lalaki. Hinagupit nila ang mga apostol at inutusan silang huwag magsalita tungkol kay Hesus. Pagkatapos ay pinalaya nila ang mga apostol. Umalis ang mga apostol at nagalak dahil sila ay itinuring na karapat dapat na magdusa ng kahihiyan sa pangalan ni Hesus. Araw-araw, patuloy silang nagtuturo at ipinahayag ang mabuting balita na si Hesus ang Mesiyas.

Mas Maraming Lider ang Pinili

Habang dumarami ang bilang ng mga disipulo, ang mga Hudyo na nagsasalita ng Griyego at sumunod kay Hesus ay nagreklamo na ang mga Hudyo na nagsasalita lamang ng Hebreo ay hindi pinapansin ang kanilang mga balo sa pang araw araw na pamamahagi ng pagkain. Nagpasiya ang 12 apostol na hindi tama na pabayaan nila ang kanilang pagtuturo para makapaglingkod sa pagkain. Sinabi nila sa iba, "Mga kapatid, pumili kayo ng pitong pantas mula sa inyo na kilala na puno ng Espiritu ng Diyos. Hayaan silang pangunahan ang gawain upang tulungan ang mga Hudyong nagsasalita ng Griyego na nangangailangan ng tulong. Sa ganoong paraan, maitutuon natin ang ating pansin sa pagdarasal at pagtuturo."

Nagustuhan ng lahat ang ideyang ito, at pumili sila ng pitong "diakono" para pangasiwaan ang tulong na ibinigay sa iba. Nagpatuloy ang mga apostol sa pangangaral, at patuloy na lumaganap ang salita ng Diyos. Ang bilang ng mga alagad sa Jerusalem ay mabilis na dumami, at ang isang malaking bilang ng mga pari ay naging mga tagasunod din ni Hesus.

Si Esteban ay Pinatay

Si Esteban ay isa sa mga diakono at gumawa ng mga dakilang kababalaghan at tanda sa mga tao. Ngunit ang pagsalungat ay lumitaw mula sa mga pinuno sa mga sinagoga na naglingkod sa mga Hudyo sa Africa at Asia Minor (kasalukuyang Turkiya). Sila'y nagkakaisa at nagpahiwatig sa ilang tao na nagsabi na si Esteban ay nagsalita ng mga di-pagtatapat na salita laban kay Moises at sa Diyos. Ito ay nagalit sa iba't-ibang relihiyosong pinuno, kaya't pinakiusapan nila si Esteban at dinala sa Sanedrin.

Tinanong ng mataas na pari si Esteban kung totoo ang mga paratang. Nagbigay si Esteban ng mahabang talumpati tungkol sa kung paano pinili ng Diyos si Abraham na umalis sa Mesopotamia at manirahan sa Canaan, at ipinaliwanag niya ang buong kasaysayan ng mga Israelita. Ipinakita nito sa mga pinuno ng relihiyon na siya ay isang edukado at tapat na relihiyosong tao. Ngunit inakusahan din niya ang mga pinuno ng relihiyon na katulad ng kanilang mga ninuno na tumanggi sa Diyos at sa Espiritu. Sila ang may pananagutan sa pagpatay kay Hesus, ang Mesiyas.

Nang marinig ito ng mga miyembro ng Sanedrin, nagalit sila at sumigaw sa kanya. Si Esteban ay napuno ng Espiritu at tumingin sa kalangitan. Sinabi niya sa kanila, "Nakikita ko sa langit, at si Hesus ay nakatayo sa tabi mismo ng Diyos." Nang marinig ito ng mga pinuno ng relihiyon, tinakpan nila ang kanilang mga tainga, sinigawan siya, at hinila siya palabas ng lunsod kung saan nila siya binato hanggang sa mamatay. (Ito ay labag sa batas — mga Romano lamang ang maaaring pumatay sa isang tao[6].) Habang binabato si Esteban, hiniling niya sa Diyos na huwag itong hawakan laban sa kanila. Siya ang unang alagad ni Hesus na pinaslang.

Ang mga Mananampalataya ay Nagkalat-Kalat

Pagkatapos na batuhin si Esteban, maraming tagasunod ni Hesus sa Jerusalem ang pinagbantaan ng kamatayan. Akala ng mga mananampalataya ay babalik na si Hesus sa lalong madaling panahon upang itatag ang kaharian ng Diyos sa lupa at maging isang pulitikal na hari na magpapalaya sa kanila mula sa pang aapi ng mga Romano, kaya lahat sila ay nanatiling malapit sa Jerusalem. Ngunit ang panganib ay nagtaboy sa kanila palabas ng lugar, at lahat maliban sa mga apostol ay nagkalat sa buong Judea at Samaria.

Saulo

Ang isa sa mga lalaking nanood kay Esteban na nagpapatibay sa kanyang pagpapahirap at pagpapapatay ay si Saulo. Ang kanyang ama ay isang Pariseo at siya ay mahusay na nakapag-aral ng lahat ng mga kasulatan ng mga Hudyo. Ginulo niya ang mga pagpupulong ng mga mananampalataya sa pamamagitan ng pagpunta sa bahay-bahay at pagkaladkad sa mga mananampalataya na lalaki at babae sa bilangguan.

Patuloy na nagbanta si Saulo laban sa lahat ng disipulo ng "Daan," isang katagang ibinigay sa bagong relihiyosong kilusan na ito dahil sinabi ni Hesus na siya ang "Daan, ang Katotohanan, at ang Buhay." Pumunta si Saulo sa mataas na pari upang kumuha ng mga liham na maaari niyang dalhin sa mga sinagoga ng Damasco upang kung may makita siyang sinumang kabilang sa Daan doon, maibabalik niya sila sa Jerusalem bilang kanyang mga bihag.

Tinanggap ni Saulo ang mga sulat at nagsimulang maglakbay patungong Damasco. Nang malapit na siya sa lungsod, biglang kumislap

---

[6] Karaniwang kasama sa pagbato ang pagbagsak ng isang tao mula sa isang maliit na bangin. Kung ang tao ay nakaligtas sa pagkahulog, isang malaking bato ang ibinagsak sa kanila. Kung ang tao ay nakaligtas pa, ang iba ay nagbato hanggang sa mamatay ang tao.

sa paligid niya ang isang liwanag mula sa langit. Bumagsak siya sa lupa at narinig ang isang tinig na nagsasabing, "Saulo, bakit mo ako inuusig?"

Nagtatanong siya, "Sino ka?"

Ang boses ay nagsabi, "Ako si Hesus, ang iyong pinag-aalipustang. Bumangon ka at pumunta ka sa Damascus kung saan sasabihin sa iyo kung ano ang dapat mong gawin."

Narinig ng mga lalaking kasama ni Saulo ang tinig ngunit wala silang nakitang tao. Tumayo si Saulo, ngunit bulag na siya ngayon. Dinala siya ng mga lalaking kasama niya sa paglalakbay papunta sa Damasco, at walang kinakain o iniinom si Saulo.

Isang alagad sa Damascus na nagngangalang Ananias ang nagkaroon ng isang pangitain kung saan sinabi ng Diyos sa kanya na pumunta sa bahay sa pangunahing daan ng lungsod. Hihilingin niya ang isang lalaking nagngangalang Saul na nananalangin. Si Saulo ay nagkaroon ng isang pangitain na si Ananias ay darating upang ibalik ang kanyang paningin.

Natakot si Ananias. Marami na siyang narinig na ulat tungkol kay Saulo at kung paano niya hinahabol ang mga alagad ni Hesus at inaresto sila. Ngunit sinabi ng Diyos kay Ananias, "Humayo ka! Pinili ko ang taong ito upang maging kasangkapan ko upang mangaral tungkol sa akin sa mga Hentil at sa mga tao ng Israel."

Pagkaraan ng tatlong araw, dumating si Ananias sa bahay. Ipinatong niya ang kanyang mga kamay kay Saulo at sinabi sa kanya, "Sinabi sa akin ni Hesus na dumating upang makakita lang muli at mapuno ng Banal na Espiritu." Agad na may nahulog na parang kaliskis mula sa mga mata ni Saulo, at nakita niya. Tumayo siya at nabinyagan. Ang kanyang mga mata ay literal at makahulugang nabuksan: hindi na siya bulag, at naunawaan na niya ngayon na si Hesus ang Mesiyas.

Naglaan ng ilang araw si Saulo kasama ang mga alagad ng Daan sa Damascus. Nagsimula siyang magpangaral sa mga sinagoga na si Hesus ang Mesiyas at Anak ng Diyos. Lahat ng nakarinig sa kanya ay namangha at alam nila ang kanyang reputasyon na naghahamon sa mga mananampalataya sa Jerusalem. Lalo pang lumakas si Saulo at nakapagbigay ng impresyon sa mga Hudyo na naninirahan sa Damasco at pinatunayan sa kanila na si Hesus ay ang Mesiyas.

Nang maglaon, nagbalak ang mga Hudyo sa Damasco na patayin si Saulo. Pinagmasdan nila siya sa pintuang bayan upang mahuli nila siya, ngunit nalaman ni Saulo ang tungkol sa balangkas. Nakatakas siya sa lungsod nang ibaba siya ng kanyang mga alagad sa isang basket sa pamamagitan ng isang bukana sa pader sa gabi. Nagpunta si Saulo sa disyerto at kalaunan ay gumugol ng tatlong taon sa paggawa ng kanyang pagkaunawa sa mga banal na kasulatan sa natutuhan niya tungkol kay Hesus.

Sa kalaunan ay bumalik si Saulo sa Jerusalem at sinubukang sumama sa mga alagad, ngunit lahat sila ay natakot sa kanya—inakala nilang isang panlilinlang para sa kanya na hulihin silang lahat sa isang pagkakataon. Ngunit sinabi ni Bernabe sa mga apostol kung ano ang nangyari kay Saulo nang siya ay pumunta sa Damasco at na siya ngayon ay nangangaral nang walang takot tungkol kay Hesus. Kaya nanatili si Saulo sa kanila at malayang lumipat sa Jerusalem, na nagsasalita nang buong tapang at nakikipagdebate sa mga Hudyong Helenistiko. Sinubukan siyang patayin ng mga Hudyong ito, ngunit nakatakas siya at nagpunta sa kanyang tahanan sa Tarsus sa Asia Minor (malapit sa Adana sa Turkiya).

Felipe

Ang mga alagad ay nangaral tungkol kay Hesus saan man sila magpunta. Nagpunta si Felipe sa isang lunsod sa Samaria, at nakinig nang mabuti ang mga tao at pinagmasdan siyang gumawa ng mga himala. Iniligtas Niya ang mga tao mula sa kanilang masasamang espiritu at pinagaling ang maraming paralisado o pilay. Nagdulot ito ng malaking kagalakan sa mga taong hinamak ng mga Hudyo.

Nabalitaan ng mga apostol sa Jerusalem na tinanggap ng mga Samaritano ang salita ng Diyos, at ipinadala nila sina Pedro at Juan sa lugar na iyon. Pagdating nila, ipinatong nila ang kanilang mga kamay sa kanila, at natanggap nila ang Espiritu. Matapos turuan sila nina Pedro at Juan ng higit pa tungkol kay Hesus, nangaral sila sa maraming iba pang mga nayon ng Samaritana.

Sinabi ng isang anghel kay Felipe na maglakbay patimog sa disyertong daan na nagmumula sa Jerusalem patungong Gaza. Sa kanyang paglalakbay, nakilala niya ang isang opisyal mula sa Etiopia na namamahala sa pera ng kanyang reyna. Nagpunta na ang lalaki sa Jerusalem para sumamba at pauwi na. Habang nakaupo ang lalaki sa kanyang karo at binabasa ang aklat na isinulat ni propeta Isaias, nakita ni Felipe ang karo at nalaman niya ang binabasa ng lalaki. Tinanong siya ni Felipe kung naiintindihan niya ang binabasa niya. Sinabi ng lalaki na mauunawaan lamang niya ito kung may magpaliwanag sa kanya. Inanyayahan niya si Felipe sa kanyang karo upang ipaliwanag ang bahagi ni Isaias na nagsasabing, "Parang tupa siya na dinadala sa patayan; parang kordero na tahimik sa harap ng kanyang mga tagapagputol ng lana— hindi siya nagsasalita. Siya ay pinahamak at inagawan ng hustisya, at ang kanyang buhay ay kinuha mula sa mundo."

Patuloy na Namuno si Pedro

Samantala, si Pedro ay naglalakbay sa buong rehiyon na nangangaral at gumagawa ng mga himala. Pinagaling niya ang isang paralisado na nakatira sa Lydda na walong taon na nasa kama. Sa Joppa, nagkasakit at namatay ang isang disipulo na nagngangalang Dorcas na laging gumagawa ng mabuti at tumutulong sa mga mahihirap. Nalaman ito ni Pedro at nagpunta sa Joppa. Pagdating niya, marami siyang nakilalang mga taong tinulungan ni Dorcas. Pumasok siya sa silid kung saan patay na ito at nanalangin. Pagkatapos ay sinabihan niya ito na bumangon, at namula ang kanyang mga mata at tumayo sa tulong ni Pedro. Pagkatapos ay iniharap niya ito sa mga taong nagdadalamhati sa kanyang kamatayan. Mabilis na kumalat ang balita sa buong bayan tungkol sa nangyari, at marami pang tao ang naniwala kay Hesus.

Ang Pagharap kay Cornelio

Ang Romanong senturion na nagngangalang Cornelio ay naninirahan sa Cesarea, at ang buong pamilya niya ay mga taong may takot sa Diyos. Regular siyang nananalangin sa Diyos at bukas palad na nagbibigay sa mga nangangailangan. Isang araw nakita niya ang isang anghel na nagsabi sa kanya na magpadala ng ilang kalalakihan sa Joppa at ibalik ang isang lalaking kilala bilang Pedro, na nananatili sa bahay ng isang lalaking nagngangalang Simon. Nagsugo si Cornelio ng dalawang alipin at isang debotong kawal sa Joppa upang hanapin si Pedro.

Habang ang mga lalaki ay naglalakbay patungong Joppa, si Pedro ay nananalangin sa tanghali at nagutom. Habang inihahanda ang pagkain nagkaroon siya ng isang pangitain. . Nakita niya ang isang malaking kumot na bumababa mula sa langit sa apat na sulok nito. Ito ay naglalaman ng lahat ng uri ng mga hayop, kabilang ang mga reptilya at ibon, na itinuturing na marumi. Isang boses ang nagsabi sa kanya na patayin sila at kumain.

Ngunit hindi pa nakakain si Pedro ng anumang bagay na itinuro sa kanya na huwag kainin. Kaya habang nangangarap siya, sinabi niyang hindi niya ito kakainin. Ngunit muling nagsalita ang tinig: "Huwag mong tawaging marumi ang anumang sinasabi ng Diyos na malinis." Nangyari ito ng tatlong beses, at pagkatapos ay ibinalik ang kumot sa langit, at siya ay nagising.

Samantala, habang nagtataka si Pedro sa kahulugan ng kanyang nakita, dumating ang mga lalaking ipinadala ni Cornelius. Sinabi ng Espiritu kay Pedro na may mga lalaking naghahanap sa kanya na ipinadala sa kanya ng Diyos. Nagpakita si Pedro sa mga lalaki at nagtanong kung bakit sila dumating.

Sinabi ng mga lalaki kay Pedro ang tungkol kay Cornelio, kung sino siya at ang kanyang reputasyon, at kung paano sinabi sa kanya ng isang anghel na ipadala sila upang hanapin si Pedro. Kinabukasan, bumalik silang lahat sa Cesarea, at sumama ang ilang mananampalataya mula sa Joppa. Pagdating nila sa Cesarea, binati sila ni Cornelio sa kanyang bahay, na puno ng mga Hentil.

Sinabi ni Pedro sa kanila, "Alam ninyo na labag sa ating batas para sa isang Hudyo na makipag-ugnayan o bisitahin ang isang Hentil. Ngunit ipinakita sa akin ng Diyos na hindi ko dapat tawaging marumi ang sinumang tao. Kaya nang tawagin ninyo ako, dumating ako nang walang pagtutol. Bakit ninyo ako tinawag na pumunta dito?"

Sinabi ni Cornelius sa kanya tungkol sa pakikipag-usap niya sa anghel at kung bakit dapat siyang bisitahin ni Pedro, ngunit hindi niya alam kung bakit. Tapos, naunawaan ni Pedro kung bakit niya nakita ang pangitain ng mga ipinagbabawal na pagkain. Sinabi niya sa karamihan, "Ngayon ko lang naintindihan na walang kinikilingan ang Diyos at tinatanggap niya ang mga taong gumagawa ng tama mula sa bawat bansa. Unang ipinadala ng Diyos ang mensahe sa mga Israelita, ngunit itinuro sa atin ni Hesus na ipaalam ito sa lahat, sapagkat siya ang itinalaga ng Diyos na maghahatol sa lahat ng tao."

Nang si Pedro ay nagpapahayag pa ng mga salita na ito, ang Banal na Espiritu ay dumating sa lahat ng nasa silid. Namangha ang mga Hudyo na kasama ni Pedro na ang Banal na Espiritu ay sumapit din sa mga Hentil at sila'y nagsasalita rin ng iba't ibang wika sa pagsamba sa Diyos. Nag-utos si Pedro na silang lahat ay bautismuhan sa pangalan ni Hesus.

Nabalitaan ng mga apostol at mga mananampalataya sa buong Judea na tinanggap ng mga Hentil ang mabuting balita tungkol sa Diyos. Nang pumunta si Pedro sa Jerusalem, pinuna siya ng mga mananampalatayang Hudyo sa pagpasok niya sa bahay ng isang Hentil at kumain kasama nila. Ngunit ikinuwento ni Pedro sa kanila ang buong kuwento tungkol sa nangyari sa Joppa at Cesarea at tungkol sa nakita niya habang may ulirat. Ikinuwento niya kung paano dumating ang Banal na Espiritu sa mga Hentil at ipinaalala sa kanila na sinabi ni Hesus na binyagan ang iba sa Banal na Espiritu. Sinabi niya sa mga nag-aalinlangan, "Kung ibinigay ng Diyos sa mga nananampalatayang Hentil ang parehong Espiritu na tinanggap natin, sino ako para humarang sa daan ng Diyos?" Matapos marinig ito, hindi na sila tumutol pa at pinuri ang Diyos nang mapagtanto nilang maging ang mga Hentil ay maaaring maligtas sa pamamagitan ng paghiling na patawarin ang kanilang mga kasalanan.

Ang mga Kristiyano at ang Simbahan sa Antioquia

Ang mga nangalat dahil sa pag-uusig ay naglakbay hanggang sa Feniciaia, Cyprus, at Antioquia, na ipinangangaral ang salita sa mga Hudyo lamang. Ngunit ang ilan sa kanila ay pumunta sa Antioquia at nagsimulang magsalita sa mga Griego tungkol kay Hesus. Maraming tao ang naniwala, at ang bilang ng mga tagasunod ay patuloy na dumami.

Nakarating sa mga nasa Jerusalem ang balita tungkol dito, at ipinadala nila si Bernabe sa Antioquia. Nang makita niya ang nangyayari, natuwa siya at hinikayat silang lahat na manatiling tapat sa Panginoon. Si Bernabe ay nagtungo sa Tarso upang hanapin si Saulo, at nang matagpuan niya ito, ibinalik niya ito sa Antioquia. Nakipagkita sina Bernabe at Saulo sa mga alagad sa Antioquia sa loob ng isang taon, at ang mga alagad doon ay tinawag na "mga Kristiyano" sa unang pagkakataon. Sama-sama, kilala sila bilang "simbahan," ang katagang ginamit ni Hesus nang sabihin kay Pedro na aakayin niya ang kanyang mga tagasunod.

MGA PAGLALAKBAY NI PABLO

Tatlong Paglalakbay Lumikha ng mga Simbahan sa Asia Minor, Macedonia, at Gresya

Kumalat ang mabuting balita tungkol kay Hesus sa buong rehiyon. Sinabi sa mga tao na si Hesus ay namatay bilang isang permanenteng sakripisyo para sa mga kasalanan ng buong mundo, kaya't sino man ay maaaring magkaroon ng relasyon sa buhay na Diyos kung nais niya ito. Isang tanda na nagbago na sila at naging Kristiyano ay ang pagiging bininyagan at pagsunod sa mga turo ni Hesus, kasama na ang pagmamahal sa iba.

Pinangunahan ni Pedro ang pagtuturo ng mga Hudyo sa Judea at Samaria. Isang Kristiyanong nagngangalang Marcos ang naging malapit kay Pedro at sumulat ng maikling aklat tungkol sa buhay ni Hesus na kasama sa Bagong Tipan. Kasabay nito, ang simbahan na may maraming mga Hentil sa Antioch ay lumago sa ilalim ng pamumuno nina Saulo, Bernabe, at iba pa. Si Saulo ay tinawag na Pablo, ang kanyang pangalang Griyego.

Magkasamang Naglalakbay sina Pablo at Bernabe

Mga 20 taon pagkaraan ng pagpunta ni Hesus sa langit at pagkaraan ng limang taon sa Antioquia, sina Pablo at Bernabe ay naglakbay upang mangaral sa ibang lugar. Una silang naglayag patungong Cyprus kung saan nangaral si Pablo sa mga sinagoga. Pagkatapos ay naglayag sila patungong Perga (sa timog Turkiya) at naglakbay nang 100 milya pahilaga patungong Antioquia ng Pisidia sa rehiyon ng Galacia ng Asia Minor.

Pumunta sila sa sinagoga sa araw ng Sabat, at sa oras na magbigay ng pagkakataon sa mga tao na magsalita, tumayo si Pablol at gumugol ng ilang minuto sa pag uusap tungkol sa kasaysayan ng mga Israelita, kabilang na ang mga propesiya tungkol sa Mesiyas. Pagkatapos ay nagsalita siya tungkol sa buhay ni Hesus, na siya ay galing sa lahi ni David at ang Mesiyas. Bagaman pinatay si Hesus, nabuhay siya muli at namuhay ng maraming araw at maraming tao ang nakakita sa kanya. Ang mga pangako ng Diyos sa kanilang mga ninuno sa pananampalataya ay natupad: sa pamamagitan ni Hesus, ang mga kasalanan ay pinatawad, at sa kanya ang bawat isa na sumunod ay nabigyan ng kalayaan mula sa bawat kasalanan, na hindi magagawa sa ilalim ng mga batas ni Moses.

Inanyayahan ng mga nasa sinagoga sina Pablo at Bernabe na bumalik sa susunod na linggo, at marami sa kongregasyon ang sumunod kina Pablo at Bernabe palabas at patuloy na nakikipag-usap sa kanila. Nang sumunod na linggo, halos ang buong lungsod ay nagtipon upang marinig silang magsalita. Nang makita ng mga pinuno ng relihiyon ang karamihan, nainggit sila at nagsimulang makipagtalakayan kay Pablo at inabuso siya. Matapang na tumugon sina Pablo at Bernabe: "Kailangan muna naming makipag-usap sa mga Hudyo. Ngunit dahil tinatanggihan ninyo ang aming sinabi at ayaw ninyo ng buhay na walang hanggan, bumaling kami ngayon sa mga Hentil. Sinabi sa atin ng Panginoon na tayo ay ilaw sa mga Hentil upang ang buong mundo ay maligtas." Natuwa ang mga Hentil na marinig ito at nadama nilang pinarangalan ng Diyos, at marami sa kanila ang naniwala at naging mga Kristiyano. Ngunit isinaayos ng mga pinunong Hudyo na paalisin sina Pablo at Bernabe sa lugar na iyon. Nang sila ay umalis, pinagpag ng dalawang lalaki ang alikabok sa kanilang mga paa upang balaan sila at nagtungo sa Iconio, isang lunsod na 75 milya ang layo.

Pangangaral sa Iconio, Listra, at Derbe

Sa Iconio, sina Pablo at Bernabe ay nagtungo sa sinagoga gaya ng nakagawian at nagsalita ng maayos sa maraming Hudyo at Griego ang naniwala. Ngunit gaya ng dati, maraming pinunong Hudyo ang ayaw maniwala at pinaratangan sila ng iba na nagsisinungaling. Sina Pablo at Bernabe ay gumugol ng maraming araw sa pangangaral nang buong tapang at paggawa ng mga himala. Nahati ang mga tao sa Iconio — ang iba ay pumanig sa mga Hudyo habang ang iba ay naniwala sa dalawang apostol. Isang pakana ang nabuo upang patayin ang dalawang lalaki, ngunit nalaman nila ito at tumakas sa Listra, isang lunsod na 20 milya ang layo.

Ipinangaral nina Pablo at Bernabe ang ebanghelyo sa Listra at sa karatig lugar. Nakilala nila ang isang lalaking lumpo mula nang isilang at hindi na nakalakad kailanman. Tinignan ni Pablo ang lalaki at sinabing pinagaling siya ng kanyang pananampalataya. Nang sabihin niya sa lalaki na tumayo, tumalon ang lalaki at nagsimulang maglakad.

Nang makita ng mga tao ang ginawa ni Pablo sila ay sumigaw, "Ang mga diyos ay dumating sa atin sa anyo ng tao!" Iniisip nila na sila ay ang mga diyos na Romano, si Zeus at si Hermes. Ngunit sumigaw ang dalawang apostol, "Mga kaibigan, tao lamang kami katulad ninyo. Mayroon kaming magandang balita–lisanin ninyo ang mga walang kabuluhang diyos na ito at sundan ang buhay na Diyos, ang lumikha ng langit at ng lupa, ng dagat at ng lahat ng bagay sa kanila. Hanggang ngayon, hinayaan ng Diyos na ang lahat ay magpunta sa kanilang sariling landas, ngunit ipinakita pa rin ng Diyos ang kabutihan sa pamamagitan ng pagbibigay ng ulan at sa mga pananim upang magkaroon kayo ng sapat na pagkain."

Ang mga Hudyo na nagmula sa Pisidia, Antioquia at Iconio ay ibinaling ang karamihan laban sa kanila. Binato nila si Pablo at hinatak palabas ng lungsod, sa pag-aakalang patay na siya. Ngunit dinala siya ng ilang alagad pabalik sa lungsod. Kinabukasan ay umalis sila ni Bernabe patungong Derbe, kung saan ipinangaral nila ang ebanghelyo at maraming tao ang naniwala. Pagkatapos ay bumalik sila sa daan na kanilang narating, pinalakas ang mga mananampalataya sa bawat lungsod.

Bumalik sila sa Perga at naglayag pabalik sa Antioquia at sinabi sa mga mananampalataya doon ang nangyari sa kanilang paglalakbay. Dalawang taon na silang nawala, at natuwa ang mga Kristiyano nang marinig na mas maraming Hentil ang naging mga alagad na ngayon.

Ang Konseho sa Jerusalem

Nang makabalik sina Pablo at Bernabe, may ilang disipulo na dumating mula sa Judea para bisitahin ang simbahan sa Antioquia. Matagal na nilang itinuturo na kailangang tuliin ang mga bagong mananampalatayang Hentil upang maligtas, ngunit hindi nagkasundo sina Pablo at Bernabe. Isang maliit na grupo ng mga lider ng simbahan sa Antioquia, kabilang sina Pablo at Bernabe, ang bumisita sa mga pinunong Kristiyano sa Jerusalem upang talakayin ang paksang ito. Naglakbay sila sa Feniciaia at Samaria at sinabi sa mga Kristiyano naroon kung paano magiging mananampalataya ang mga Hentil. Hinikayat ng balitang ito ang mga bagong mananampalataya doon.

Nang dumating ang grupo sa Jerusalem, iniulat nila kung ano ang nagawa ng Diyos sa pamamagitan nila. Sinabi ng ilang mga mananampalataya na mga Pariseo na kailangang magpa-tuli ang mga

Hentil ayon sa kautusan ni Moises. Pinag-usapan ito ng lahat, at sa huli ay nagsalita si Pedro.

> Mga kapatid, alam ninyong pinahintulutan ng Diyos ang mga Hentil na maging mga alagad at magkaroon ng Banal na Espiritu. Alam ng Diyos ang ating puso at hindi nakakakita ng pagkakaiba sa pagitan ng mga Hudyo at mga Hentil: lahat tayo ay maaaring magkaroon ng pananampalataya. Bakit gusto nating magdagdag ng higit pang mga kinakailangan sa mga Hentil na nahirapan tayong sundin? Hindi! Naniniwala kami na sa pamamagitan ng libreng regalo mula kay Hesus na tayo ay naligtas. Hindi mahalaga kung ano ang hitsura natin; puso ang mahalaga.

Natahimik ang buong grupo habang pinag-uusapan nina Pablo at Bernabe ang nangyari sa mga Hentil na nakilala nila sa Asia Minor. Nang matapos silang magsalita, tumayo si Santiago at nagsalita:

> Inilarawan ni Pedro kung paano unang kumilos ang Diyos upang pumili ng isang bayan bukod sa mga Hentil. Isinulat ni Amos, "Babalik ako at muling itatayo ang nahulog na tolda ni David. Ang lahat ng mga tao sa mundo ay hahanapin ang Panginoon, maging ang mga Hentil." Samakatuwid, hindi natin dapat gawing mahirap para sa mga Hentil na bumaling sa Diyos. Sa halip, dapat nating sabihin sa kanila na huwag kumain ng mga pagkain na inihandog sa mga diyus diyusan, huwag gumawa ng sekswal na imoralidad, huwag kumain ng karne ng mga hayop na pinagsawaan, at huwag uminom ng dugo.

Sumang-ayon ang lahat at sumulat ng isang liham na nakalista lamang ang mga kinakailangan para sa mga mananampalatayang Hentil sa ibang mga rehiyon.

Naglakbay Uli si Pablo

Ilan na buwan ang lumipas, nagbalik si Pablo at si Bernabe sa mga lungsod na kanilang binisita sa Asia Minor upang tingnan kung paano na ang kalagayan ng mga simbahan. Nagpasya silang maghiwalay: si Bernabe ay sumama kay Marcos na kasama nila sa unang paglalakbay, at si Pablo naman ay kasama si Silas, isang lalaking nakilala niya sa pulong sa Jerusalem.

Si Pablo at Silas ay naglakbay pabalik sa Asia Minor at pinagtibay ang mga simbahan habang sila ay naglalakbay. Nakilala ni Pablo ang isang alagad na nagngangalang Timoteo na ang ina ay isang mananampalatayang Hudyo ngunit ang ama ay Griego. Iginagalang siya ng mga mananampalataya sa mga lunsod, at inanyayahan siya ni Pablo na sumama sa kanila sa paglalakbay. Tinuli si Timoteo upang pasayahin ang mga Hudyo sa lugar na iyon, at habang naglalakbay sila sa bawat bayan, sinabi nila sa simbahan ang sinabi ng mga pinunong Kristiyano sa Jerusalem tungkol sa ilang bagay na kailangan nilang gawin. Ang bilang ng mga mananampalataya ay lumago at ang kanilang pananampalataya ay lumalim.

Paglalakbay sa Macedonia

Habang naglalakbay sina Pablo at Silas, ipinaiwas sila ng Banal na Espiritu sa ilang lugar. Napunta sila sa daungan ng Troas at nakilala nila ang isang mananampalatayang Hentil na nagngangalang Lucas, isang doktor, na nagsimulang maglakbay kasama nila. (Sumulat si Lucas ng dalawang mahahabang salaysay tungkol sa mga pangyayari sa buhay ni Hesus at sa mga paglalakbay na ginawa ni Pablo. Ang mga salaysay na ito ay kasama sa Bagong Tipan.) Habang nasa Troas, nagkaroon ng pangitain si Pablo tungkol sa isang lalaking taga Macedonia (hilagang Gresya) na nagmamakaawa sa kanya na tulungan siya. Naniniwala si Pablo na ito ay isang panawagan ng Diyos na pumunta sa Macedonia, kaya ang apat na lalaki (Pablo, Silas, Timoteo, at Lucas) ay naglakbay sa Filipos, isang kolonya ng Roma at isang pangunahing lungsod sa Macedonia.

Sa Filipos, nakakita sila ng isang lugar kung saan nananalangin ang mga tao sa tabi ng ilog. Nakilala nila ang isang babae na nagngangalang Lydia, ang may-ari ng isang malaking negosyo. Sumamba siya sa Diyos at tumugon sa mensahe ni Pablo tungkol kay Hesus. Nang siya at ang mga miyembro ng kanyang sambahayan ay nabinyagan, gumugol siya ng mas maraming oras sa mga lalaki sa pag-aaral tungkol sa kanyang bagong pananampalataya.

Si Pablo at si Silas sa Bilangguan ng Filipos

Sa mga sumunod na araw, nakakita ang mga lalaki ng isang babaeng alipin na manghuhula. Siya ay kumikita ng malaking pera para sa kanyang mga amo, at sumunod siya sa mga lalaki ng maraming araw, na sumisigaw, "Ang mga lalaking ito ay mga lingkod ng Kataas-taasang Diyos at nagtuturo sa mga tao kung paano maliligtas."

Nayamot si Pablo sa kanya kaya sinabi niya sa kanyang espiritu, "Sa pangalan ni Jesu-Kristo, iniuutos ko sa iyo na lumabas ka sa kanya!" Agad siyang iniwan ng masamang espiritu.

Nang malaman ng mga may-ari nito na wala na ang pinagkukunan nila ng kita, hinatak nila sina Pablo at Silas sa mga opisyal ng Roma. Sinabi nila na ang mga lalaki ay mga Hudyo at nagdulot ng problema sa lungsod. Ang iba ay sumali sa pag atake, at iniutos ng mga opisyal na hubarin at bugbugin ang dalawang lalaki. Pagkatapos, ang dalawang lalaki ay inilagay sa mga tanikala sa isang selda sa malalim na loob ng kulungan.

Sina Pablo at Silas ay nananalangin at umaawit ng mga himno sa Diyos sa gabi at ang ibang mga bilanggo ay nakikinig sa kanila. Biglang niyanig ng malakas na lindol ang kulungan. Bumukas ang lahat ng pinto ng kulungan, at kumalas ang mga tanikala ng lahat. Nagising ang bantay ng kulungan, at nang makita niyang nakabukas ang mga pinto ng kulungan, binunot niya ang kanyang tabak upang magpakamatay dahil inakala niyang nakatakas na ang mga bilanggo.

Ngunit sumigaw si Pablo, "Huwag mong saktan ang iyong sarili! Lahat tayo ay nandito pa rin!" Nagmadaling pumasok ang bantay sa bilangguan at tinanong sina Pablo at Silas kung ano ang dapat niyang gawin para maligtas. Sinabi nila sa kanya, "Maniwala ka sa Panginoong Hesus, at ikaw at ang iyong sambahayan ay maliligtas." Hinugasan ng bantay ng bilangguan ang mga sugat mula sa kanilang mga pambubugbog, dinala sa kanyang bahay, at pinakain. Siya at ang kanyang buong sambahayan ay nabinyagan at napuspos ng kagalakan dahil sa wakas ay naniwala silang lahat sa tunay na Diyos.

Kinaumagahan, pinalaya ng mga opisyal sina Pablo at Silas. Sinabi ng tagapagbilanggo kay Pablo na maaari silang pumunta nang payapa, ngunit sinabi ni Pablo sa mga opisyal na sila ay binugbog nang walang paglilitis, kahit na sila ay mga mamamayang Romano, at inilagay sa bilangguan.

Nang marinig ng mga opisyal na sina Pablo at Silas ay mga mamamayang Romano, natakot sila at hiniling na umalis sila sa lungsod. Ngunit sa halip, sina Pablo at Silas ay pumunta sa bahay ni Lydia at pinatibay-loob ng ibang mga Kristiyano na naroon.

Sa Tesalonica at Berea

Sina Pablo, Silas, at Timoteo ay umalis sa Filipos at naglakbay ng mga 95 milya papunta sa Tesalonica habang si Lucas ay nanatili sa Filipos. Nagpunta sila sa sinagoga sa tatlong sunod na araw ng Sabat upang ipaliwanag ang Kasulatan at patunayan na si Hesus ang Mesiyas. Ang ilan sa mga Hudyo at maraming mga relihiyosong Griyego ay naging mga Kristiyano, kabilang ang maraming kilalang kababaihan.

Ngunit ang ibang mga Hudyo ay nainggit. Tulad ng sa ibang mga lungsod, mayroon silang masasamang tao mula sa lungsod na bumubuo ng isang nagkakagulong mga tao at hinahanap sila. Ang mga mandurumog ay pumunta sa bahay ni Jason na tinutuluyan ng mga apostol, ngunit wala sila roon. Kaya kinaladkad ng mga mandurumog si Jason at ang iba pang mga mananampalataya palabas ng bahay at sinabing itinanggi nila na si Cesar ang hari. Nang marinig ito ng mga opisyal ng lungsod, itinapon sa bilangguan ang lahat ng mga Kristiyano. (Di nagtagal ay pinalaya sila pagkatapos nilang magbayad ng multa.)

Nang gabing iyon, dinala ng mga mananampalataya ang tatlong apostol sa kalapit na lungsod ng Berea kung saan may isa pang sinagoga. Ang mga Hudyong Bereano ay mas matalino kaysa sa mga tao sa Tesalonica, at mas nakinig sila kay Pablo at maingat na sinuri ang Kasulatan upang makita kung totoo ang sinabi ni Pablo. Dahil dito, marami sa kanila ang naniwala, gayundin ang maraming lalaking Griego at ilang prominenteng kababaihang Griego.

Ngunit nang marinig ng mga Hudyo sa Tesalonica na nangangaral si Pablo sa Berea, ang ilan sa kanila ay nagtungo sa Berea at nakuha ang mga tao na bumaling laban sa kanya. Mabilis na pinaalis ng mga mananampalataya si Pablo, ngunit nanatili sina Silas at Timoteo sa Berea. Si Pablo ay inalalayan sa Atenas at sinabihan sina Silas at Timoteo na sumama sa kanya sa lalong madaling panahon.

Sa Atenas

Noong nasa Atenas si Pablo, siya ay nagalit nang makita niya na puno ng mga idolo ang lungsod. Nagpahayag siya sa sinagoga at sa lungsod sa mga susunod na araw. Isang grupo ng mga Griyegong pilosopo ang nagsimulang makipagtalakayan sa kanya at inimbita si Pablo upang ipaliwanag ang kanyang mga turo sa isang pulong ng mga edukado na nagtitipon upang talakayin ang mga bagong ideya.

Si Pablo ay tumayo sa harap nila at sinabi, "Mga taga Atenas, nakikita kong kayo ay lubos na relihiyoso! Naglakad-lakad ako at nakakita ng maraming bagay na sinasamba. Nakakita pa ako ng altar na nagsasabing, 'SA ISANG DI-KILALA NA DIYOS.' Kaya hindi mo kilala ang diyos na ito. Ito ang tatalakayin do sa Inyo."

Si Pablo ay nakipagtalakayan sa mga pilosopong Griyego ngunit hindi binanggit ang anumang mga kasulatan sa Hebreo. Sinabi niya na ang Diyos na gumawa ng mundo at lahat ng nasa loob nito ay hindi kailangan ng mga templo na gawa ng tao upang manirahan at hindi katulad ng mga imaheng ng ginto o pilak na gawa ng mga tao. Bagama't hindi binigyang pansin ng Diyos ang kakulangan ng kanilang kaalaman, ipinag-uutos ng Diyos ngayon sa lahat ng tao na magsisi dahil balang-araw hahatulan ng Diyos ang lahat. Sinubukang kumbinsihin si Pablo na ang kanyang mga tagapakinig na mayroong iisang tunay na Diyos, hindi maraming mga diyos. Nang binanggit niya ang pagkabuhay-muli ng mga patay, may mga nagtawanan subalit mayroon ding nagnanais pang makinig. Bilang resulta, ang ilan sa mga nakarinig sa kanyang mensahe ay naging mga mananampalataya.

Sa Corinto

Si Pablo ay umalis sa Atenas at pumunta sa Corinto, isang malupit na bayan sa tabi ng dagat na nasa 30 milya ang layo na may reputasyon ng imoralidad. Nakilala niya ang isang Hudyo na si Aquila na kamakailan lang nagmula sa Italya kasama ang kanyang asawang si Priscila dahil sa utos na dapat lumisan lahat ng mga Hudyo sa Roma. Nagtrabaho at nanatili si Pablo kasama sina Aquila at Priscila, na mga tagagawa ng tolda. (Nagtrabaho si Pablo at kumita ng pera upang mabayaran ang kanyang mga gastusin sa paglalakbay sa paggawa at pagbebenta ng mga tolda.)

Si Pablo ay nagsalita sa sinagoga tuwing Sabat at sinubukang hikayatin ang mga Hudyo at mga Griyego na maging Kristiyano. Nang dumating sina Silas at Timoteo mula sa Macedonia, ginugol ni Pablo ang lahat ng kanyang oras sa pangangaral, at ilang pinunong Hudyo ang naging mananampalataya.

Isang gabi, nagkaroon si Pablo ng isa pang pangitain kung saan sinabi ng Diyos sa kanya na manatili sa Corinto at doon siya magiging ligtas. Kaya nanatili siya sa Corinto ng 18 buwan habang tinuturuan niya ang mga bagong mananampalataya. Pinahintulutan ng pinunong Romano sa lunsod si Pablo na mangaral, kaya nanatili siyang ligtas mula sa mga Hudyong gustong patahimikin siya.

Nang umalis na sa Corinto, naglayag si Pablo at ang iba pa sa Dagat Aegea patungong Efeso at isinama sina Priscila at Akila. Gumugol si Pablo ng panahon sa sinagoga sa Efeso na nakikipag-usap sa mga Hudyo. Nang hinihiling ng mga ito na magtagal pa siya, sinabi niya na kailangan niyang umalis pero babalik siya. Iniwan niya si Aquila at Priscila sa Efeso at sumakay sa barko pa-Erasto, at nagpunta siya sa Jerusalem upang magbigay ng ulat sa mga lider ng Kristiyano.

Ikatlong Biyahe si Pablo

Nang maglaon, si Pablo ay gumawa ng ikatlong paglalakbay sa Asia Minor at bumisita sa maraming lunsod upang palakasin ang mga alagad.

Efeso

Sabik na sabik si Pablo na bumalik sa Efeso, isang pangunahing lungsod sa kanlurang baybayin ng Asia Minor. Sina Priscila at Akila ay nagtuturo roon at natutuwa silang makita si Pablo. Ikinuwento nila sa kanya ang tungkol sa isang iskolar na Hudyo na nagngangalang Apolos mula sa Ehipto na nangangaral doon at nagtuturo tungkol kay Hesus sa isang tumpak na paraan. Sina Prisila at Akila ay gumugol ng oras sa pagtulong sa kanya na mapabuti ang kanyang pagtuturo at suporta sa mga Kristiyano. Umalis na si Apolos para mangaral at magturo sa Gresya nang dumating si Pablo.

Nang makarating si Pablo sa Efeso, ginawa niya ang lagi niyang ginagawa: nagpunta siya sa sinagoga upang mangaral muna sa mga Hudyo. Nagsalita siya nang buong tapang sa loob ng tatlong buwan tungkol sa kaharian ng Diyos. Ngunit ang ilan sa mga Hudyo ay hindi naniwala at nagsalita laban sa Daan. Kaya umalis si Pablo at ang ilan sa kanyang mga disipulo sa mga sinagoga at dalawang taon silang nagturo sa isang bulwagang pampubliko. Narinig ng lahat ng nakatira sa rehiyong iyon ng Asia ang mensahe ni Pablo tungkol sa Panginoon. Gumawa rin ang Diyos ng mga pambihirang himala sa pamamagitan ni Pablo. Ang mga panyo at tapis na humipo sa kanya ay dinala sa mga maysakit, at ang mga ito ay gumaling at iniwan ng masasamang espiritu.

Sinubukan ng ilang lalaking Hudyo na paalisin ang masasamang espiritu gamit ang pangalan ni Hesus, na para bang ang pangalan ay isang mahiwagang salita. Sasabihin nila, "Sa pangalan ni Hesus na ipinangangaral ni Pablo, iniuutos ko sa inyo na lumabas." Isang araw isang masamang espiritu ang tumugon sa kanilang utos at sinabing, "Kilala ko si Hesus at si Pablo, ngunit sino ka?" Tumalon sa kanila ang lalaking may masamang espiritu at binugbog silang lahat kaya tumakbo sila palabas ng bahay na hubo't hubad at duguan.

Nang marinig ito ng mga Hudyo at mga Griego sa Efeso, natakot silang lahat. Marami sa mga bagong mananampalataya ay naghayag ng kanilang mga kasalanan, at ang ilan na nagsasanay ng mahika ay sinunog ang kanilang napakabihira kasama ang mahalagang mga balumbon sa harap ng publiko. Dahil dito, patuloy na kumalat ang balita tungkol kay Hesus.

Ang mga turo ni Pablo ay nagdulot din ng krisis sa ekonomiya sa Efeso. Isang panday-pilak na gumawa ng mga pilak na dambana ni Artemis (ang lokal na diyosa ng pagkamayabong) ay nagdala ng maraming negosyo para sa mga manggagawa sa lungsod. Pinagsama-sama niya ang mga manggagawa at sinabi sa kanila na ang mga turo ni Pablo ay tinaboy ang karamihan sa kanilang negosyo. Naimpluwensyahan ni Pablo ang buong lalawigan sa pagsasabing ang mga diyos na ginawa ng mga kamay ng tao ay hindi mga diyos. Nagdulot ito ng panganib sa kanilang mga pangangalakal at sinisiraan si Artemis. Galit na galit ang mga manggagawa nang mapagtanto nila ito. Nagsimula silang sumigaw, "Dakila si Artemis ng mga taga-Efeso!"

Hindi nagtagal ay nagkagulo ang buong lungsod at ang mga tao ay sumugod sa isang malaking panlabas na teatro. Gusto ni Pablo na magsalita sa karamihan, ngunit hindi siya pinayagan ng mga disipulo. Nakiusap sa kanya ang ilang opisyal ng gobyerno na nakakakilala kay Pablo na huwag pumasok sa teatro.

Ang mga tao sa teatro ay hindi mapigil sa kanilang kaguluhan. Libu-libong tao ang naroon at lahat ay sumisigaw, kahit na karamihan sa kanila ay hindi naman alam kung bakit sila nandoon. Inilunsad ng mga Hudyo sa karamihan ang isa sa kanilang mga lider na sumiklab upang magpatahimik at makapagsalita sa mga tao. Ngunit nang malaman ng mga tao na Hudyo siya, lahat sila ay nagkaisang malakas na sumigaw ng halos dalawang oras: "Dakila si Artemis ng mga taga-Efeso!"

Kalaunan, pinatahimik ng isang opisyal ng lungsod ang karamihan sa pamamagitan ng pagpapaalala sa kanila na alam ng lahat na ang lungsot ng Efeso ang tagapangalaga ng templo ni Artemis at ang kanyang larawan ay nahulog mula sa langit. (Isang banal na bato na kahawig ng isang babae ang nahulog doon.) Dapat kumalma ang mga tao at huwag gumawa ng anumang kabaliwan. Ang lahat ng mga manggagawa ay may karapatang dalhin ang kanilang mga problema sa korte at maaaring maghain ng kaso. Matapos sabihin ito ng opisyal, sinabi niya sa lahat na bumalik sa trabaho o umuwi.

Mga Karagdagang Paglalakbay

Nang matapos ang kaguluhan, umalis si Pablo sa Efeso at nagpunta sa Macedonia at Gresya kasama ang ilang disipulo. Hinikayat niya ang mga tao sa daan at nanatili sa rehiyon sa loob ng maraming buwan. Sa ilang lunsod, nagbalak ang mga Hudyo laban sa kanya, kaya kinailangan niyang baguhin ang kanyang mga plano. Kasama niya ang mga mananampalataya mula sa maraming lungsod kung saan siya nangaral at nagturo. Gusto niyang bumalik sa Jerusalem at hindi niya alam kung ano ang mangyayari sa kanyang pagbabalik. Ngunit kumbinsido siya na ang bilangguan at hirap ay nasa kanyang kinabukasan. Alam niyang hindi na niya makikita ang marami sa kanyang mga tagasunod. Binalaan niya sila na may mga panahong mahirap at huwad na mga guro ang darating, kaya kailangan nilang magbantay.

Ang ikatlong paglalakbay ni Pablo bilang misyonero sa rehiyon ay tumagal ng mahigit tatlong taon. Imbes na maging pabigat sa mga binisita niya, gumawa at nagbenta siya ng mga tolda habang nagtuturo at nagdedebate. Nagpakita siya ng tiwala sa sarili na pagpapakumbaba at paglilingkod, tulad ng ginawa ni Hesus. Ipinaalala niya sa mga disipulo na nasa rehiyon ang sinabi ni Hesus, "Mas mabuting magbigay kaysa tumanggap." (Ang mga rutang tinahak ni Pablo sa kanyang mga paglalakbay ay matatagpuan sa mga mapa sa dulo ng aklat na ito.)

MULA SA JERUSALEM HANGGANG ROMA
Ginamit ni Pablo ang Kanyang Pagkamamamayan para Maglakbay

Nang bumalik si Pablo at ang kanyang mga kasamahan sa paglalakbay sa Palestina, sinabi ng isang propeta mula sa Judea na inihayag sa kanya ng Espiritu na si Pablo ay dadakipin at ibibigay sa mga Hentil sa Jerusalem. Sinubukan ng lahat na kumbinsihin si Pablo na hindi siya dapat pumunta roon, ngunit sinabi niya na handa siyang dakpin at mamatay pa kung isusulong nito ang kilusang Kristiyano.

Nang dumating si Pablo at ang kanyang mga kasamahan sa paglalakbay sa Jerusalem, nakipagkita sila sa mga pinuno ng simbahan at tinalakay ang lahat ng nangyari sa kanilang mga paglalakbay, kabilang ang ginawa ng Diyos sa mga Hentil. Pinuri ng mga pinuno ng simbahan ang Diyos at sinabi kay Pablo na libu libong mga Hudyo ang naging mananampalataya sa Palestina.

Si Pablo ay Inaresto sa Jerusalem
Nang pumunta si Pablo sa Templo, nakilala siya ng ilang Hudyo mula sa Asia at inakusahan siya ng maling aral at pinapasok ang mga Griego sa Templo. Hindi ito totoo, ngunit ang mga nasa lungsod ay nabalisa. Kinaladkad ng mga tao si Pablo palabas ng Templo at tinangka siyang patayin. Nakarating ang balita sa kumander ng Roma na ang Jerusalem ay nagkakagulo, at nagpadala siya ng mga kawal upang pakalmahin ang karamihan. Nang makita ng mga manggugulo ang mga kawal, tumigil sila sa paghampas kay Pablo.

Dinakip ng komandante si Pablo, ikinadena, at tinanong kung sino siya at kung ano ang ginawa niya. Iba't ibang akusasyon ang isinisigaw ng mga tao sa karamihan, at hindi matukoy ng komandante ang katotohanan. Si Pablo ay ipinadala sa kuwartel, at sa daan, ang mga mandurumog ay galit na galit na si Pablo ay kinailangang buhatin ng mga kawal.

Tinanong ni Pablo ang komandante kung maaari siyang magsalita sa karamihan. Inakala ng kumander na si Pablo ay isang Egyptian terrorist at nagulat na siya ay nagsasalita ng Griyego. Sinabi ni Pablo na siya ay isang Hudyo mula sa Tarsus at nakakuha ng pahintulot na magsalita sa karamihan. Sa pagsasalita sa harap ng kuwartel, sumenyas siyang tumahimik at nagsimulang magsalita sa Aramaic, na lalong nagpatahimik sa mga tao.

Ipinaliwanag ni Pablo ang kanyang pinagmulan at kung paano niya pinag-aralan ang mga banal na kasulatan habang naninirahan sa Jerusalem. Siya ay tunay tapat sa Diyos katulad nila at inusig ang mga alagad ng Daan. Ikinuwento niya sa mga tao ang nangyari sa kanya sa kanyang paglalakbay sa Damasco. Nang ikuwento niya sa karamihan kung paano siya ipinadala sa mga Hentil, sinimulan siyang sigawan muli ng mga tao at sinabing dapat siyang patayin.

Nang makitang maaaring magsimula muli ang isang kaguluhan, ipinatapon ng komandante si Pablo sa kuwartel upang siya ay hagupitin at tanungin. Habang ang mga kawal ay naghahanda na sa paghagupit sa kanya, sinabi ni Pablo sa pinunong kawal, "Legal ba sa iyo na hagupitin ang isang mamamayang Romano na hindi pa nahahatulan ng sala?"

Agad na pinuntahan ng sundalo ang kumander at sinabing si Pablo ay isang mamamayang Romano. Dinala si Pablo sa kumander at ipinaliwanag niya kung paano siya ipinanganak na mamamayang Romano. (May mga taong bumili ng kanilang pagkamamamayan ng Roma.) Naalarma ang kumander at agad na pinatigil ang interogasyon.

Nagsalita si Pablo sa Sanhedrin
Nais malaman ng komandante kung bakit si Pablo ay inakusahan ng mga Hudyo. Pinalaya niya si Pablo at inutusan ang Sanedrin na magtipon para makatayo si Pablo sa harap nila. Kinausap sila ni Pablo at alam niyang ang ilan ay mga Saduceo at ang iba ay mga Pariseo. Nagsimula siya sa pagsasabing, "Ako ay isang Pariseo at nagmula sa mga Pariseo. Nakatayo ako sa harap ninyo ngayon dahil sa aking pag-asa sa pagkabuhay-muli ng mga patay."

Nang sabihin niya ito, nagkaroon ng pagtatalo sa pagitan ng mga Saduceo, na naniniwalang na walang muling pagkabuhay, ni mga anghel, o mga espiritu, at ang mga Pariseo na naniniwala sa mga bagay na ito. Ang ilang mga Pariseo ay tumayo at nangatuwiran na si Pablo ay walang ginawang masama. Naging marahas ang pagtatalo kaya natakot ang komandante na maaring patayin si Pablo. Inutusan niya ang mga sundalo na ibalik si Pablo sa kuwartel.

Ang Balak na Pagpatay kay Pablo

Nang gabing iyon, sinabi ng Espiritu kay Pablo, "Huwag kang mag-alala! Tulad ng sinabi mo tungkol sa akin dito sa Jerusalem, kailangan mo ring magpatotoo tungkol sa akin sa Roma." Samantala, mahigit 40 Hudyo ang nagbalak na patayin si Pablo. Sa umaga, hiniling nila sa mga punong pari at matatanda na hilingin sa kumander na ipaharap muli si Pablo sa Sanedrin upang mas detalyado ang pagdinig sa kanyang kaso. Nagplano ang mga Hudyo na patayin si Pablo habang naglalakbay ito patungo sa pulong.

Ngunit nalaman ni Pablo ang tungkol sa pakana at ipinaalam sa komandante, na ipinadala si Pablo kay Gobernador Felix sa Cesarea habang pinoprotektahan ng 470 kawal. Ang mga Hudyo ay kailangang pumunta sa Cesarea upang ipagpatuloy ang kanilang pagsisiyasat.

Mga Pagsubok sa Harap ng mga Opisyal ng Roma

Ang matataas na ranggo ng mga Hudyo ay nagpunta sa Cesarea at nagdala ng mga paratang laban kay Pablo. Sinabi ng isang abogadong Hudyo na si Pablo ay isang manggugulo na lumikha ng kaguluhan sa mga Hudyo sa buong mundo. Ang iba ay nagparatang din laban kay Pablo.

Pagkatapos sabihin ng mga Hudyo ang kanilang kaso, si Pablo na ang magsalita. Sinabi niya kay Felix na sumasamba siya sa Jerusalem ngunit hindi nakipagtalo sa sinuman sa Templo o nagdulot ng anumang problema sa lungsod. Walang ebidensya na sumusuporta sa mga paratang ng mga Hudyo, ngunit inamin niya na siya ay isang tagasunod ng Daan. Pamilyar si Felix sa Daan at tinapos ang mga paglilitis. Gusto niyang bigyan siya ni Pablo ng suhol, ngunit sinabi lang ni Pablo kung paano mamuhay nang tama. Iniwan ni Felix si Pablo sa bilangguan sa loob ng dalawang taon. Si Pablo ay binigyan ng kaunting kalayaan at pinahintulutan na alagaan siya ng kanyang mga kaibigan.

Pinalitan ni Festo si Felix at agad na narinig ang mga akusasyon laban kay Pablo. Nais ng mga Hudyo na ilipat si Pablo pabalik sa Jerusalem upang tambangan at patayin siya sa daan. Ngunit gusto ni Festo na litisin si Pablo sa Cesarea.

Nang marinig ni Festo ang kaso, sinubukan ng mga Hudyo na takutin si Pablo, ngunit hindi nila mapatunayan ang alinman sa kanilang mga akusasyon. Ginawa ni Pablo ang kanyang pagtatanggol at sinabing hindi siya lumabag sa anumang Batas ng mga Hudyo o gumawa ng anumang bagay laban kay Cesar. Tinanong ni Festo si Pablo kung gusto niyang humarap sa paglilitis sa Jerusalem, ngunit umapela si Pablo na litisin ang kaniyang kaso kay Cesar. Sinabi ni Festo kay Pablo na dahil umapela siya kay Cesar, ang paglilitis sa kanya ay sa Roma.

Kinunsulta ni Festo si Haring Agripa

Nang dumating si Haring Agripa sa Cesarea upang tanggapin si Festo bilang bagong gobernador, pinag-usapan nila ang kaso ni Pablo. Nakita ng hari si Pablo kinabukasan sa harap ng maraming matataas na opisyal ng militar at makapangyarihang tao ng lungsod. Sinabi ni Festo sa lahat na gustong patayin ng mga Hudyo si Pablo, na walang kasalanan.

Ipinaliwanag ni Pablo sa lahat na siya ay isang Pariseo at ang ipinangako ng Diyos sa mga Hudyo ay natupad na. Ang dahilan kung bakit laban sa kanya ang mga Hudyo ay dahil naniniwala siyang si Hesus ang Mesiyas at muling nabuhay mula sa mga patay. Dati niyang sinasalungat ang kilusan ng Daan at ipinadakip ang mga alagad ni Hesus, ngunit nalaman niya na ang lahat ng sinabi tungkol kay Hesus ay totoo. Inilarawan niya ang nangyari sa daan patungong Damasco at na nais ng Diyos na mangaral siya sa mga Hentil, hindi lamang sa mga Hudyo "upang buksan ang kanilang mga mata at ibalik sila mula sa kadiliman tungo sa liwanag, mula sa kapangyarihan ni Satanas tungo sa Diyos, nang sa gayon ay tumanggap ng kapatawaran ng mga kasalanan."

Alam na alam ng hari ang mga kaugalian at kontrobersiya ng mga Hudyo, kaya naunawaan niya ang sinabi ni Pablo. Nang matapos magsalita si Pablo, sinabi ng hari kay Festo at sa iba pa na walang ginawang masama si Pablo. Kung hindi siya umapela kay Cesar, maaaring pinalaya si Pablo.

Naglayag si Pablo Patungo sa Roma

Si Pablo at ang ilan pang bilanggo ay ibinigay sa isang Romanong kumander ng militar upang maglayag patungong Italya. Sumama sa kanya ang ilan sa mga kaibigan ni Pablo, kabilang na si Lucas. Naglayag sila sa isang landas upang maiwasan ang malakas na hangin. Nang lumakas ang hanging bumagsak sa hilaga, binalaan ni Pablo ang kumander na delikadong magpatuloy; puwedeng masira ang barko. Ngunit sinunod ng kumander ang payo ng kapitan ng barko. Dahil wala silang maayos na pantalan na mapuntahan sa puntong iyon, nagpatuloy sila at umaasa na makarating sa ligtas na pantalan sa layong 50 milya pa.

Ngunit lumakas ang hangin at itinulak ang barko palayo sa dalampasigan. Hinahatak ng hangin at alon ang barko, kaya nilagyan ito ng mga tali upang mapanatili ang pagkakabuklod. Hinagis ng mga lalaki sa barko ang mga kargamento upang mabawasan ang bigat nito habang nagpupuyos ang bagyo. Makalipas ang ilang araw, inihagis ng mga tripulante ang mga gamit sa paglalayag ng barko. Nagpatuloy ang bagyo sa loob ng maraming araw at nagpalutang-lutang na lang ang barko. Lahat ay nangangailangan ng gamot dahil sa malalang karamdaman dulot ng alon, at hindi sila makakain, at lahat ay nag-iisip na mamamatay na sila.

Ngunit tumayo si Pablo sa harap ng mga tao sa barko at sinabing huwag mawalan ng pag-asa. Sinabi niya na isang anghel ng kanyang Diyos ang nagsabi sa kanya na kailangan niyang humarap sa paglilitis sa harap ni Cesar at mabubuhay silang lahat sa barko kahit na ito ay masisira kapag ito ay tumama sa isang hindi kilalang isla.

Ang barko ay nagpatuloy sa pag-anod sa kanluran sa Dagat Mediteraneo. Isang gabi, sinukat ng mga mandaragat ang lalim ng dagat at hindi na ito gaanong kalaliman sa maikling panahon. Upang hindi sila bumagsak sa mga bato na hindi pa nila nakikita, ibinaba nila ang lahat ng mga angkla sa likod ng barko at nanalangin para sa liwanag ng araw. Sinubukan ng ilang mandaragat na tumakas sakay ng lifeboat, ngunit sinabi ni Pablo sa komandante na ang lahat ay kailangang manatili sa barko upang mabuhay ang lahat. Sa pagkakataong ito ay nakinig sa kanya ang komandante, at pinutol ng mga sundalo ang mga lubid na nakahawak sa lifeboat at hinayaan itong maanod.

Bago magbukang-liwayway, hinikayat silang lahat ni Pablo na kumain. Ang bagyo ay tumagal ng 14 na araw, at lahat ay mahina, kaya kailangan nila ang lakas upang mabuhay. Kumuha si Pablo ng tinapay at nagpasalamat sa Diyos sa harap ng lahat at nagsimulang kumain. Dahil sa halimbawa ni Pablo, ang iba ay nagsimulang kumain. Mayroong 276 na tao sa barko, at lahat ay kumakain hangga't gusto nila. Nang matapos sila, itinapon nila sa dagat ang natitirang pagkain para gumaan ang barko.

Paglapag sa Malta

Pagsapit ng araw, walang nakakilala sa lupain. Nakita nila ang isang baybayin na may buhangin at naisipan nilang itsadsad ang barko patungo roon. Pinutol nila ang mga ankla, itinaas ang layag, at dahan-dahang lumutang patungo sa baybayin. Ngunit nabangga ng barko ang isang buhangin at nagdulot ng pagkakasira nito. Nabara ang parte ng harapan at ang malakas na alon ay nagdulot ng pagkabali ng barko.

Plinano ng mga sundalo na patayin ang mga bihag upang hindi sila lumangoy palayo at makatakas, ngunit nais ng kumander na iligtas ang buhay ni Pablo, kaya wala ni isa sa mga bihag ang nasaktan. Lahat ng marunong lumangoy ay inutusang tumalon at makarating sa lupa. Ang natitira ay kailangang kumapit sa anumang bagay na lumulutang hanggang sa makarating sa lupain.

Nakarating silang lahat ng ligtas sa pampang. Nasa isla sila ng Malta, at tinulungan sila ng mga taga-isla na may di-pangkaraniwang kabaitan habang hinahampas sila ng malamig na ulan sa dalampasigan. Si Pablo ay nakagat ng makamandag na ahas habang gumagawa ng apoy sa dalampasigan. Nakita ng mga taga-isla ang ahas na nakabitin sa kanyang kamay at sinabing siya ay isang mamamatay-tao — sinabi nila ito kahit siya ay nakatakas mula sa dagat at hindi siya pinayagan ng diyosang Hustisya na mabuhay. Ngunit itinaboy ni Pablo ang ahas sa apoy at hindi siya nasaktan. Inaasahan ng mga tao na siya ay mamamaga o mamamatay ng mabilis, ngunit pagkatapos ng mahabang panahon, walang nangyari kay Pablo. Kaya nagbago ang isip nila at sinabing isa siyang diyos.

Ang punong opisyal ng Malta ay nakatira sa isang malaking gusali malapit sa dalampasigan, at tinanggap niya ang mga biktima ng pagkawasak ng barko sa kaniyang tahanan at ipinakita sa kanila ang bukas-palad sa loob ng tatlong araw. Ang kanyang ama ay may sakit, at nang ipatong ni Pablo ang kanyang mga kamay sa kanya at manalangin, gumaling ang ama. Nalaman ng iba sa isla ang nangyari, at ang iba pang mga maysakit sa isla ay dumating at pinagaling ni Pablo.

Nangaral si Pablo sa Roma Habang Siya ay Binabantayan

Si Pablo at ang iba ay nanatili sa Malta sa loob ng tatlong buwan, pagkatapos ay ipinagpatuloy ang kanilang paglalakbay sa Roma. Pagdating nila, pinahintulutan si Pablo na manirahan mag-isa kasama ng isang kawal na nagbabantay sa kanya. Nakipagpulong si Pablo sa lokal na mga pinunong Hudyo at ipinaliwanag kung bakit siya naroon; wala sa kanila ang nakarinig ng nangyari sa Jerusalem. Gusto nilang malaman kung ano ang sasabihin niya tungkol sa Daan dahil lahat ay nagsasalita laban dito.

Nakipagpulong si Pablo sa mas malaking bilang ng mga Hudyo na naninirahan sa Roma. Nagsalita siya tungkol sa kaharian ng Diyos, at sa pamamagitan ng pag-uugnay nito sa Kautusan ni Moises at sa sinabi ng mga propeta, sinubukan niyang hikayatin sila tungkol kay Hesus. Ang ilan ay kumbinsido, ngunit ang iba ay hindi naniniwala. Nagtapos si Pablo sa pamamagitan ng pagsipi kay propeta Isaias:

> Pumunta ka sa mga taong ito at sabihin mo, "Patuloy kayong makaririnig at makakakita ngunit hindi ninyo mauunawaan. Sapagkat naging manhid na ang puso ng mga tao: ang kanilang mga tainga ay halos hindi makarinig, at sila'y pumikit." Samakatwid, ang kaligtasan ng Diyos ay ipinadala sa mga Hentil; makikinig sila!

Si Pablo ay nanatili sa isang inuupahang bahay sa loob ng dalawang taon at tinanggap ang lahat ng bumibisita sa kanya. Siya ay sumulat ng napakahabang sulat sa mga naniwala sa Roma noong siya ay naglalakbay sa Gresya, kaya kilala na siya ng mga naniwala sa Roma. (Ang sulat na ito ay kasama sa Bagong Tipan.) Patuloy na nagtuturo si Pablo ng bron tapang tungkol sa kaharian ng Diyos at kay Hesus na Mesiyas, at walang nakapipigil sa kanya. Nagpadala siya ng mga sulat ng pagsulong sa mga naniwala at sa kanilang mga pinuno sa maraming lungsod na kanyang nilibot sa Asia Minor, Macedonia, at Gresya. Sa mga sulat na iyon, nagbibigay siya ng higit pang mga tagubilin sa mga simbahan, tulad ng kanyang mga sulat sa kanila bago siya pumunta sa Roma.

(Si Pablo ay pinalaya mula sa pagkakadakip sa kanyang bahay noong AD 62 at patuloy na nagtuturo at nangangaral sa iba't ibang bahagi ng Timog Silangang Europa at sa isla ng Creta. Siya ay muling ipinakulong sa Roma at namatay dahil sa kanyang pananampalataya noong panahon ng pamumuno ni Nero sa mga paligid ng AD 68. Ang kanyang ministeryo ay tumagal ng mga 32 taon.)

MGA LIHAM NI PABLO SA MGA MANANAMPALATAYA

Ang mga Bagong Simbahan ay Tumatanggap ng Hikayat at Tagubilin

Sa kanyang mahabang ministeryo, sumulat si Pablo sa mga simbahan sa timog Europa at Asia Minor at sa ilang Kristiyanong lider sa rehiyon. Sumulat siya ng mga liham sa mga mananampalataya sa Roma, Corinto, Tesalonica, Filipos, Efeso, Colosas (isang lungsod malapit sa Laodicea), at sa mga lungsod sa rehiyon ng Galacia (Pisidian Antioch, Iconio, Listra, at Derbe). Sumulat din siya sa mga pinunong Kristiyano sa iba't ibang lungsod: si Timoteo sa Efeso, si Tito sa Creta, at si Filemon sa Colosas. Maaari ring si Pablo ang may akda o coauthor ng isang mahabang dokumento na isinulat sa mga Hudyo ("Mga Hebreo" ay ibinuod sa susunod na kabanata).

Ang mga liham noon ay sinusulat sa mga dahon ng papyrus na kasinglaki ng mga papel na ginagamit natin ngayon. Kadalasan, isa lamang na dahon ang ginagamit para sa isang liham. Kapag mahaba ang liham, pinagsasama-sama ito at iniikot bilang isang balumbon. Minsan, ang mga eskriba ang sumusulat habang dinidikta ng may-akda. Maaring mayroong ilang mga escriba para sa mahahabang liham.

Ang mga liham ay karaniwang nagsisimula sa isang pagbati na kasama ang pangalan ng taong nagpadala ng liham at kung sino ang tatanggap nito. Ang mga liham ay karaniwang nagtatapos sa isang paalam at kung minsan ay binabati ang iba na kilala ng may-akda. Hindi isinama ang mga petsa, at ang mga liham ay inihatid gamit ang mga manlalakbay na kilala ng nagpadala at tumanggap.

Ang mga ideya sa relihiyon, mga turo tungkol sa wastong pamumuhay, at praktikal na payo ay karaniwang kasama sa mga liham ni Pablo. Inilarawan at binigyang-kahulugan niya ang mga turo at pagkilos ni Hesus, at tinalakay niya kung ano ang ibig sabihin ng mga ito para sa mga mananampalataya. Pinasigla rin niya ang mga tumanggap ng mga liham dahil dumaranas sila ng hirap dahil sa kanilang bagong pananampalataya.

Sumulat si Pablo ng napakahabang mga liham na may kasamang maraming konsepto tungkol sa Diyos habang nilinaw at ipinagtanggol niya ang pananampalataya gamit ang lohikal na mga argumento.

Ang kabanatang ito ay nagbubuod ng mga pangunahing mensahe ng mga liham ni Pablo ayon sa pagkakasunud sunod na marahil ay isinulat ang mga ito.

Sulat sa mga taga Galacia

Ang unang liham na isinulat ni Pablo ay para sa mga iglesia sa Galacia at tinalakay ang mga kontrobersiya tungkol sa kung paano nakikilala ang isang Kristiyano. Ang mga Hentil ay sumapi sa simbahan, at ang ilang mga Hudyo ay naniniwala na dapat nilang sundin ang lahat ng mga patakaran ng Hudaismo, kabilang ang mga paghihigpit nito sa pagkain, pagtutuli, mga hain, at paghihiwalay mula sa iba na hindi kapareho ng kanilang mga paniniwala. Noong nakaraan, ang mga Hentil na nagbalik loob sa Hudaismo ay kinakailangang sundin ang mga batas ni Moises. Gayunpaman, karamihan sa mga Hentil na nagiging Kristiyano ay hindi nais na magbalik loob sa Hudaismo bukod pa sa pagsunod kay Hesus, at marami sa kanila ang umalis sa simbahan. Ano ang dahilan kung bakit naging Kristiyano ang isang tao? Sinusunod ba nito ang mga paraan ni Hesus lamang, o dapat din ba nilang sundin ang mga patakaran ng Hudaismo?

Ginamit ni Pablo ang kanyang sariling mga karanasan upang sabihin na sapat na ang pagsunod kay Hesus. Hindi dahil siya ay isang masigasig na Pariseo na sumusunod sa mga batas ng Hudaismo kaya nakatanggap siya ng biyaya ng Diyos. Alam ni Pablo na nakipagkita si Pedro sa mga Hentil at na ang mga pagkain na "marumi" ay puwedeng kainin ng mga Kristiyano. Pinayagan ni Pedro na mangaral si Pablo sa mga Hentil at nagbigay-diin lamang sa pangangailangan na tulungan ang mga mahihirap. Tinanggap ni Pablo ang lahat dahil hindi na nagpapakita ng pagkiling ang Diyos sa mga Hudyo. Narito ang kanyang pangunahing argumento:

> Ang isang tao ay hindi matuwid (ipinahayag bilang matuwid at tanggap sa Diyos) sa pamamagitan ng pagsunod sa kautusan, kundi sa pamamagitan ng pananampalataya kay Hesus, ang Mesiyas. Walang sinumang nagiging matuwid

sa pamamagitan ng pagsunod sa kautusan. Namatay ako sa kautusan upang mabuhay para sa Diyos. Namatay ako kasama si Cristo at ako'y naging isang bagong tao dahil siya ay nabubuhay sa akin. Nabubuhay ako sa pamamagitan ng pananampalataya sa Anak ng Diyos na nagmahal sa akin at nagbigay ng kanyang sarili para sa akin. Kung ang katuwiran ay maaring makuha sa pamamagitan ng kautusan, wala nang kabuluhan ang kamatayan ni Cristo. Ang kautusan ay nag-ugnay sa atin hanggang dumating si Hesus at iligtas tayo; ang pagkakaroon ng kautusan ay nagpapatunay na hindi natin palaging kayang sundin ang kautusan. Kaya't walang pangangailangan na sumunod sa kautusan — tayo ay malaya sa pagiging alipin sa kautusan. Hindi na mayroong Hudyo man o Hentil, alipin man o malaya, lalaki man o babae — lahat ay isa sa Panginoon. Ang mga Hentil ay tinanggap bilang anak sa pamilya ng Diyos; ang mga nananampalataya at sumusunod kay Hesus ay bahagi ng mga ninuno ni Abraham at nakakatanggap ng mga pangako ng Diyos. Ang malupit na pananaw sa ebanghelyo ay nagpapakalbo ng katotohanan at isang uri ng pagkaalipin.

Pinaalalahanan ni Pablo ang kanyang mga mambabasa na huwag balewalain ang batas o isipin na ang katampalasanan ay katanggap-tanggap. Ang kalayaan mula sa batas ay hindi nangangahulugan ng kalayaan sa kasalanan. Sa halip, ang mga Kristiyano ay dapat na patnubayan ng espiritu ng Diyos at hindi gumawa ng imoral na mga gawa. Dapat ibigin at paglingkuran ng mga Kristiyano ang isa't isa nang may kapakumbabaan, sapagkat ang buong kautusan ay buod sa isang utos: "Ibigin mo ang iyong kapuwa gaya ng iyong sarili."

Iwasan ang mga gawa tulad ng kahalayan, pangkukulam at pagsamba sa mga diyus-diyosan, pagkamuhi, pag-aaway, pagkaiinggit, sobrang galit, pagiging makasarili, at pagkakalasing. Ang bunga ng Espiritu ay pag-ibig, kagalakan, kapayapaan, pagtitiyaga, kabaitan, kabutihan, katapatan, kahinahunan, at pagpipigil sa sarili. Walang batas na laban sa mga bagay na ito. Kung ang isang tao ay nahuling gumagawa ng kasalanan, ibalik ang taong iyon sa maayos na paraan. Tulungan ang isa't isa sa pagbuhat ng mga pasanin, huwag ikumpara ang sarili sa iba, at huwag magsawa sa paggawa ng kabutihan sa lahat ng tao, lalo na sa mga kapatid sa pananampalataya.

Mga Liham sa mga Taga-Tesalonica

Sumulat si Pablo ng dalawang liham sa simbahan sa Tesalonica, ang malaking kabisera ng Macedonia; kasama niya sa pagsulat sina Silas at Timoteo. Ang dalawang liham ay sumulat agad matapos silang palayasin sa Corinto. Ang simbahang sa Tesalonica ay karamihan ay binubuo ng mga Hentil, at sinabi ni Timoteo kay Pablo at Silas kung gaano kaganda ang kalagayan ng simbahan.

Sa unang liham, binati ng mga may akda ang mga mananampalataya sa kanilang pagbabalik loob at lumalagong pananampalataya. Ang katapatan ng simbahan habang inuusig ay isang magandang halimbawa sa mga simbahan sa ibang mga lungsod. Tatlong importanteng salita — pananampalataya, pagmamahal, at pag-asa — ang makikita sa unang bahagi ng liham. Ang pananampalataya ay nagbunga ng mabubuting gawa, ang pagmamahal ay humantong sa kabaitan at awa, at ang pag-asa ay nagdulot ng katatagan at pagtitiis sa mahihirap na panahon. Pinayuhan din ng mga may akda ang mga mananampalataya sa pamamagitan ng praktikal na mga tagubilin tungkol sa kung paano mamuhay.

Iwasan ang kahalayan at mamuhay ng banal at marangal. Mamuhay ng tahimik at alagaan ang sarili. Magtrabaho upang mapahalagahan ka ng ibang tao at Huwag umasa sa iba. Mamuhay ng mapayapa sa isa't isa. Ipaalala sa mga tao na huwag maging tamad o manggugulo, palakasin ang loob ng mga nalulungkot, tulungan ang mahihina, at magpakatatag sa lahat ng tao. Siguraduhin na walang gagawing masama kapag pinapahirapan, at laging gawin ang mabuti para sa isa't isa at sa lahat ng ibang tao. Magalak lagi, huwag tumigil sa pagdarasal, at magpasalamat sa bawat situwasyon.

Ang pangalawang mas maikling liham ay isinulat kaagad pagkatapos ng unang liham. Ang simbahan ay inuusig, at ang ilang mga Kristiyano ay naniniwala na ito ay isang palatandaan na si Hesus ay malapit ng bumalik sa lupa. Pinatibay ng mga bulaang propeta ang pananaw na ito dahil maraming Kristiyano ang napatay. Hinikayat ng unang liham ni Pablo ang mga mananampalataya na maging handa para kay Hesus at tungkol sa muling pagkabuhay ng mga patay, na nagdagdag sa kanilang paniniwala na ang pagbabalik ni Hesus ay maaaring mangyari anumang oras. Dahil dito, ang ilang mananampalataya ay huminto sa kanilang mga trabaho.

Ipinaliwanag ni Pablo na hindi agad babalik si Hesus at maaaring mangyari ito sa malayong panahon pa. Ipinaliwanag niya na hindi alam kung kailan darating ang pagbabalik ni Hesus, kaya't kailangan ng mga tao na bumalik sa kanilang mga trabaho. Mahalaga para sa mga mananampalataya na magtrabaho ng maayos at huwag maging pasanin sa iba, tulad ng ginawa ng tatlong lalaki na nagpakain sa kanilang sariling pangangailangan. Sa huli, parurusahan ng Diyos ang mga masasama.

Mga Sulat sa mga Taga Corinto

Sumulat si Pablo ng tatlong liham sa mga mananampalataya sa Corinto, ngunit ang una ay nawala, kaya hindi alam ang mga nilalaman nito. Sa kanyang ikalawang liham (kilala bilang Unang Corinto), sinagot ni Pablo ang mga tanong sa isang liham na ipinadala sa kanya ng simbahan. Ang Corinto ay isang matigas na lungsod ng daungan na may maraming mga taindahan at mga tao na nagbebenta ng kanilang mga katawan para sa kasiyahan ng iba, at ang simbahan ay nahihirapan. Karamihan sa mga mananampalataya ay hindi masyadong nakapag-aral at galing sa mas mababang uri ng lipunan, kaya't pakiramdam nila ay mababa sila kumpara sa mga taong may pinag-aralan sa bayan. Sinabi ni Pablo na kahit hindi sila marunong o mahalaga sa paningin ng tao, "pinili ng Diyos ang mga bagay na itinuturing na walang kabuluhan sa mundo upang pagtawanan ng mga marurunong at pinili ang mahihina ng mundo upang pagtawanan ng mga malalakas."

Ang mga tao sa simbahan ng Corinto ay may maraming praktikal na katanungan. Tinanong nila kung paano haharapin ang mga pagkakabaha-bahagi at mga demanda sa loob ng simbahan at sa mga Kristiyanong kumilos sa imoral na paraan. May mga tanong sila tungkol sa kasal, anong mga pagkain ang maaaring kainin, at kung paano magsagawa ng mga kapaki-pakinabang na serbisyo sa pagsamba (tulad ng pagdiriwang ng Hapunan ng Panginoon, kababaihan sa simbahan, at paggamit ng mga espirituwal na kaloob). Ang mga miyembro ng Simbahan ay mayroon ding mga katanungan tungkol sa muling pagkabuhay ni Hesus at sa kanilang sariling muling pagkabuhay sa hinaharap.

Si Pablo ay nanawagan sa mga miyembro ng simbahan na maging nagkakaisa sa halip na magkahiwa-hiwalay batay sa mga nagturo sa kanila. "Ako'y nagtanim ng binhi, si Apollos ay nagbuhos ng tubig, ngunit ang Diyos ang nagpapalago. Ako'y naglagay ng pundasyon at ang iba ay nagpatuloy sa pagtatayo nito. Kung mag-aaway kayo tungkol sa kung sino ang pinakamahusay na guro, nagpapakita ito na kayo ay mga sanggol pa rin sa pananampalataya. Nang kayo ay mga sanggol pa sa pananampalataya, nagbigay ako sa inyo ng espirituwal na gatas na kayang ninyong malunok. Ang inyong mga pagkakahiwa-hiwalay ay nagpapakita na hindi kayo handa para sa matibay na pagkain."

Nilinaw din ni Pablo kung ano ang sinabi niya tungkol sa kung sino ang dapat makasama ng mga Kristiyano at kung anong uri ng mga tao ang dapat iwasan.

> Sa aking naunang sulat, sinabi ko na hindi dapat makisama sa mga taong gumagawa ng hindi kanais-nais na gawain. Hindi ko ibig sabihin na hindi dapat makisama sa mga taong immoral o sa mga sakim, magnanakaw, o nag-aalay sa ibang diyos. Kung ganoon, kailangan mo nang umalis sa mundo! Ang ibig kong sabihin ay huwag mong makisama sa mga taong nagsasabing kapatid mo sa pananampalataya ngunit mga seksuwal na immorally, sakim, sinungaling at magnanakaw, o masyadong umiinom. Hindi natin dapat husgahan ang mga tao sa labas ng simbahan–gagawin iyan ng Diyos.

Ipinaliwanag ni Pablo na ang pagiging patnubay ng espiritu ng Diyos ay mas mahalaga kaysa sa pagkakaroon ng karunungan ng tao. "Kung nasa iyo ang Espiritu, nasa iyo ang pag-iisip ni Kristo." Ang katawan ng tao ay sagrado at ang templo ng Banal na Espiritu. Ang mga gumagawa ng malalaking kasalanan ay kailangang alisin sa simbahan at hindi kasama sa Hapunan ng Panginoon.

Tungkol sa pag-aasawa, sinabi ni Pablo na ang pagiging walang asawa ay mabuti dahil pinapayagan nito ang mga tao na maglingkod sa

Diyos at sa iba ng mas malaya. Ngunit dahil sa ating likas na seksuwal, pinagpala ng Diyos ang pag-aasawa dahil "mas mabuti pang magpakasal kaysa mag-alab sa walang kontrol na pagnanasa." Ang mga nagpakasal ay kailangang ibigay ang kanilang mga katawan sa isa't isa, at walang partido ang may kapangyarihan sa isa't isa. Nagbigay din si Pablo ng kanyang opinyon (hindi mga salita mula sa Diyos) tungkol sa iba pang mga bagay na may kaugnayan sa kasal at diborsiyo.

Sinabi ni Pablo na ang isang tao ay maaaring kumain ng anumang bagay, ngunit kung ang isang tao ay nag-iisip na hindi tama na kumain ng isang bagay at pagkatapos ay kumain nito, sila ay nagkasala. Ang pagkain ay nagiging isang hadlang sa mga may hindi gaanong buo ang pananampalataya. Samakatuwid, ang mga Kristiyano ay hindi dapat kumain ng isang bagay kung ito ay nagiging sanhi ng isang tao na kumain ng isang bagay na sa tingin nila ay hindi nila dapat kainin. (Karamihan sa mga karneng kinakain noon ay inihain sa mga diyus-diyosan.) Sinabi ni Pablo, "Ako ay isang Hudyo kasama ng mga Hudyo, ngunit kapag ako ay kasama ng iba na hindi sumusunod sa mga tuntunin tungkol sa kung ano ang kakainin, kumakain ako ng kung ano. Naging lahat ako sa lahat ng tao para mas handang makinig sa mensahe ko. Hindi hahayaan ng Diyos na matukso ka ng higit sa iyong makakaya. Kapag tinukso ka, laging may paraan para makaalis dito."

Sumulat si Pablo tungkol sa kung paano magsagawa ng mga pagsamba. Kailangang tiyakin ng mga mananampalataya na nakikibahagi sila sa Hapunan ng Panginoon sa kapayapaan. Kung may hindi pagkakasundo sa mga indibiduwal, lutasin muna nila ito. Sinabi rin ni Pablo na ang mga babae ay hindi dapat magsalita o magtanong sa panahon ng pagsamba kung hindi nila naiintindihan ang isang bagay–dapat nilang tanungin ang iba tungkol dito sa ibang pagkakataon. Dapat ding iwasan ng mga kababaihan ang magkaroon ng nakasasagabal na usapan sa tabi at manahimik maliban na lang kung sila ay nagdarasal at nagtuturo bilang bahagi ng mga gawain sa pagsamba.

Sinabi ni Pablo na masyadong maraming oras ang nasasayang sa pagpapakita ng mga tao ng kanilang kakayahan sa ibang wika na hindi naiintindihan ng ibang tao. Ito ay isang kaloob na ibinigay ng Espiritu Santo sa ilang mananampalataya, at ito ay nangyari sa unang Pentecost. Ngunit kung walang makakaintindi ng sinasabi, ito ay walang kapakinabangan, at maaaring isipin ng iba na ang simbahan ay binubuo ng mga taong may sakit sa pag-iisip. Lahat ay mayroong mga kaloob ng Espiritu, tulad ng pagpapagaling, karunungan, kaalaman, pananampalataya, pag-unawa kung ang isang espiritu ay mabuti, pagsasalita ng ibang wika, tulong, at gabay. Ang mga hindi gaanong dramatikong kaloob na ibinigay ng Espiritu, tulad ng pangangaral at pag-unawa sa katotohanan tungkol sa Diyos, ay mas kapaki-pakinabang. Sinabi ni Pablo, "Ako ay nagsasalita ng mga wika ng higit kaysa sa inyong lahat. Ngunit mas gugustuhin kong magsalita ng limang magagandang salita ng pagtuturo sa mga mananampalataya kaysa magsalita ng 10,000 salita sa ibang wika."

Nagsalita siya tungkol sa simbahan na para bang ito ay isang katawan ng tao na maraming bahagi — ang bawat isa ay may iba't ibang tungkulin.

> Hindi masasabi ng tainga, "Dahil hindi ako mata, hindi ako bahagi ng katawan." Kung ang buong katawan ay mata, paano natin maririnig? Nilikha ng Diyos ang maraming bahagi ng isang katawan, at ang lahat ng mga bahagi ay dapat magtulungan. Ang mga bahagi na tila mas mahina ay kailangang-kailangan. Kung ang isang bahagi ay nagdurusa, ang lahat ay nagdurusa.

Isinulat ni Pablo na ang paggamit ng mga espirituwal na kaloob ay hindi kasinghalaga ng pagiging mapagmahal na tao. Inihambing ni Pablo ang mga espirituwal na kaloob at pag-ibig sa ganitong paraan[7]:

> Kung magsalita ako sa ibang wika pero hindi ako nagpapakita ng pagmamahal, nag iingay lang ako. Kung mayroon akong kaloob na propesiya at mauunawaan ang lahat ng hiwaga at kaalaman, o kung mayroon akong napakaraming pananampalataya na kaya kong ilipat ang isang bundok, ngunit hindi ako nagpapakita ng pag ibig, wala akong kabuluhan. Kung ibibigay ko ang lahat ng mayroon ako sa mga mahihirap at isakripisyo ang aking katawan ngunit hindi ko mahal ang iba, wala akong natamo.

---

[7] Ginamit ni Pablo ang salitang Griyego na agape bilang salita para sa pag-ibig sa talatang ito. Ang salita ay nagsasangkot ng pagkilos at sakripisyo para sa iba. Hindi ito nangangahulugan ng emosyonal na pakiramdam, pagkakaibigan (philia), o pisikal na pag-ibig (eros).

Ang pag-ibig ay mapagpatawad at magiliw. Hindi ito naiinggit at hindi nagyayabang o nagpapahiya ng iba. Hindi ito mayabang o maramot. Hindi ito madaling magalit o nagtatanim ng sama ng loob. Hindi ito natutuwa sa kasamaan kundi sa katotohanan. Nagtitiis at naniniwala sa lahat ng bagay; palaging may pag-asa at nakakayanan ang lahat ng bagay. Nang ako ay bata pa, nagsalita at nag-isip ako tulad ng bata. Ngayon na ako ay magulang na, itinapon ko na ang aking mga bata at makasariling gawain. Ang pag ibig ay hindi kailanman nagkukulang. Ang mga hula ay titigil at ang mga wika ay magiging tahimik at ang kaalaman ay maglalaho. Ang pananampalataya, pag-asa, at pag-ibig ang pinakamahalaga, at ang pinakadakila sa mga ito ay ang pag-ibig.

Sa wakas, tinalakay ni Pablo ang pagkabuhay na mag uli ng katawan, isang kakaibang konsepto sa mga Griyego na naging dahilan upang magduda ang ilang mananampalataya na sila ay muling mabubuhay sa isang punto. Walang nagduda na bumalik si Hesus mula sa mga patay. Ibig sabihin nito ay maaari ring muling mabuhay ang iba. Nilabanan ni Hesus ang kamatayan kaya ang espirituwal na katawan ng isang tao ay muling mabubuhay. Nagtapos si Pablo sa isang misteryo:

Kapag patay na tayo, agad tayong mababago kapag tumunog ang huling trumpeta. Ang mga patay ay mabubuhay na mag-uli at mabubuhay magpakailanman. Matutupad ang sinabi ni Oseas, "Ang kamatayan ay nilamon ng tagumpay ng Diyos. Kung saan, O kamatayan, naroon ang inyong tagumpay; Nasaan ang iyong tibo?"

Ang Huling Sulat ni Pablo sa mga Taga-Corinto
Nagsagawa ng ilang biyahe si Pablo sa Corinto upang suportahan at turuan ang mga mananampalataya, at ilan sa kanyang mga pagdalaw ay "mahirap." Ang pagtutol kay Pablo ay tumindi, ngunit na-disiplina ang lider ng paghihimagsik. Sumulat si Pablo upang ipahayag ang kaluwagan at kagalakan na naayos ng simbahan ang problemang ito, at hinihikayat ang mga mananampalataya na tanggapin muli sa simbahan ang lider ng paghihimagsik. Dahil delikado ang maging Kristiyano

sa Imperyong Romano, ipinaalala niya sa simbahan ang pag-asa na mayroon sila sa muling pagkabuhay ng kanilang mga kaluluwa. Ang mga Kristiyano ay naglalakbay sa pamamagitan ng pananampalataya, hindi sa pamamagitan ng kanilang sariling paningin. Sila ay mga bagong nilalang dahil naninirahan si Hesus sa kanila–nagbago na sila mula sa kanilang dating mga gawi at pag-iisip. Ang mga mananampalataya ay tulad ng mga palayok na gawa sa luwad, na binibigyang-anyo ng Panginoong Mananahi, at gumaganap ng iba't ibang tungkulin ayon sa nais ng Diyos.

Binanggit ni Pablo ang lahat ng kanyang mga kakayahan para magturo, ngunit idiniin din niya ang sarili niyang mga kahinaan, kabilang ang pagkakaroon ng "tinik sa tagiliran." Si Pablo ay hindi kailanman nagsabi ng anumang bagay tungkol sa kung ano ang bumabagabag sa kanya, at siya ay nanalangin ng ilang beses na ang problema ay mawala. Ngunit sinabi ng Diyos na "ang aking kapangyarihan ay makikita sa kahinaan ng tao." Sapat na si Pablo sa kanyang sariling kakayahan, at ang kanyang mga limitasyon ay nagpapanatili sa kanya ng kanyang kababaang-loob–kapag siya ay mahina, siya ay malakas.

Liham sa mga Romano

Ang pinakamahabang liham ni Pablo ay ipinadala sa mga simbahang-bahay sa Roma na may parehong Hudyo at Hentil na mga mananampalataya. Sumulat siya bago ang kanyang unang paglalakbay sa Roma at hindi personal na kilala ang marami sa mga Kristiyano sa Roma, kaya mas pormal ang kanyang pagsulat kaysa sa iba pang mga liham na kanyang isinulat.

Ang kanyang sulat ay naglalaman ng buod ng mga pangunahing ideya ng bagong pananampalatayang Kristiyano sa mga mananampalataya na wala pang kaalaman tungkol dito. Ipinaliwanag niya ang pangkalahatang prinsipyo ng pananampalataya gaya ng isang legal na kaso. Ang pangkalahatang mensahe niya ay si Hesus ay namatay at nagligtas sa lahat ng tao mula sa kasalanan, kaya't ang relasyon sa Diyos ay magagamit sa sinuman na may pananampalataya kay Hesus, ang Mesiyas. Ginamit niya ang limang tema upang suportahan ang mensaheng ito:

- Lahat ng tao ay may likas na kasalanan.
- Ang kamatayan ni Hesus ang pinakamahusay at huling sakripisyo ng dugo na kailangan upang alisin ang mga kasalanan ng mundo at payagan ang lahat ng tao na maging kaaya-aya sa Diyos.

- Kinakailangan ng mga Kristiyano na maging banal at umasa sa Espiritu ng Diyos upang magtagumpay sa panahon ng mga pagsubok. Ang mas malalim na pananampalataya ay nagdudulot ng mas malalim na katuwiran.

- Unang pinili ng Diyos ang mga Hudyo bilang kanyang bayan, ngunit kasama na ngayon ang mga Hentil dahil sa patuloy na tinatanggihan ang Diyos.

- Ang pagiging Kristiyano ay nangangahulugan ng pamumuhay sa isang ibang paraan sa isang mundong puno ng kasalanan.

Ang mga Tao ay May Makasalanang Kalikasan

Napansin sa unang tema na lahat ng tao ay may makasalanang kalikasan; Ang mga indibidwal at lipunan sa kabuuan ay may posibilidad na gumawa ng masasamang bagay. Ang mga tao ay gumagawa ng lahat ng uri ng krimen at hindi nagpapakita ng awa o patas sa iba. Nagsisinungaling sila, nag aaway, nagtsitsismis, at nag iisip ng mga paraan para matulungan ang kanilang sarili, kahit alam nilang may matinding kahihinatnan ang paggawa nito. Sila ay mayabang at nagmamalaki kung gaano sila kadakila at hindi sila matiyaga o mabait. Dinidinig nila ang batas ngunit hindi nila ito sinusunod; hindi nila isinasagawa ang kanilang ipinangangaral.

> Walang sinuman ang matuwid, lahat ay tumalikod sa Diyos. Hindi tayo maaaring maging katanggap-tanggap sa Diyos sa pamamagitan ng pagsunod sa batas. Ang ating kawalan ng kakayahang sumunod sa batas ay nagpapakita ng ating makasalanang kalikasan. Walang pagkakaiba sa pagitan ng Hudyo at Hentil–lahat ay nagkasala at hindi aabot sa mga pamantayan ng Diyos para sa katuwiran.

Si Hesus, ang Pinakamainam at Huling Sakripisyo na Kailangan

Ang ikalawang tema ay nagsasabi kung paano ang kamatayan ni Hesus ang pinakamahusay at huling sakripisyo ng dugo na kailangan upang alisin ang mga kasalanan ng mundo at magbigay daan sa tao na maging matuwid sa harapan ng Diyos. Ang dugo na ibinuhos ni

Kristo ay permanenteng nagpatigil sa galit ng Diyos laban sa makasalanang kalikasan ng mga tao, tulad ng mga sakripisyo ng mga mataas na kalidad na hayop na dati ng nagtanggal ng mga kasalanan ng mga Israelita. Ngunit ang mga hain na iyon ay pansamantalang nagpahinto lamang sa galit ng Diyos laban sa mga Hudyo. Ang sakripisyo ni Hesus ay naaangkop sa lahat.

Si Abraham ay "pinawalang-sala" (matuwid) dahil sa kanyang pananampalataya. Masunurin siyang lumipat mula Mesopotamia patungong Canaan, at handa siyang patayin si Isaac, kahit na ipinangako ng Diyos sa kanya ang hindi mabilang na mga inapo. Hindi siya nawalan ng pag-asa para sa isang anak, kahit na sila ni Sarah ay matanda na. Hindi siya nabigyang-katwiran sa pamamagitan ng pagsunod sa batas– ipinakita niya ang kanyang pananampalataya bago siya tuli, na isang tanda lamang ng kanyang pananampalataya. Ang tunay na Hudyo ay isang taong tapat sa mga turo ng Diyos, hindi isang taong may panlabas na katangian ng isang Hudyo o sumusunod sa batas. "Ang mga kasalanan ng isang tao (si Adan) ay nakaapekto sa lahat ng tao; ang paghahain ng isang tao (si Hesus) ay nilinis ang lahat ng tao."

Ang mga benepisyo ng pagiging Kristiyano ay libre dahil binayaran ni Hesus ang halaga. Kailangan lamang ng mga tao na magkaroon ng taimtim na pananampalataya kay Hesus upang tumayong malinis sa harap ng Diyos at matamo ang mga benepisyo. Kasama sa mga benepisyong ito ang pagkakaroon ng kapayapaan, kagalakan, at pag-asa, kahit na sa panahon ng mahihirap na panahon. Ang kasalanan ay pumapatay, ngunit si Hesus ay namatay para bigyan tayo ng buhay.

Kristiyanong Kabanalan

Ang ikatlong tema ay nakatuon sa proseso ng pagiging matatag sa pananampalataya bilang Kristiyano. Sa likas na katangian ng tao na gumawa ng mga bagay na alam nilang hindi dapat gawin, ngunit ang Espiritu ng Diyos ay tumutulong sa mga tao na labanan ang tukso at baguhin ang kanilang karakter. "Lahat ng mga bagay ay nagtutulungan para sa kabutihan ng mga taong umiibig sa Diyos. Ang pagtitiis ay nagpapakatatag ng pagkatao, at ang pagkatao ay nagbibigay ng pag-asa. Kung ang Diyos ay kasama natin, sino ang laban sa atin? Walang makakahiwalay sa atin mula sa pagmamahal ni Kristo." Ang mga taong tinutulungan ng Espiritu ay hindi umaasa sa kanilang sariling kakayahan. Sila ay kumukuha ng "buhay na tubig" ng Diyos, na unti-unting nagbabago sa kanila upang maging katulad ng kalikasan at karakter ng Diyos. Tinutulungan ng Espiritu ang mga Kristiyano na maging asin ng lupa at ilaw ng mundo.

Pagbabago ng mga Pangako sa mga Israelita

Ang ika-apat na tema ay tungkol sa kung paano nakaugnay ang Judaismo sa mga paniniwala ng Kristiyanismo. Pinili ng Diyos ang mga Israelita upang maging kinatawan ng Diyos sa mundo–nagbago ba ito? Alam ni Pablo na hindi naniniwala ang karamihan sa mga Hudyo na si Hesus ang Mesiyas at tinanggihan nila ang ideya na ang kaharian ng Diyos ay dumating na. Inaasahan ng mga Hudyo na ang Mesiyas ay magiging isang hari at magpapatalsik sa mga Romano. Bilang isang matapat na Pariseo, lubos na nauunawaan ni Pablo ang mga batas ni Moises at may personal na karanasan na nagbibigay sa kanya ng kakayahang kumonekta ng mga ideya ng Judaismo sa mga bagong ideya ng Kristiyanismo. Ang mga bagong pangako ay makatuwirang umuugnay sa mga naunang pangako. Ang soberanong Diyos ay maaaring "maghalal" ng anumang grupo ng mga tao upang maging mga pinili ng Diyos. Sa pagsunod sa batas sa halip na magtiwala sa Diyos, nawalan ng espesyal na estado bilang mga piniling tao ng Diyos ang mga Hudyo. Ngayon ay kasama na ang mga Hentil na may pananampalataya kay Hesus–inampon sila sa pamilya ng Diyos, isang sanga na inani sa isang banal na puno upang palitan ang mga patay na sanga. Mahal pa rin ng Diyos ang mga Hudyo ngunit sa pagkakasama ng mga Hentil sa kaharian, mayroong mas maraming mga sugo na makapagdadala ng magandang balita ng pag-ibig at kapatawaran ng Diyos sa lahat ng bahagi ng mundo. Makakatulong din ang mga Hentil na maunawaan ng mga Hudyo ang pangkalahatang plano ng Diyos para sa mundo. Hindi nagbago ang pagmamahal at habag ng Diyos sa sangkatauhan.

Pamumuhay bilang mga Kristiyano sa Mundo

Tinapos ni Pablo ang pagtalakay sa kung ano ang kailangan para mabuhay ang isang Kristiyano sa masamang mundo. Ang buhay nila ay dapat nagpapakita ng pagkakaiba.

> Hinihikayat ko kayo na mag-alay ng inyong mga katawan bilang isang buhay na hain sa Diyos, na isang uri ng pagsamba. Huwag kayong magpakasunod sa mga

pamamaraan at kaisipan ng mundong ito, kundi baguhin ang inyong pag-iisip sa pamamagitan ng pagpapabago.

Dapat gamitin ng lahat ang kanilang mga kaloob sa abot ng kanilang makakaya. Ang bawat tao ay bahagi ng isang katawan, gayunpaman lahat tayo ay may iba't ibang mga tungkulin at mga kaloob. Ang ilan ay mangangaral habang ang iba ay maglilingkod o magtuturo; Ang ilan ay maghihikayat o magbibigay ng buong puso habang ang iba ay mamumuno o magpapakita ng kabaitan.

Ang pag ibig ay dapat taos sa puso. Mahalin ang isa't isa at igalang ang iba ng higit pa sa iyong sarili. Maging masaya sa pag-asa, matiyaga sa paghihirap, at tapat sa panalangin. Ibahagi sa mga kapwa Kristiyano ang mga pangangailangan at magpakita ng kagandahang-loob. Huwag maging mapagmataas at huwag mag-isip ng sobrang taas sa sarili. Sa halip, tingnan ang sarili gamit ang makatotohanang mga mata.

Pagpalain ang mga umuusig sa iyo. Magalak kasama ng mga nagsasaya; umiyak kasama ng mga umiiyak. Gawin ang iyong makakaya upang mamuhay nang payapa sa lahat. Maging handa na makihalubilo sa mga taong nasa mababang posisyon na gumagawa ng simple at maruming trabaho. Kapootan ang masama; yakapin ang mabuti. Huwag kang gumawa ng masama sa mga gumagawa ng masama sa iyo, at gawin mo ang sa tingin ng lahat ay tama. Huwag humingi ng paghihiganti–iyon ay isang bagay na hahawakan ng Diyos. Sa halip, "Kung ang iyong mga kaaway ay nagugutom, pakainin mo sila; kung sila ay nauuhaw, bigyan sila ng maiinom. Sa paggawa nito, magbubunton ka ng nagniningas na baga sa kanilang ulo.[8]" Huwag padaig sa masama, bagkus daigin mo ng mabuti ang masama.

---

[8] Tingnan sa talababa sa Kabanata 13 sa bahaging may kaugnayan sa Mga Kawikaan 25 para sa kahulugan ng kasabihang ito.

Sumunod kayo sa mga opisyal ng pamahalaan na nagbibigay ng katarungan. Ibigay ninyo sa kanila ang dapat ninyong ibigay: Kung mayroon kayong utang sa buwis o sa iba pa, bayaran ninyo ito. Igalang at purihin ninyo ang mga taong dapat nito.

Liham sa mga taga-Colosas

Ang lungsod ng Colosas ay 100 milya silangan ng Efeso at nasa isang pangunahing ruta ng kalakalan na nag-uugnay sa Asia at Europa. Si Pablo ay hindi pa nakapunta roon, ngunit siya ay bumisita sa mga lungsod malapit doon at narinig ang tungkol sa lumalagong simbahan nito na binubuo pangunahin ng mga Hentil. Sumulat si Pablo sa mga taga-Colosas upang tugunan ang mga maling aral na kinakaharap ng simbahan, mga turong pinaghalo ang legalismo ng mga Hudyo, pilosopiyang Griyego, at mistisismo ng Oriental.

Ang unang kalahati ng liham ay tumatalakay sa tamang doktrinang Kristiyano. Idiniin niya ang kataas-taasang kapangyarihan ni Hesus.

Si Hesus ang nakikitang larawan ng di-nakikitang Diyos, ang panganay sa lahat ng nilalang. Ang lahat ng bagay sa lupa at sa langit, nakikita man o hindi, ay nilikha niya at para sa kanya. Siya ay umiral bago pa man nilikha ang lahat ng bagay, at siya ang nagtitiyak na matatag ang lahat. Siya ang ulo ng katawan, ng simbahan, at siya ang nangunguna sa lahat ng bagay. Ang kabuuan ng Diyos ay nanahan sa kanya, at sa pamamagitan niya, ang lahat ng bagay sa lupa at sa langit ay napagkakasunduan sa Diyos sa pamamagitan ng pag-aalay ng kanyang dugo sa krus.

Hinimok ni Pablo ang kanyang mga mambabasa na tumuon kay Hesus sa halip na sundin ang mahigpit na gawain ng mga Hudyo, pilosopiya ng pagsamba sa anghel, at mga ideya ng pagtanggi sa sarili. Ang pagsasama-sama ng mga karagdagang elementong ito sa pananampalataya ay inalis ang atensyon ng mga tao sa ideya na si Hesus lamang ang kailangan ng mga Kristiyano upang maging wasto sa harapan ng Diyos.

Namatay si Cristo upang hindi mo na kailangang sundin ang mga tuntunin ng mundong ito na nagsasabing, „Huwag hawakan ito, huwag tikman ito!" Ang mga patakaran na ito ay batay sa mga utos at turo ng tao na tila matalino sa kanilang maling pagpapakumbaba at malupit na pagtrato sa katawan ngunit walang pangmatagalang halaga.

Sa ikalawang bahagi ng sulat, isinulat ni Pablo kung paano dapat magpakabuti ang mga Kristiyano. Ang mga mananampalataya ay dapat magtuon ng pansin sa paggawa ng mga bagay na makadiyos, hindi sa mga masasamang gawain.

Alisin ninyo ang inyong lumang pagkatao at magsuot ng bagong pagkatao. Ibig sabihin nito ay pag-alis sa galit, paninira sa iba, masasamang salita, imoral na gawain, masamang mga hangarin, at pagiging sakim. Bilang mga hinirang ng Diyos, magpakita kayo ng habag, kabaitan, kababaan ng loob, kahinhinan, at pagtitiyaga. Maging mahinahon at mapagpatawad sa isa't isa, tulad ng pagpapatawad ni Hesus sa inyo. Ang pinakamahalaga, mahalin ninyo ang isa't isa upang magkaisa kayo. Maging matalino sa pakikipag-ugnayan sa mga hindi Kristiyano at gamitin nang wasto ang bawat pagkakataon. Ang inyong mga usapan ay dapat puno ng pagtitiyaga at kabaitan kapag nakikipag-usap kayo sa iba.

Sulat sa mga taga Efeso

Sumulat si Pablo ng mas mahaba at mas kumplikadong liham sa simbahan sa Efeso na katulad ng kanyang liham sa mga taga Colosas. Halos sabay-sabay niyang ipinadala ang dalawang liham habang siya ay nakakulong sa Roma. Ilang taon siyang tumira sa Efeso, kaya kilala niya ng husto ang kanyang mga tagapakinig. Walang tiyak na dahilan para magsulat maliban sa patuloy na pagtuturo sa simbahan tungkol sa ibig sabihin ng simbahan.

Habang ang kanyang sulat sa mga taga Colosas ay binigyang diin si Hesus bilang pinuno ng simbahan, ang kanyang sulat sa mga taga Efeso ay nakatuon sa simbahan bilang katawan ni Cristo, isang koleksyon ng mga piniling tao na pinagtibay sa pananampalataya. Ang pangkalahatang katangian ng sulat ay nagpapahiwatig na marahil ay sinadya upang ipadala sa iba pang mga simbahan sa rehiyon.

Tulad ng liham sa mga taga-Colosas, ang kanyang liham ay may dalawang pangunahing bahagi — isa sa mga tamang ideyang Kristiyano at ang isa ay tungkol sa kung paano isabuhay ang pananampalataya sa mundo.

Ang unang bahagi ng sulat ay nagsasaad na ito ay palaging bahagi ng mas malaking plano ng Diyos na ang lahat ng tao sa lupa ay nasa isang mapagmahal na relasyon sa Diyos, hindi lamang ang mga Hudyo. Ang tatlong anyo ng Diyos ay may papel sa pag unlad at pagpapatuloy ng kabuuang plano ng Diyos. Pinili ng Diyos na "Ama" ang mga mananampalataya; ginawang banal ng Anak (Hesus) ang mga tao sa pamamagitan ng kanyang kamatayan, na nagpatawad sa lahat ng kasalanan ng sanlibutan; at ginabayan ng Espiritu ang mga taong nabubuhay sa lupa. Binigyang-diin ni Pablo na walang ginawa ang mga tao para magkaroon ng anumang espesyal na katayuan sa Diyos. Ito ay lubos na biyaya ng Diyos, isang malaya at hindi nararapat na kaloob na dumating sa mga mananampalataya dahil sa kanilang pananampalataya kay Hesus.

Dati kang patay sa iyong mga kasalanan, ngunit ngayon ay nabubuhay ka kay Kristo–ang iyong mga kasalanan ay pinatawad na. Iniligtas tayo ng biyaya dahil sa ating pananampalataya; ito ay libreng regalo ng Diyos, hindi sa pamamagitan ng kung ano ang nagawa natin upang maipagmalaki natin ito. Tayo ay gawa ng Diyos at nilikha upang gumawa ng mabuti. Inihanda na tayo ng Diyos upang gawin ito mula pa noon.

Ang mga Hudyo at mga Hentil ay ngayon isa ng grupo at mayroong pagkamamamayan sa langit. Ang layunin ng Diyos ay upang lumikha ng isang bagong sangkatauhan sa dalawang grupo, upang magkaroon ng kapayapaan. Ang mga Hentil ay hindi na dayuhan at taga-ibang bayan, kundi kapwa mamamayan na kasama ng mga tao ng Diyos at mga kasapi ng pamilya ng Diyos na itinayo sa pundasyon ng mga apostol at mga propeta. Si Hesus ang pangunahing batong-hanggan–sa kanya, ang buong gusali ay nagkakaisa at nagtataas upang maging banal na templo ng Diyos. Sa pamamagitan ni Hesus, kayo ang simbahan na binubuo upang maging tahanan ng Espiritu ng Diyos.

Nakita ni Pablo ang kanyang sarili bilang lingkod lamang ng Diyos upang makatulong na ihayag ang kabuuang plano na ito sa mga Hentil. Ayaw niyang may madamay sa kanya habang nakakulong siya. Ginagawa niya ang nakatakda sa kanya. Gusto lang niyang maunawaan ng mga mananampalataya ang kamangha manghang pagmamahal ng Diyos sa kanila at patuloy na lumago ang kanilang pananampalataya at pagmamahal sa isa't isa.

Ang mga ideyang ito ay binuo sa ikalawang bahagi ng liham — isang pinalawig na hanay ng mga tagubilin at paghihikayat na mamuhay ng payapa sa isa't isa, sa kabila ng pagkakaiba-iba nilo, upang makita ng mundo ang isang halimbawa kung paano dapat mamuhay ang mga tao bilang isa sa mundo.

Ang pagpapakita ng pagkakaisa sa loob ng magkakaibang grupo ay may mga implikasyon para sa mga indibidwal (kung paano nila dapat ipamuhay ang kanilang sariling buhay bilang mga bagong nilalang) at para sa grupo (kung paano dapat gumana nang may pagkakaisa ang pagkakaiba-iba ng simbahan). Ang bawat tao ay may iba't ibang tungkulin, tulad ng iba't ibang bahagi ng katawan na tumutulong sa buong katawan na gumana. Isinulat ni Pablo ang marami sa parehong mga bagay na isinulat niya sa mga taga-Colosas tungkol sa kung paano dapat mamuhay ang mga Kristiyano sa kanilang buhay at kung paano mamuhay sa isang komunidad ng pananampalataya. Pinalawak niya ang kanyang mga pananaw tungkol sa mga tungkulin sa loob ng pamilya.

Sumang-ayon kayo sa isa't isa bilang paggalang kay Kristo. Mga babae, pasakop kayo sa inyong asawa gaya ng ginagawa ninyo sa Panginoon. Mga asawang lalaki, ibigin ninyo ang inyong mga asawa tulad ng pag-ibig ni Kristo sa simbahan at ibinigay ang kanyang sarili para sa kanya upang gawing banal siya. Mahalin mo ang iyong asawa na parang sarili mong katawan. Ang umiibig sa kanyang asawa ay umiibig sa kanyang sariling katawan, tulad ng pagmamahal ni Hesus sa simbahan.

Mga anak, sumunod kayo sa inyong mga magulang. Mga ama, huwag ninyong inisin ang inyong mga anak. Turuan ninyo sila sa pamamagitan ng disiplina at tagubilin tungkol sa Panginoon. Mga alipin, sumunod kayo sa inyong mga panginoon ng may paggalang at buong katapatan. Mga panginoon, pakitunguhan ninyo ang inyong mga alipin ng pantay-pantay. Huwag ninyong takutin, sapagkat ang ating Panginoong nasa langit ay walang kinikilingan. Maglingkod kayo sa iba na gaya ng paglilingkod sa Panginoon, na magbibigay sa atin ng gantimpala ayon sa ating mga ginawa, hindi kung tayo ay alipin o malaya.

Tinapos ni Pablo ang kanyang liham sa pamamagitan ng paghikayat sa simbahan na maging maingat laban sa kasamaan habang malakas na panatilihin at palawakin ang pananampalataya. Gamit ang pagkakatulad ng baluti ng isang sundalo, inilarawan niya ang mga kasangkapang pandepensa at nakakasakit upang labanan ang mga pakana ng diyablo. "Ang ating pakikibaka ay hindi laban sa laman at dugo, kundi laban sa mga kapangyarihan ng kadiliman sa mundong ito at laban sa espirituwal na puwersa ng kasamaan."

Sulat sa mga taga Filipos

Ang Filipos ay isang pangunahing lungsod sa Macedonia at ang unang lungsod sa Europa na binisita ni Pablo. Ito ay isang maunlad na kolonya ng Roma, at ang mga Hentil sa simbahan ay mga mamamayang Romano na sumuporta kay Pablo sa pananalapi. Isinulat niya ang kanyang liham noong siya ay nakakulong sa Roma at napaka personal. Nagbigay siya ng hulit ulat sa kanyang mga paglalakbay at pinasalamatan ang mga ito sa kanilang pinansiyal na suporta. Nagsalita siya tungkol sa kalagayan niya habang nasa ilalim ng pagkakapiit, at sinabi niya na ang pagiging bilanggo ay tumutulong sa pagpapalaganap ng ebanghelyo — ang mga bantay sa bilangguan at iba't ibang opisyal ng Roma ay nakikinig ng mabuting balita tungkol kay Hesus.

Hinikayat ni Pablo ang mga taga-Filipos na manindigan ng matatag sa kanilang pananampalataya at magalak kapag sila ay pinag-uusig dahil sa kanilang pananampalataya. Hindi siya nag-aalala tungkol sa kamatayan—makakakuha siya mula dito sa pamamagitan ng pagiging mas malapit sa Diyos. Isinulat niya ang tungkol sa kahalagahan ng pagiging mapagpakumbaba at ginamit si Hesus bilang pangunahing halimbawa ng pagpapakumbaba, na hindi itinuturing na isang katangian sa mga taong nabuhay noong panahong iyon.

> Magkaisa ng isip at huwag gumawa ng anuman dahil sa makasariling ambisyon. Maging mapagpakumbaba at pahalagahan ang iba at ang kanilang mga interes kaysa sa iyong sarili. Sa iyong mga relasyon sa iba, magkaroon ng parehong saloobin na mayroon si Hesus. Kahit na siya ay isang anyo ng Diyos, hindi niya itinuring ang pagkakapantay-pantay sa Diyos bilang isang bagay na dapat niyang gamitin sa kanyang kalamangan. Sa halip, siya ay naging isang lingkod ng tao at naging masunurin sa Diyos, namatay sa nakakahiyang paraan sa krus. Dahil dito, pinarangalan siya ng Diyos na nasa pinakamataas na lugar at binigyan siya ng pangalang higit sa lahat ng pangalan. Lahat ng nasa langit, nasa lupa, at nasa ilalim ng lupa ay yuyukod sa kanya, at lahat ay magsasabi na si Hesu-Kristo ay Panginoon.

Si Pablo ay nagsalita tungkol sa kanyang sariling mga kredensyal bilang isang debotong Hudyo. Maaari niyang ipagmalaki ang kanyang relihiyon at kabanalan. Ngunit ang mga ito ay hindi na mahalaga; tinalikuran niya ang kanyang mga pribilehiyo sa relihiyosong komunidad upang maniwala kay Hesus at itaguyod ang mabuting balita. Nag-aaral pa rin siya at nagsisikap na higit na maunawaan si Hesus, kahit na nangangahulugan ito ng kamatayan para sa kanyang pananampalataya.

> Huwag mabalisa sa anumang bagay. Sa bawat situwasyon, ilapit mo ang iyong mga hiling sa Diyos sa pamamagitan ng panalangin at pasasalamat. Ang kapayapaan ng Diyos na hindi kayang maunawaan ay magbabantay sa iyong puso at isipan. Anumang bagay na totoo, marangal, matuwid, malinis–kung mayroong anumang kahanga-hangang bagay o bagay na dapat papurihan–isipin mo ang mga ito. Natutunan ko na magkaroon ng kapayapaan sa bawat situwasyon. Alam ko ang pakiramdam ng kapos o sobra, gutom o kabusugan. Kayang kaya ko ang lahat ng bagay sa pamamagitan ni Cristo na nagbibigay sa akin ng lakas at pangangailangan.

Sinabi ni Pablo na ang pagkamamamayan ng isang Kristiyano ay nasa langit at ang mga mananampalataya ay mga embahador para sa kaharian ng Diyos sa mga nabubuhay sa lupa. Ang Kristiyanismo ay kumakatawan sa isang bagong modelo ng pag iisip at pamumuhay, at ang Espiritu ay nagbabago at pinoprotektahan ang mga mananampalataya sa kanilang misyon sa mundong ito.

Mga Liham sa mga Lider ng Simbahan

Sumulat si Pablo ng mga liham habang siya ay nasa bilangguan at pagkatapos doon para sa mga pastor na naninirahan sa mga lugar na kanyang pinuntahan. Ang ilan sa mga sulat ay diktado niya sa mga tagasulat na pinapayagan niyang gamitin ang kanilang sariling mga salita sa pagsulat ng kanyang mga ideya. Ito ang naging dahilan ng pagdududa ng ilan na si Pablo ba talaga ang may akda ng mga sulat. Ang mga sulat ay nakatuon sa pag-organisa ng pamumuno sa simbahan, mga aral tungkol sa magandang pag-uugali sa mundo, at pagharap sa mga maling aral.

Tito

Sumulat si Pablo ng sulat sa kanyang kaibigan na si Tito, isang Griyegong Hentil na naging mananampalataya sa unang paglalakbay ni Pablo sa Asia Minor. Si Tito ay kasama ni Pablo at Barnabas nang pumunta sila sa Jerusalem upang ipaalam sa mga lider ng simbahan tungkol sa pagkakatong ng mga Hentil, at ginamit siya bilang halimbawa sa diskusyon tungkol sa kailangan ng pagtutuli sa mga Hentil. Si Tito ay iniwan sa isla ng Creta sa isa sa mga paglalakbay ni Pablo at sa huli ay naging pinuno ng lahat ng mga simbahan sa isla.

Sumulat si Pablo upang gabayan si Tito nang magtalaga siya ng mga pinuno ("mga matanda") na pamunuan ang mga lokal na simbahan sa isla. Ang mga matatanda ay dapat magpakita ng mga bunga ng espiritu (halimbawa, pagiging matiyaga, mabait, mapagpahalaga sa mga bisita, may kontrol sa sarili, disiplinado). Kailangan nilang maging matatag na mananampalataya: kumikilos ng may kabanalan, matatag na humahawak sa mensahe ng Kristiyano, hinihikayat ang iba sa tamang pagtuturo at sinasalungat ang mga hindi naniniwala dito, pagiging tapat sa kanilang mga asawa, at hindi pagiging marahas o umiinom ng labis na alak. Sa katunayan, ang mga katangiang ito ay dapat ipakita ng lahat ng mananampalataya, anuman ang kanilang posisyon o kasarian. Makakatulong ito sa mga tao na igalang at hangaan ang mga sumunod kay Hesus.

Sinabi ni Pablo kay Tito na supilin ang mga Hudyo na nagsasabi ng masama tungkol sa mga mananampalatayang Hentil na hindi sumusunod sa mga kaugalian ng mga Hudyo. Sinabi rin niya kay Tito na turuan ang lahat ng mananampalataya na huwag maghimagsik laban sa mga pinuno ng pamahalaan, gumawa ng mabuti hangga't maaari, at iwasang magsalita tungkol sa mga hangal at walang kuwentang kontrobersiya. Ang mga naging sanhi ng pagkakabaha-bahagi ay dapat na bigyan ng babala ng maraming beses, at kung sila ay patuloy na nagiging dibisyon, dapat silang iwasan.

Filemon

Ang pinakamaikling sulat ni Pablo (isang pahina) ay isinulat habang siya ay isang bilanggo sa Roma. Nakilala niya at napagbagong-loob ang isang alipin na nagngangalang Onesimo (ibig sabihin ay "kapaki pakinabang") habang pareho silang nakakulong. Ang alipin ay pag aari ni Filemon, isang Kristiyanong naninirahan sa Colosas na namumuno sa isang bahay simbahan. Tinulungan dati ni Pablo si Filemon na maging mananampalataya habang nasa Efeso sila. Kinuha ni Onesimo ang ilang pera ni Filemon at tumakbo palayo sa Roma. Si Onesimo ay pinalalaya mula sa bilangguan, at kinumbinsi siya ni Pablo na bumalik kay Filemon at maging kapaki-pakinabang sa halip na maging walang silbi tulad ng isang nawawalang alipin.

Hinikayat ng liham ni Pablo si Filemon na kunin muli si Onesimo at ituring siyang isang kapananampalataya at huwag siyang parusahan o patayin gaya ng ganagawa niya sa isang karaniwang tumakas na alipin. Nangako si Pablo na babayaran niya kay Filemon ang perang inutang niya kay Onesimo. Ipinahiwatig ni Pablo na dapat palayain ni Filemon si Onesimo mula sa pagkaalipin at na may utang si Filemon kay Pablo dahil sa kanyang sariling pagbabalik-loob.

(Si Onesimo ay pinalaya ni Filemon at nagpatuloy sa pagiging obispo ng simbahan sa Efeso; Si Filemon ang naging obispo ng simbahan sa Gaza. Ang dalawang lalaki ay pinatay ng mga Romano sa huli dahil sa kanilang pananampalataya.)

Timoteo

Sumulat si Pablo ng dalawang liham kay Timoteo, ang kalahating Hentil na Kristiyano mula sa Listra na kasama niya sa paglalakbay.

Bagama't bata pa si Timoteo, iniwan siya ni Pablo sa pamumuno sa malaki at magkakaibang simbahan sa Efeso dahil sa kanyang mga kasanayan sa pangangaral at pagtuturo.

Sa kanyang unang sulat, binalaan ni Pablo si Timoteo tungkol sa ilang mga Hudyo na nagtuturo ng maling mga kaisipan tungkol sa kung ano ang kinakailangan upang maging Kristiyano. Ang kanilang pagpapahalaga ay nakatuon sa pagsunod sa mga batas ni Moises, hindi sa pag-ibig sa kapwa at pananampalataya kay Hesus. Ang kautusan ay maaari pa rin magamit kapag may kinalaman sa mga kriminal, mandarambong, rebelde, nagtitinda ng mga alipin, at yaong mga nagpapakalaswa.

Isinulat din ni Pablo kung paano mag organisa ng mga pagsamba at ng simbahan. Nagbigay siya ng mga tagubilin kung paano manalangin, kung paano dapat magbihis ang mga babae, at kung sino ang dapat magsalita at magturo sa panahon ng pagsamba. Marami sa mga tagubilin din niya kay Timoteo ang ibinigay niya kay Tito tungkol sa mga katangian para sa mga nakatatanda (tinatawag ding mga obispo), at tinalakay niya ang mga kakayahan ng mga diakono.

Nagbigay siya ng payo kay Timoteo kung paano mapapanatili ang kanyang kalusugan at napansin niya na magandang ideya ang pagbabayad sa mga nakatatandad para sa kanilang gawain. Hinikayat niya itong sundin ang kabanalan at magpakita ng pananampalataya, pagmamahal, pagtitiis, at kahinahunan sa iba. Sa huli, pinayuhan siya ni Pablo kung paano makitungo sa mga mananampalataya sa bawat bahagi ng buhay: yaong mga matanda at bata, may asawa o balo o walang asawa, mga alipin at kanilang mga panginoon, mga taong inakusahan ng kasalanan, at ang mayayaman at mahirap.

Maging kontento sa kung ano ang mayroon ka. Nahuhulog sa bitag ang mga gustong yumaman. Maraming hangal na pagnanasa ang nakapipinsala at sumisira sa mga tao, sapagkat ang pag-ibig sa salapi ay nagdudulot ng lahat ng uri ng kasamaan. Ang ilang sabik sa pera ay umalis sa pananampalataya at nagkaroon ng maraming problema. Ang mga mayayaman sa buhay na ito ay hindi dapat ipagmalaki o ilagay ang kanilang pag-asa sa kanilang mga ari-arian na maaaring hindi tiyak. Dapat nilang ilagak ang kanilang pag-asa sa Diyos na saganang nagbibigay ng lahat ng kailangan natin para maging masaya. Inutusan silang gumawa ng mabuti at yumaman sa mabubuting gawa, maging bukas-palad at handang magbahagi. Sa ganitong paraan ay iimbak nila ang kanilang mga kayamanan sa langit.

Ang pangalawang sulat ni Pablo kay Timoteo ay isinulat nang mas huli nang siya ay nakakulong muli sa Roma. Siya ay nagdurusa sa isang malamig na selda dahil sa kanyang pagiging Kristiyano. Naniniwala si Pablo na malapit na siyang patayin ng mga Romano sa panahon ni Nero, at ito ang huling tala ng kahit anong sulat ni Pablo. Lahat ng mga Kristiyano ay pinagmamalupitan sa panahong iyon at maraming tagasunod niya ang tumaliko sa kanya, kaya't siya ay nakaramdam ng kalungkutan at pag-iisa.

Bagama't nalulungkot si Pablo, hinikayat niya si Timoteo na panatilihin ang pananampalataya at huwag matakot na mamatay dahil sa kanyang pananampalataya. Ang pagdurusa ay bahagi ng buhay ng mga Kristiyano, at ang ibig sabihin ng mamatay ay maging mas malapit sa Diyos. Binalaan ni Pablo si Timoteo tungkol sa mga bulaang guro na nag-uukol ng panahon sa pagtatalo tungkol sa mga bagay na hindi mahalaga. Ang mga sumalungat sa kanya ay dapat na harapin ng malumanay upang sila ay makabalik sa kanilang katinuan, maghinanakit at bumalik sa katotohanan.

Sinabi rin ni Pablo kay Timoteo na ipagpatuloy ang pangangaral at pagtuturo mula sa mga banal na kasulatan, na naging dahilan upang maging matalino siya at maunawaan ang mga salita at kaisipan ng Diyos. Ang lahat ng mga banal na kasulatan ay kapaki-pakinabang para sa pagtuturo, pagwawasto, at pagsasanay sa iba. Ang inspiradong mga banal na kasulatan ay tumutulong sa mga Kristiyano na maging handa para sa bawat mabuting gawain.

Tinapos ni Pablo ang kanyang huling liham sa pamamagitan ng paghiling kay Timoteo na dalawin siya sa bilangguan. Si Lucas ang tanging taong naiwan sa Roma na umaliw at nagpalakas ng loob sa kanya. (Walang nakasulat tungkol kung si Timoteo ay nakarating sa Roma bago pinatay si Pablo.)

IBA PANG MGA LIHAM SA MGA MANANAMPALATAYA

Ang mga Apostol ay Nagpadala ng mga Pangkalahatang Liham sa Simbahan

Isinulat ni Pablo ang karamihan sa mga liham sa Bibliya sa mga kapananampalataya, ngunit ang ibang mga liham ay isinulat nina apostol Pedro at Juan at ng dalawang kapatid sa ama ni Hesus, sina Santiago at Judas (na tinatawag ang kanyang sarili na Judas). Ang isa pang liham ay isinulat ng isang hindi kilalang may-akda sa mga Hudyo sa pangkalahatan. Ang kabanatang ito ay nagbubuod sa mga liham na ito.

Mga Sulat ni Pedro

Sumulat si Pedro ng dalawang liham sa mga mananampalataya. Ang unang liham ay ipinadala sa mga mananampalatayang Hentil sa mga lungsod na binisita ni Pablo na inaatake sa pananalita at pisikal dahil sa kanilang pananampalataya. Ang pangunahing punto ng sulat ay upang hikayatin ang mga mananampalataya na manatiling matatag sa kanilang pananampalataya habang sila ay nagdurusa sa mahihirap na panahon, tulad ng ginawa ni Hesus. Ang mga mananampalataya ay dapat magmahalan, maging mabuting mamamayan, at magkaroon ng mabuting pamilya upang makapagbigay ng magandang impresyon sa iba. Sa huli, gagantimpalaan ang kanilang mga pagsisikap sa langit.

Nalulugod ang Diyos kapag nagdurusa ka at nagtitiis para sa paggawa ng mabuti. Ikaw ay isang piniling bayan, isang banal na bansa, at espesyal na pag-aari ng Diyos upang makapagsalita ka tungkol kay Hesus na tumawag sa iyo mula sa kadiliman tungo sa kanyang kamangha-manghang liwanag. Ang iyong kagandahan ay hindi dapat magmula sa kung ano ang iyong isinusuot–ito ay dapat na ang iyong panloob na sarili, ang hindi kumukupas na kagandahan ng isang banayad at tahimik na espiritu. Laging maging handa na magbigay ng sagot sa lahat ng nagtatanong sa iyo kung bakit mayroon kang pag-asa, ngunit gawin ito ng may paggalang at kahinahunan. Higit sa lahat, magmahalan ng lubos, sapagkat ang pag-ibig ay nagtatakip ng maraming kasalanan. Maging alisto at matino dahil ang iyong kaaway, ang diyablo, ay gumagala tulad ng isang leong umuungal na naghahanap ng masisila. Labanan mo siya at manindigan sa pananampalataya dahil alam mo na ang pamilya ng mga mananampalataya sa buong mundo ay dumaranas ng parehong uri ng pagdurusa.

Ang pangalawang sulat ni Pedro ay mas maikli at nakatuon sa ibang isyu: ang paglaban sa mga huwad na guro at masasamang tao na nakaimpluwensiya sa iglesia. Ang pagkakaiba-iba ng simulaing iglesia ay nagdala ng mga bagong ideya na hindi tugma sa mga aral ni Pedro, Pablo, at iba pang mga lider Kristiyano, at nais ni Pedro na bigyang diin ang mga pangunahing aral ng iglesia.

Nagsimula siya sa pagsasabi sa mga mananampalataya na lumago ang kanilang pananampalataya. "Gawin ang lahat ng pagsisikap na idagdag sa iyong pananampalataya ang mga katangian ng kabutihan, kaalaman, pagpipigil sa sarili, pagtitiyaga, kabanalan, suporta sa iba, at pagmamahal. Kung madaragdagan mo ang mga katangiang ito, makakatulong ito sa iyo na maging epektibo at produktibo. "Pagkatapos ay isinulat niya na ang mga tunay na propeta ay laging nagsasalita para sa Diyos at mula sa Diyos at hindi umaasa sa sarili nilang mga ideya para subukang impluwensyahan ang mga iniisip at ginagawa ng iba; nagkukuwento ang mga bulaang guro para samantalahin ang mga madaling magtiwala na mananampalataya.

Isa sa mga maling aral na ito ay hindi na babalik si Hesus at wala nang huling paghuhukom. Muling binigyang diin ni Pedro na babalik si Hesus at siya ang magiging huling hukom. Ang kasamaan ay pupuksain ng apoy, tulad ng kasamaan na nawasak ng tubig noong panahon ni Noe. Hindi alam ang araw dahil "ang isang araw ay parang isang libong taon" sa Diyos. Sa kalaunan ang mga bulaang guro ay hahatulan nang malupit.

Liham mula kay Santiago

Si Santiago ay kapatid sa ama ni Hesus na sa simula ay hindi sumunod kay Hesus ngunit naging mananampalataya pagkatapos ng pagkabuhay. Pinangunahan ni Santiago ang simbahan sa Jerusalem na tinukoy ni Pablo nang talakayin ang mga isyung may kaugnayan sa mga Hentil. Ang kanyang liham ay para sa mga Hudyong naninirahan sa labas ng Palestina. Ang kanyang liham ay pangunahing binibigyang-diin ang ibig sabihin ng pagsunod kay Hesus at hindi gaanong sinabi ang tungkol sa mga ideya ng Kristiyano.

Ang sulat ay talagang manwal para sa tamang pag uugali ng mga Kristiyano, kaya ipinapalagay nito na ang mga nagbabasa nito ay mga Hudyong may kaalaman na ngayon na mga Kristiyano. Ang aklat ay pasikut-sikot sa iba't ibang direksiyon at naglalaman ng sari-saring paksa.

> Magalak kayo kapag nahaharap kayo sa mga pagsubok, sapagkat ang mga pagsubok sa inyong pananampalataya ay nagbubunga ng pagtitiyaga, na humahantong sa kapanahunan. Ang mga nagtitiyaga ay tumatanggap ng korona ng buhay... Kung kulang ka sa karunungan, hingin mo ito sa Diyos at matatanggap mo ito. Ngunit kapag nagtanong ka, maniwala ka at huwag mag-alinlangan. Kung hindi, hindi mo makukuha ang hinihiling mo ... Kung ikaw ay natutukso, ito ay dahil mayroon kang masasamang pagnanasa. Ang mga pagnanasang ito ay nagsilang ng kasalanan. Ang Diyos ay hindi gumagawa ng tukso; mabubuting bagay lamang ang nagmumula sa itaas. Nasa likas na katangian ng Diyos na hindi nagbabago ang paggawa ng mabuti at hindi paggawa ng masama .... Huwag lamang makinig sa salita ng Diyos—gawin kung ano ang sinasabi nito .... Yaong mga itinuturing ang kanilang sarili na relihiyoso ngunit hindi pinipigilan ang kanilang dila ay may walang kwentang relihiyon .... Ang isang taong may dalisay na relihiyon ay nag-aalaga ng mga ulila at mga balo sa kanilang kagipitan at hindi nadungisan ng mga paraan ng mundong ito .... Huwag paboran ang mayayaman at ang mga mukhang mabait. Mahalin ang lahat ng pantay. Ang kayamanan ng mayayaman ay masisira dahil sa kanilang pagpapakasaya sa sarili... Huwag masyadong magtiwala sa sarili mong mga plano. Hindi mo alam kung ano ang mangyayari sa hinaharap. Maaaring mangyari ito kung nais ng Diyos na mangyari ito ... Ipagtapat ang inyong mga kasalanan sa isa't isa at ipanalangin ang isa't isa upang kayo'y gumaling. Ang mga panalangin ng mga taong matuwid ay makapangyarihan at mabisa.

Ang iba pang pangunahing mensahe ni Santiago ay dumating sa kanyang pag atake sa mga taong nakakakita ng pagkakaiba sa pagitan ng mga taong nagsasabing sila ay may pananampalataya at ang mga gumagawa ng mabuting gawa. Magkasama ang dalawa: "Patay ang pananampalataya ng isang tao kung hindi rin ito sinamahan ng pagkilos. Ang pananampalataya ng ating mga ninuno ay laging ipinapakita sa kanilang ginagawa."

Mga liham mula kina Judas at Juan

Si Judas ay kapatid ni Santiago at kapatid sa ama ni Hesus. Tulad ng unang liham ni Pedro, ang liham ni Judas ay nakatuon sa pagtugon sa mga maling aral na kumakalat sa simbahan. Walang nakasulat sa napakaikling aklat na ito (wala pang isang pahina ang haba) tungkol sa kanyang mga tagapakinig at sa mga maling aral. Si Judas ay nagsasalita lamang nang malakas laban sa mga huwad na guro na nagmali sa konsepto ng biyaya at ang papel ni Hesus. Ang mga gurong ito ay lubhang kritikal sa mga bagay na hindi nila naiintindihan. Naglista si Judas ng maraming halimbawa ng paghatol ng Diyos at sinabing parurusahan ang mga huwad na guro balang-araw, tulad ng pagpaparusa ng Diyos sa mga huwad na propeta at guro na nabuhay sa gitna ng mga Hudyo.

Mga Sulat mula kay Juan

Si Juan ay isang mangingisda bago naging isa sa orihinal na 12 disipulo. Sumulat siya ng mahabang salaysay tungkol sa buhay ni Hesus, at sumulat siya ng tatlong pangkalahatang liham sa mga Kristiyano sa huli ng unang siglo AD. Marahil ay nanirahan siya sa Efeso noong panahong iyon.

Sinulat ni Juan ang kanyang unang liham upang pasiglahin at magbigay ng lakas ng loob sa simbahan habang ang mga maling aral ay pumapasok sa simbahan. Sa panahon na iyon, lumalaki ang kaheresyang Gnostisismo, na naniniwala na lahat ng bagay na pisikal ay masama at tanging ang espiritu ang mabuti. Ibig sabihin nito ay ang espiritu ni Hesus ang mahalaga, hindi ang kanyang katawan; may ilan na naniniwala na hindi pa tao si Hesus. Ang paniniwalang ito ay nagdulot ng imoral na pamumuhay ng mga Gnostiko dahil ang pagtupad sa batas ay walang kahulugan. Ang mga Gnostiko ay lubhang mayabang sa kanilang mga paniniwala at minamaliit ang mga hindi naniniwala sa kanilang pananaw.

Si Juan ay tumututol sa bawat paniniwala ng mga Gnostico. Bilang isang testigo at malapit na kaibigan, naranasan ni Juan ang tunay na buhay ni Hesus sa pisikal na anyo. Si Hesus ay Diyos na nagkatawang-tao. Pinakamahalaga para kay Juan ang matuwid na pamumuhay, kababaang-loob, at pagmamahal sa kapwa. Ang tunay na Kristiyano ay naniniwala na si Hesus ang Mesiyas at Anak ng Diyos, sumusunod sa mga utos ni Hesus, namumuhay ng maayos, at nagmamahal sa kapwa Kristiyano.

Ganito ang pag ibig: Si Jesucristo ay namatay para sa atin. Dapat handa tayong mamatay para sa ating mga kapatid. Kung ang sinuman ay may materyal na pag aari at nakakakita ng isang kapatid na nangangailangan ngunit hindi sila tinutulungan, paano ang pag ibig ng Diyos sa taong iyon Huwag tayong magmahal sa salita kundi sa gawa. Magmahalan tayo, sapagkat ang pag ibig ay nagmumula sa Diyos. Lahat ng nagmamahal ay isinilang ng Diyos. Ang mga hindi umiibig ay hindi nakakakilala sa Diyos, dahil ang Diyos ay pag ibig. Walang takot sa pag ibig. Ang perpektong pag ibig ay nagpapalayas ng takot dahil ang takot ay may kinalaman sa parusa. Nagmamahal tayo dahil unang minahal tayo ni Hesus. Ito ang iniutos ni Hesus: Ang sinumang nagmamahal sa Diyos ay dapat ding mahalin ang kanilang kapatid.

Ang pangalawang sulat ni Juan ay kaunting talata lamang. Isinulat niya ito upang magbabala sa simbahan tungkol sa mga huwad na guro na nakakaapekto sa simbahan nang hindi ito nalalaman. Sinabi ni Juan na ang simbahan ay hindi dapat magkaroon ng anumang kaugnayan sa ganitong mga tao. Inulit din ni Juan ang dalawang punto na kanyang sinabi sa kanyang unang sulat: ang pangangailangan ng mga miyembro ng simbahan na sumunod sa mga utos ni Hesus at magmahalan sa isa't isa.

Ang ikatlong sulat ni Juan ay maikling-maikli lamang din. Ipinadala niya ito upang magbigay ng mga tagubilin sa kanyang kaibigan tungkol sa kung paano haharapin ang isang kakaibang situwasiyon sa simbahan. May isang guro na ipinadala ni Juan upang suportahan ang iba't ibang mga simbahan na hindi tinanggap ng lider sa isa sa mga simbahan. Ang lider na ito ay nagpakita ng pang-aabuso, ng kontrol sa mga tao, at nagpapalayas pa ng ilang mga mananampalataya na tumutulong sa ibang mga guro na dumadalaw. Nagpasalamat si Juan sa kanyang kaibigan sa pagtulong sa mga guro na dumalaw, at sa hindi diretsahang paraan ay nagbabala sa lider na siya'y kanyang haharapin sa lalong madaling panahon.

Sulat sa mga Hebreo

Ang mga Hebreo ay isinulat sa mga Hudyo upang kumbinsihin sila na si Hesus ay nakahihigit sa lahat ng iba pang mga bayani ng Lumang Tipan. Ito ay sinadya upang pigilan ang mga mananampalatayang Hudyo na bumalik sa Hudaismo. Bagama't ang Hebreo ay itinuturing na isang liham, ito ay nakabalangkas tulad ng isang sanaysay. Nagsisimula ito sa pagtalakay kung paano unang nagsalita ang Diyos sa pamamagitan ng mga propeta ngunit ngayon ay nagsalita sa pamamagitan ni Hesus.

> Ang Diyos ay nagsalita dati sa ating mga ninuno sa pamamagitan ng mga propeta sa maraming beses at sa iba't ibang paraan, ngunit sa mga huling araw na ito, ang Diyos ay nagsalita sa atin sa pamamagitan ni Hesus. Siya ay hinirang na tagapagmana ng lahat ng bagay, at ginamit siya ng Diyos upang gawin ang sansinukob. Siya ang itinalagang tagapagmana ng lahat ng bagay, at ginamit ng Diyos siya upang lumikha ng sansinukob. Ngayong nilinis niya tayo mula sa ating mga kasalanan, nakaupo siya sa kanan ng Diyos sa langit. Siya ay mas higit pa sa alinman sa mga anghel sa langit.

Madalas na tinutukoy ng may akda si Hesus bilang "mas mahusay kaysa sa" mga bayani ng Lumang Tipan. Ipinaliwanag ng may akda kung paanong si Cristo ay mas mabuti kaysa sa Lumang Tipan, mas mabuti kaysa sa mga anghel, mas mahusay kaysa kay Moises, mas mahusay kaysa kay Josue, mas mahusay kaysa sa lahat ng mga pari, at mas mahusay kaysa kay Abraham. Ang Bagong Tipan — ang sakripisyo ni Hesus ay nilinis ang mga tao mula sa kanilang mga kasalanan at nagbibigay ng buhay na walang hanggan sa lahat ng tao ng Diyos, ang simbahan —ay mas mabuti kaysa sa Lumang Tipan. Ang sakripisyo ni Hesus ay mas mabuti kaysa sa mga sakripisyong isinagawa sa ilalim ng Lumang Tipan, at ang maranasan si Hesus ay mas mabuti kaysa maranasan ang mga pangyayari sa Bundok Sinai. Si Hesus ang dakilang mataas na pari na namamagitan para sa mga tao sa Diyos at siya rin ang Hukom.

Ang salita ng Diyos ay buhay at matalas kaysa alinmang tabak na may dalawang talim. Hinahatulan nito ang ating mga nakatagong kaisipan at saloobin. Walang lingid sa paningin ng Diyos. Ang lahat ay nabuksan at inilalantad sa harap ng Diyos kung kanino dapat nating bigyan ng pananagutan. Mayroon tayong mataas na pari na maaaring makiramay sa ating mga kahinaan. Si Hesus ay tinukso sa lahat ng paraan, tulad natin, ngunit hindi siya nagkasala.

Si Hesus ay naparito sa mundo bilang pinakadakilang sakripisyo; Imposibleng matanggal ng dugo ng mga toro at kambing ang mga kasalanan. Hindi na kailangan ang mga sakripisyo para maalis ang bahid ng kasalanan. Ngunit ang paglaya mula sa kasalanan ay hindi nagbigay ng pahintulot sa mga tao na gamitin ang kalayaan na iyon upang patuloy na magkasala. Sa halip, ang dapat na pagtuunan ng pansin ng isang Kristiyano ay "hikayatin ang isa't isa na ipakita ang ating pagmamahal at mabubuting gawa." Ang mga may pananampalataya kay Hesus ay dapat na magpakalakas at magpakatatag sa gitna ng mga mahihirap na panahon at hindi maging mahiyain.

Ang pananampalataya ay ang katiyakan ng mga bagay na inaasahan natin at pagtitiwala sa hindi natin nakita. Tinutulungan tayo ng ating pananampalataya na maniwala sa ginawa ng Diyos. Ang pananampalataya ni Abraham ang nag-udyok sa kanya na lisanin ang kanyang tahanan sa Ur at lumipat sa Canaan at malaman na sila ni Sarah ay magkakaroon ng anak sa napakatandang edad. Nananampalataya kami sa Diyos nang akayin kami ni Moises sa tubig para takasan ang mga Ehipsiyo. Halos lahat ay namatay bago nakita ang lupang pangako, ngunit nakikita nila ito mula sa malayo at hindi nag-alinlangan dahil nananampalataya sila sa mga pangako ng Diyos sa atin.

Sa pamamagitan ng pananampalataya ang mga pader ng Jerico ay bumagsak, at sa pamamagitan ng pananampalataya ang prostitute na si Rahab ay hindi pinatay dahil tinanggap niya ang mga espiya. Wala akong panahong pag-usapan sina Gideon, Barak, Samson, Jepte, David, Samuel, at ang mga propeta. Sa pamamagitan ng pananampalataya sinakop nila ang mga kaharian, naglaan ng katarungan, at nakamit ang ipinangako. Isinara nila ang mga bibig ng mga leon, pinatay ang galit ng mga apoy, at nakatakas sa talim ng tabak. Ang kanilang kahinaan ay naging lakas nang sila ay maging makapangyarihan sa labanan.

Ang iba ay pinahirapan at tumangging palayain upang magkaroon sila ng mas mabuting pagkabuhay-muli. Ang ilan ay napaharap sa pangungutya, pambubugbog, at pagkakulong. Sila ay pinatay sa pamamagitan ng pagbato, nilagari sa dalawa, at pinatay sa pamamagitan ng tabak. Nagsuot sila ng mga balat ng tupa at kambing at mahirap at walang tahanan, inuusig, at minamaltrato. Nagpagala-gala sila sa mga disyerto at bundok, naninirahan sa mga kweba at mga butas sa lupa.

Dahil sa tayo ay napaliligiran ng ganitong kalaking bilang ng mga saksi, alisin ang lahat ng mga hadlang at kasalanan na humahadlang sa atin. Palakasin natin ang ating mahinang mga braso at tuhod at tumakbo tayo ng may matatag na pagtitiyaga sa hamon ng ating paglalakbay. Nakatuon ang ating pansin kay Hesus na nagtiis sa krus at ngayon ay nakaupo sa tabi ng trono ng Diyos.

Ang may akda ay nagtatapos sa pagsasabi sa mga Hudyo na patuloy na mamuhay ng moral at mapagmahal, nagpapakita ng pagkamapagpatuloy sa mga estranghero, at alalahanin ang mga nakakulong at nagdusa dahil sila ay minamaltrato.

MGA HULA TUNGKOL SA KINABUKASAN
Mga Misteryosong Mensahe na Nagbabala ng Isang Malubhang Katapusan

Binanggit ni Hesus ang tungkol sa kaharian ng Diyos na para bang mayroon na ito sa lupa ngunit ito ay darating pa rin. Sinabi niya na hahatulan ng isang hari ang mga tao tulad ng paghihiwalay ng isang pastol sa mga tupa sa mga kambing, pagpapadala ng mga tupa sa langit at mga kambing sa impiyerno. Si Hesus ay nakipag-usap nang pribado sa kaniyang mga alagad nang tanungin nila siya tungkol sa mga pangyayari sa "katapusan ng panahon." Sinabi sa kanila ni Hesus:

Mababalitaan mo ang tungkol sa mga digmaan at mga alingawngaw ng mga digmaan, lindol at taggutom — ngunit ito ay mga sakit lamang sa kapanganakan. Magkakaroon ng mga kapighatian at marami ang mapopoot sa iyo dahil sumusunod ka sa akin. Marami ang tatalikod at magtataksil sa iba, at marami ang ililigaw ng mga bulaang propeta. Darating ang wakas pagkatapos na maipangaral ang ebanghelyo sa lahat ng bansa. Kapag nakita mo ang Anticristo na nakatayo sa Templo, tulad ng hinulaang ni Daniel, kailangan mong tumakas nang mabilis hangga't kaya mo. Ang pag-uusig ay hindi magiging katulad ng iba, at kung hindi maikli ang panahon, walang maliligtas. Sasabihin sa iyo ng mga bulaang propeta na si Hesus ay nagbalik na at ang wakas ay darating, ngunit huwag maniwala sa kanila, sapagkat ang iba pang mga bagay na ito ay dapat na mangyari muna.

Inakala ng mga Kristiyano na malapit ng bumalik si Hesus bilang isang hari upang iligtas sila mula sa pang-aabuso at pag-uusig. Ang kanilang pag-asa ay hindi na nila maiwasan ang kahila-hilakbot na mga panahon kundi na sila ay malapit ng makasama ni Hesus. Nagkuwento siya ng mga talinghaga tungkol sa pagiging handa sa kanyang pagbabalik

— ang mga mananampalataya ay kailangang maging handa tulad ng isang dalisay na babae na naghihintay ng isang posibleng asawa na maaaring magpakita anumang oras.

Ngunit sa pagtatapos ng unang siglo AD, malinaw na hindi na babalik si Hesus sa lalong madaling panahon. Sinira ng mga Romano ang Jerusalem at ang Templo, at ayon sa mga hula tungkol sa pagbabalik ng Mesiyas, parehong kailangang umiral. Walang nakakaalam kung kailan mangyayari ang mga hula tungkol sa kung kailan siya babalik, aalisin ang kasamaan, at hahatulan ang lahat ng nabubuhay sa mundo. Sa panahon ng kaniyang ministeryo, nagsalaysay si Hesus ng isang talinghaga tungkol sa magkakasamang buhay ng mabuti at masama.

Ang kaharian ng langit ay katulad ng nangyari sa isang magsasaka na naghasik ng mabubuting binhi ng trigo sa kanyang bukid. Habang natutulog ang lahat, ang kanyang kaaway ay nagtanim ng mga buto ng damo sa bukid ng trigo at tahimik na umalis. Nang sumibol ang trigo, lumitaw din ang mga damo. Tinanong siya ng mga manggagawa ng magsasaka, "Hindi ba't naghasik ka ng mabuting binhi sa iyong bukid? Saan ba nanggaling ang mga damo? "

Sumagot ang magsasaka, "Ginawa ito ng isang kaaway."

Tinanong ng mga katulong ang lalaki, "Dapat ba nating bunutin ang mga damo?"

Sumagot ang lalaki, "Hindi, kung bunutin mo ang mga damo, mabubunot mo rin ang ilang trigo. Hayaang tumubo silang dalawa hanggang sa pag-aani. Pagkatapos ay sasabihin ko sa mga mang-aani na kolektahin ang mga damo at itali sa mga bigkis na susunugin. Pagkatapos ay sasabihin ko sa kanila na tipunin ang trigo at dalhin ito sa aking kamalig."

Kaya't si Hesus ay maaaring hindi bumalik sa mahabang panahon. Samantala, ang mga mananampalataya ay naninirahan sa tabi ng mga hindi naniniwala tulad nila. Ang mga mananampalataya ay nabubuhay sa lupa kasama ang kanilang pagkamamamayan sa langit; ang mga simbahan ay parang maliliit na kolonya na nagpapakita sa buong mundo kung ano ang magiging hitsura ng langit. Ang kaharian ng Diyos ay dumating sa bahagi ngunit magiging ganap kapag si Hesus ay bumalik at ang kasamaan ay nawasak.

Maraming mga hula ang nagkatotoo tungkol sa mga Israelita at sa Mesiyas, ngunit may ilang mga hula tungkol sa mangyayari sa hinaharap na hindi pa nangyayari. Ang mga hulang ito ay pangunahin tungkol sa pagbabalik ng Mesiyas sa "katapusan ng panahon" at sa paghihiwalay ng mga tao na mapupunta sa langit o sa impyerno. Ang ilan sa mga hulang ito ay lubhang simboliko at puno ng malinaw na mga imahen, at hindi alam ng mga propeta na tumanggap ng mga ito mula sa Diyos kung ano ang ibig sabihin ng mga ito. Ngunit isinulat nila ang mga ito upang maunawaan ng iba sa mga susunod na panahon. Dahil sa patuloy na pang-aapi, naging interesado ang mga Kristiyano sa anumang detalye na maaaring malaman tungkol kung kailan matatapos ang kanilang pagdurusa. Tinataglay nila ang pag-asa sa halip na magpakalugmok sa kanilang kalagayan.

Nang malapit ng matapos ang unang siglo, si Juan, ang mangingisda na isa sa mga unang disipulo, ay isang pastor sa Efeso. Nilabanan niya ang mga Romano na nais patayin ang mga Kristiyano dahil hindi sila nangako ng katapatan sa emperador at sumasamba sa kanya (gayundin kay Daniel nang hindi sumamba kay Haring Nabucodonosor). Isinugo ng mga Romano si Juan upang mamuhay nang mag-isa sa isla ng Patmos sa Griyego.

Kahirapan sa Pag-unawa sa Panitikang Apokaliptiko

Noong si Juan ay nasa Patmos, isinulat niya ang aklat ng Apocalipsis gamit ang isang tanyag na uri ng panitikan noong panahong iyon na may kaugnayan sa pagkawasak ng mundo (ang apocalipsis). Ang panitikang apocalyptiko ay gumamit ng mataas na simbolikong wika, tulad ng mga kakaibang hayop at mga espesyal na numero, at kadalasang walang mahahalagang detalye. Ang nilalaman ay mahirap maunawaan at maaaring mangahulugan ng maraming iba't ibang mga bagay. Ang ganitong uri ng panitikan ay ginamit ng ilang propeta sa Lumang Tipan at mga may-akda ng Bagong Tipan.

Ang mga Kristiyano ay pinapahirapan dahil hindi sumusunod sa mga batas ng mga Romano na lumalabag sa mga simulain ng kanilang pananampalataya[9]. Nais ni Juan na makipag-ugnayan sa mga miyembro ng simbahan mula sa malayo, ngunit delikado sa kanya na maging malinaw sa kanyang mga sulat. Dahil maaaring mapanganib sa buhay ng mga tatanggap ng sulat kung mababasa ito ng mga opisyal ng mga Romano, ginamit ni Juan ang mga terminong may dobleng kahulugan o maiintindihan lamang ng mga mananampalataya. Katulad ito ng paraan ng paggamit ng mga lihim na palatandaan at terminolohiya ng mga atleta o miyembro ng isang lihim na comunidad upang mag-ugnayan sa isa't isa: ang kanyang mga salita ay may mga kodigo at hindi dapat kinukuha ng literal. Halimbawa, nagsalita siya tungkol sa mga kasamaan ng Babilonya, ngunit talagang tungkol ito sa mga kasamaan ng imperyo ng mga Romano. Madalas niyang ginagamit ang numero na pito upang isagisag ang kaganapan (pitong lungsod at mga burol, pitong mga tatak, pitong mga bituin, pitong mga trumpeta).

Pagpahikayat sa Pitong Simbahan

Ang unang tatlong kabanata ng Apocalipsis ay itinuro sa pitong simbahan sa Asia Minor, simula sa Efeso. Ang mga lungsod ay konektado sa pamamagitan ng isang pangunahing kalsada, at ang liham ay nilalayong ipadala sa susunod na simbahan sa isang pabilog na ruta.

Ang pang-aapi ay nagdulot sa mga mananampalataya sa bawat lungsod na magpabaya sa kanilang mga paniniwala at aksyon upang makihalubilo sa mga hindi naniniwala. Sinulatan ni Juan ang mga ito upang palakasin sila na labanan ang tukso na sumamba sa emperador ng mga Romano at manatiling tapat sa kanilang mga paniniwala. Ang mga mananampalataya ay dapat magkaroon ng pag-asa dahil nasa kamay ng Diyos ang kapangyarihan at sa huli ay magtatagumpay laban sa kasamaan.

Inayos ni Juan ang kanyang mga mensahe para sa partikular na situwasiyon na hinaharap ng bawat lokal na simbahan. Halimbawa, sa Laodicea, isang maunlad na lungsod, ang mga tao sa simbahan nito ay

---

[9] Sa huling dekada ng unang siglo, ang emperador ng Roma na si Domitian ay malubhang inusig ang mga Kristiyano at binigyan ang kanyang sarili ng titulong "Panginoon at Diyos" at nais na sambahin siya ng lahat.

tamad at umaasa sa sarili. Bagaman ang lungsod ay sentro ng bangko, sinabi ni Juan na ang simbahan ay mahirap sa mga bagaj na espirituwal; bagaman ang lungsod ay gumagawa ng magagandang damit, sinabi ni Juan na ang mga mananampalataya ay hubad; bagaman mayroong paaralan ng medisina ang lungsod, sinabi niya na ang simbahan ay bulag. Ang mga mainit na batis sa lugar ay maganda para sa pagpapaligo, at ang malamig na tubig ay nakakapagpalamig sa init. Ngunit ang mainit na tubig na dumadaloy sa lungsod sa pamamagitan ng mga akwedukto ay nagiging maligamgam pagdating sa kanila, at ang maligamgam na tubig ay ginagamit upang magdulot ng pagsusuka. Sinabi ni Juan sa mga tao sa simbahan ang mga salitang ito mula sa Diyos:

> Alam kong hindi ka malamig o mainit. Dahil maligamgam ka, iluluwa na kita sa bibig ko! Sasabihin mo, "Ako ay mayaman, nakakuha ako ng kayamanan at hindi ko kailangan ng anuman." Ngunit hindi mo namamalayan na ikaw ay nakakaawa, mahirap, bulag, at hubad. Sinasaway at dinidisiplina ko ang mga mahal ko.

Ngunit sa kabila ng katamaran at kahambugan ng simbahan, ipinaalala ni Juan ang kabutihan ng Diyos. Sinasabi ng Diyos, "Nakatayo ako sa iyong pintuan at kumakatok. Kung marinig mo ang aking tinig at buksan mo ang pintuan, papasok ako at kakain kasama mo." Laging mayroong pagpipilian para sa isang indibidwal na tumugon, nang hindi pinipilit, sa imbitasyon upang makilala ang Diyos. Isang sentral na tema ng mga banal na kasulatan ay pagkatapos ng kasalanan at paghatol, nagbibigay ang Diyos ng pag-ibig at biyaya sa halip na parusa.

Ang Katapusan ng Kasaysayan

Pagkatapos ng sulat ni Juan sa pitong simbahan, isinalaysay niya ang mga pangitain tungkol sa hinaharap na nagmula sa Diyos bilang mensahe sa lahat ng mga mananampalataya. Inilarawan niya ang isang hanay ng mga pangyayari na nauugnay sa katapusan ng panahon kung saan magbabalik sa lupa si Hesus mula sa langit. Magkakaroon ng "mga matitinding kirot sa panganganak" na hudyat na ang mga huling kaganapan ay darating, at pagkatapos ay magaganap ang mga huling pangyayari.

Inilarawan ni Juan ang mga huling pangyayari sa kasaysayan sa mga tuntunin ng isang "rapture" (mga Kristiyanong pupunta sa langit), isang "kapighatian" (mga taon ng matinding pag-uusig sa mga Kristiyano, na sinamahan ng maraming natural na sakuna at digmaan), isang "hayop" (isang masamang kapangyarihan. na gumamit ng mga kapangyarihan nito laban sa mga Kristiyano), ang Antikristo (isang huwad na propeta na kinilala sa bilang na 666),[10] isang huling labanan sa pagitan ng mga puwersa ng mabuti at masama sa Armagedon (isang lambak sa hilagang Israel), isang "milenyo" (1,000 taon ng kapayapaan), at ang pagbabalik ni Kristo na tumatalo sa lahat ng kapangyarihan ng kadiliman at sumunog sa lahat ng kasamaan. Ang kaharian ng Diyos ay itatayo sa langit at sa lupa ng walang anumang kasamaan.

Hindi malinaw kung paano nagtutulungan ang lahat ng karakter at kaganapang ito. Ang ilang mga tao ay naniniwala na ang rapture ay mauuna, pagkatapos ay ang kapighatian, na sinusundan ng ikalawang pagdating ni Kristo at ang milenyo. Pagkatapos ay isang pangwakas na pagdagsa ng kasamaan ang nangyari, pagkatapos ay bumalik si Kristo sa ikatlong pagkakataon at tinalo ang kasamaan sa isang huling labanan. Ang iba ay naniniwala na ang mga Kristiyano ay makakaranas ng rapture pagkatapos ng kapighatian; pagkatapos nito ay darating ang milenyo, na sinusundan ng pagbabalik ni Kristo at ang huling paghatol. Ang isa pang pananaw ay tayo ay nasa milenyo na at ang kapighatian ay darating bago ang rapture.

Mayroong paliwanag para sa bawat pananaw, at posible ang iba't ibang kombinasyon. Ngunit dahil sa mga misteryo ng simbolismo at kakulangan ng mga detalye tungkol sa kung paano at kailan mangyayari ang mga kaganapan, walang tunay na nakakaalam kung paano magaganap ang lahat ng ito. Maraming iskolar ang naniniwala na ang mga pangyayari ay may kabuuan at maaaring bigyan ng

---

[10]Ang kahulugan ng 666 ay hindi alam. May mga pagtatangka na ginawa upang matukoy ang tao gamit ang isang sistema ng pagbibigay ng numero sa mga letra ng alpabeto. Maraming mga iskolar ang nagsasabi na ito ay nagpapahiwatig ng hindi kumpletong bagay (ang numero 7 naman ay nagpapahiwatig ng kaganapan, kaya hindi ito tulad ng 777), at maaaring tumutukoy ito sa isang emperador ng Roma. Ang mga Dutch naman ay naniniwalang may kaugnayan ito sa taong 1666, kung saan sila ay natalo sa isang malaking labanan sa karagatan. Marami rin ang nagsabing si Adolf Hitler ay nagtugma sa mga kondisyon ng Antikristo.

kahulugan sa loob ng konteksto ng mga pangyayari sa maraming panahon ng kasaysayan, na may mahalagang punto na ang mga Kristiyano ay dapat magtiyaga at magkaroon ng pag-asa sa panahon ng matinding kahirapan. Sa perspektibang ito, hindi sinasadya ng mga paghahayag na magbigay ng mga tumpak na pangyayari sa hinaharap. Para sa maraming mananampalataya, sapat na malaman na mayroong masayang wakas kahit na mayroong masakit na proseso.

Isang palatandaan na malapit na ang katapusan ng panahon ay ang pagtatayo ng Pangalawang Templo sa Jerusalem. Hinulaan na ang Antikristo ay maglilingkod sa Templo, pero pagkatapos ay itataguyod ang mga Hudyo at pagdudusahan sila. Maraming kalamidad tulad ng lindol, taggutom, at mga madilim na kalangitan ang hinulaang mangyayari sa mga huling araw. [11]Kinumpirma ni Juan ang ilang mga detalye na sinabi nina Isaias at Pablo tungkol sa pagbabalik ni Hesus: ang mga yumao ay babangon muli gaya ng ginawa ni Hesus, at lahat ng nilalang, patay man o buhay, ay magpupugay at magbibigay ng parangal kay Hesus bilang Hari at Panginoon ng sansinukob.

Maraming nakakatakot na mga pangyayari ang nakapaloob sa mga hula bago maganap ang huling labanan ng mabuti at masama. Ang mga mabubuting puwersa ay pinangungunahan ng isang nagniningning na hari, ang "Leon ng Juda, ang Ugat ni David" (si Hesus), na "karapat-dapat na tumanggap ng kapangyarihan, kayamanan, karunungan, lakas, karangalan, kaluwalhatian, at papuri." Ibubunsod ng mga masasamang tao ang iba't ibang mga natural na kalamidad, salot, digmaan, at terorismo.

Lalakas at laganap ang kasamaan sa buong desperadong pagtatangka ng impiyerno na talunin ang mga puwersa ng kabutihan na sapat na ang nakita ng Diyos, at oras na para sa paghuhukom. Isang labanan sa maraming bansa ang magaganap sa Armagedon, at ang paglalarawan ng labanan ay malapit na kahawig ng modernong-panahong pakikidigma — ang mga tunog ng dumadagundong na jet,

---

[11]Ang paglikha ng bansang Israel noong 1948 matapos ang halos 1,900 taon na walang pambansang katayuan ay nag udyok sa ilang mga Kristiyano at Hudyo na maniwala na ito ay tanda na ang katapusan ng panahon ay malapit nang dumating. Ang mas malalang kalamidad at pagbabago sa klima ng mundo ay sumusuporta sa kanilang mga paniniwala.

bomba, at misil na bumabagsak mula sa langit, mga kislap ng liwanag at dumadagundong na lupa, at malawakang pagkawasak. Inatake ng masasamang puwersa ang langit ngunit natalo sila ng hukbo ng mga anghel ng Diyos, na pinamumunuan ng arkanghel na si Michael. Nawasak ang Babilonya dahil sa imoralidad nito, huwad na relihiyon, at kaaliwan ng materyalismo. Pagkatapos ay hahatulan ang mga indibiduwal, at ang mga hindi mananampalataya ay dudurugin tulad ng mga ubas sa pisaan ng ubas. Pagkatapos ay itatapon ng Diyos ang karamihan sa masasamang kapangyarihan sa lawa ng apoy.

Umiiral pa rin ang kasamaan ngunit walang impluwensya sa mundo, na humahantong sa mahabang panahon ng kapayapaan. Ipinapakita nito sa mga tao kung ano ang buhay na maaaring maging tulad ng walang impluwensya ng kasamaan. Kalaunan, si Satanas ay mapapalaya at ang masasamang pwersa ay paliligiran ang mga tao ng Diyos, ngunit ang apoy ay magmumula sa langit. Si Satanas at ang lahat ng natitirang puwersa ng kasamaan ay itatapon sa lawa ng apoy kung saan sila papahirapan araw at gabi para sa kawalang-hanggan — sa wakas ay matatanggap nila ang nararapat sa kanila.

Isang Bagong Langit at Bagong Lupa

Ang mga nasa langit ay magagalak sa pagkawasak ng kasamaan at aawit, "Hallelujah, sapagkat ang Panginoon, ang Diyos na Makapangyarihan sa lahat, ay naghari." Ang banal na lungsod ng Jerusalem ay ibabalik sa lupa, at ang tirahan ng Diyos (langit) ay magiging kabilang sa mga tao. Sabi ng hari mula sa kanyang trono:

> Wala nang luha sa kanilang mga mata at wala nang kamatayan o pag-iyak o sakit–ang mga lumang bagay ay lumipas na at ginawa kong bago ang lahat! Tapos na. Ako ang Alpha at ang Omega, ang Pasimula at ang Wakas. Sa nauuhaw ay bibigyan ko ng libreng tubig mula sa bukal ng tubig ng buhay. Ang mga mananalo na ito ang magmamana ng lahat ng ito. Ako ay magiging kanilang Diyos, at sila ay magiging aking mga anak.

Ang pundasyon at mga pader ng banal na lungsod ay kamangha-mangha. Walang araw o buwan dahil ang kaluwalhatian ng Diyos ang nagbibigay ng liwanag; walang kadiliman o gabi. Ang mga pangalan ng mga taong nakasulat sa aklat ng buhay ay mabubuhay bilang kasintahan ng Diyos magpakailanman. Katulad ng sa aklat ni Job, ang sakit at paghihirap ng mga taong pinili ng Diyos ay nagbunga ng gantimpala — ang pagtitiyaga ng mga tapat ay humantong sa isang masayang wakas. Ang mga espirituwal na labanan ay epiko sa buong panahon, ngunit ang digmaan ay nagtatapos. May kabuuan na tagumpay, at ang kasamaan ay nabura magpakailanman.

Si Juan ay nagtapos sa pagsulat na si Hesus ang nagsabi sa kanya na isulat ang kanyang nakita para sa simbahan. Sinabi ni Hesus sa lahat, "Malapit na akong dumatin. Hayaan ang mga nauuhaw na lumapit sa akin." Amen.

EPILOGO

Ang Paghahayag ay ang huling aklat na isinulat ng isang saksi tungkol sa buhay ni Hesus na kasama sa Bibliya. Ang kilusang Kristiyano ay mabilis na lumago sa buong Imperyong Romano dahil sa 200 taon ng kapayapaan sa imperyo noong panahong iyon at sa mahusay na sistema ng kalsada. Ito ay nagpadali sa mga tao na maglakbay ng ligtas sa malalayong distansya. Ang mga Hudyo ay nagsipagkalat sa buong imperyo matapos masira ang Jerusalem noong AD 70, at dinala nila ang kanilang pag-unawa sa Diyos ni Abraham, kasaysayan ng mga Israelita, at lahat ng mga propeta. Ito ay nagpadali sa pagpapakalat ng balita tungkol kay Hesus.

Kahit na ang Kristiyanismo ay isang iligal na relihiyon at maraming mga mananampalataya ang napatay sa buong imperyo, sinabi ng isang salaysay na isinulat noong mga AD 200 na ang mga Kristiyano ay "pinuno ang mga lungsod, isla, kuta, bayan, pamilihan, ang hukbo mismo, mga tribo, mga kumpanya, ang Palasyo ng Imperyo, ang Senado, ang Forum." Sa madaling salita, ang mga Kristiyano ay matatagpuan sa lahat ng dako.

Ang paglaganap ng Kristiyanismo ay naimpluwensyahan ng mga pangako ng kabilang buhay sa mga mananampalataya at ng hinulaang pagbagsak ng Imperyong Romano. Sinubukan ni Justin Martyr na kumbinsihin ang pamahalaang Romano na ang mga Kristiyano ay mabubuting mamamayan, kahit na ayaw nilang sumamba sa mga diyos ng Roma, ngunit pinatay siya kasama ang ilan sa kanyang mga disipulo noong AD 165. Ang ibang mga pinunong Kristiyano ay inusig at pinatay sa kahanga-hanga at nakapangingilabot na paraan. Dahil sa malakas na pag uusig sa mga Kristiyano, karamihan sa mga mananampalataya noon ay nag aakalang sila ay nasa gitna ng kapighatian. Sa huli ay tumigil ang Imperyong Romano sa pag uusig sa mga Kristiyano noong AD 313 sa panahon ng pamamahala ni Constantino. Mahigit 1,700 taon na ang lumipas, ang mga Kristiyano ay inuusig at minamaltrato pa rin sa ilang bahagi ng mundo.

Noong 1517, isang monghe sa Germany na nagngangalang Martin Luther ang nagpahayag ng pagkabahala tungkol sa mga relihiyosong gawain at ideya ng Simbahang Romano Katoliko. Ang kanyang mga protesta ay humantong sa kilusang Protestante, at ang iba pang mga iskolar ng relihiyon ay nagsimula ng mga bagong anyo ng simbahan. Mula noon, maraming iba pang grupong Protestante ("mga denominasyon") ang nabuo batay sa kanilang magkakaibang pananaw sa relihiyon. Ang kapangyarihan ng simbahan ay nabawasan habang ang interpretasyon ng bawat mananampalataya sa mga banal na kasulatan ay naging mas katanggap-tanggap. Kung hindi sang-ayon ang mga tao sa itinuturo o anumang bagay na nangyayari sa simbahan, umalis na lang sila at pumunta sa ibang lugar o hindi na nagpatuloy sa pagiging bahagi ng alinmang simbahan.

Samantala, ang Simbahang Katoliko ay pinamumunuan ng isang tao (ang Papa) at nanatiling buo habang patuloy itong nagbabago ng tradisyon sa paglipas ng panahon.

Sa nakalipas na 200 taon, nagkaroon ng higit na interes ang ilang grupo ng mga Kristiyano na ipalaganap ang ebanghelyo sa buong mundo, minsan habang nagbibigay sila ng mga kinakailangang serbisyo sa iba, tulad ng edukasyon at pangangalagang medikal. Ang mga huling salita ni Hesus sa lupa ay nag-utos sa mga mananampalataya na "gumawa ng mga alagad sa lahat ng mga bansa" (ang "Dakilang Utos" na matatagpuan sa Mateo 28:19–20). Ang salitang *bansa* ay kumakapit sa iba't ibang uri ng tao, hindi sa mga pamahalaan, at ang utos na ito ang nag-udyok sa marami na humanap ng mga grupo ng mga tao sa mundo na hindi pa nakakarinig ng mga mensahe ni Hesus at ipaalam ang mga mensaheng ito sa kanilang mga tao sa mga terminong kanilang mauunawaan.

Noong unang bahagi ng 1800s, isang mangangaral na nagngangalang Charles Finney ang nagsimula ng isang kilusan upang mahikayat ang mga tao na bumalik sa simbahan at sumampalataya ang mga tao sa Kristiyanismo. Gumamit siya ng iba't ibang paraan upang madagdagan ang bilang ng mga nagbalik-loob. Ang isang bagong paraan upang tukuyin ang isang matagumpay na Kristiyano at simbahan ang naging bilang ng mga taong nagpasya na sumunod kay Hesus.

Sa nakalipas na 150 taon, malaki ang pagkakaiba ng mga simbahang Protestante sa Estados Unidos sa kanilang pagharap sa iba't ibang isyung panlipunan, tulad ng pang-aalipin at mga ugnayang panlahi, at mga isyu sa relihiyon, tulad ng katotohanan ng mga banal na kasulatan at kung gaano kahalaga ang pangangalagang pisikal ng mga tao.. Ang mga pagkakaibang ito ay humantong sa maraming pagkakabaha-bahagi sa loob ng simbahan. Ang tatak na Kristiyano ngayon ay nangangahulugan ng maraming iba't ibang mga bagay.

Ang mga tumatawag sa kanilang sarili na Kristiyano ay kumakatawan sa 30% ng populasyon ng mundo, at ang Kristiyanismo ay ang pinakamalaking relihiyosong grupo sa mundo. Halos kalahati ng 2.4 bilyong Kristiyano ay Katoliko, at karamihan ay matatagpuan sa Africa, Asia, at America Latina. Ang mga Muslim ay kumakatawan sa pangalawang pinakamalaking relihiyosong grupo (mga 25% ng populasyon ng mundo), at ang Islam ang may pinakamabilis na paglago sa mga pangunahing relihiyon sa mundo.

PANANAW NG MAY-AKDA

Inilalarawan ng unang mga kabanata ng Bibliya ang magandang nilalang ng Diyos na napinsala ng masasamang puwersa. Ang mga tao ay binigyan ng kakayahang magsabi ng pagkakaiba sa pagitan ng tama at mali at ng kalayaang pumili ng kanilang sariling paraan upang mabuhay. Ang mga makasarili at hindi sumusunod sa Diyos sa huli ay nakakapinsala sa kanilang sarili at sa iba. Laging nagpapatawad at nagmamahal ang Diyos sa lahat ng tao kahit walang taong perpekto. Ang suporta ng Diyos sa mga tao ay kadalasang nakakatulong sa mga hindi naniniwala, habang kasabay nito, ang kasamaan sa mundo ay nakakaapekto sa mga sumusunod sa Diyos. Ang buhay ay hindi palaging patas at madalas ay hindi natin alam kung ano ang mangyayari sa ating buhay.

Umiiral Pa rin ang Masasamang Puwersa

Ang mga hula na ginawa sa Pahayag tungkol sa pagkawasak ng kasamaan ay maliwanag na hindi pa nagkakatotoo. Maraming masasamang bagay sa mundo ang nagdudulot pa rin ng sakit, pagdurusa, at kamatayan. Ang masasamang puwersa ay tahimik na nakakaapekto sa maraming aspeto ng buhay at sinusubukang guluhin ang mga puwersa ng kabutihan sa mga indibidwal at sa lipunan. Ang kakulitan at kawalang-katarungan ay mga palatandaan pa rin ng masasamang impluwensya.

Sinabi ni Pablo sa mga nasa Efeso, "Ang ating pakikibaka ay laban sa mga pinuno at mga awtoridad at sa espirituwal na pwersa ng kasamaan" (Efeso 6:12). Ang mga paraan ng kasamaan ay maaaring maging kaakit-akit, ngunit si Satanas ay nagpapanggap bilang "isang anghel ng liwanag" at iniimpluwensyahan ang mga tao na sundin ang maling landas. Ang huling resulta ng masamang pagkilos ay kadalasang isang uri ng matinding sakit, at walang nakakaalam kung kailan matatapos ang kasamaan sa mundong ito.

Ang mga sumusunod at nagsasagawa ng mga turo ni Hesus ay kumakatawan sa kaharian ng langit para sa iba dito sa lupa. Kung paanong ang mga embahador ngayon sa ibang mga bansa ay hindi sumusunod sa mga batas at kahilingan ng kanilang sariling bansa, ang mga Kristiyano ay dapat mamuhay sa mundong ito ngunit hindi nilalabag ang mga kahilingan ng Diyos. Bilang Indibidwal at bilang isang grupo, ang mga Kristiyano ay dapat maging mga halimbawa ng pag-ibig at pagpapatawad ng Diyos. Ang mga tao ng Diyos, ang simbahan, ay dapat magkaroon ng ibang paraan ng pag-iisip at pagkilos. Ang mga Kristiyano ay "exhibit A" ng Diyos sa mundo tungkol sa kung paano dapat mamuhay ang mga tao sa lupa at itaguyod ang kapayapaan sa gitna ng labanan.

Ang Pagiging Embahador ng Diyos ay Napakahirap

Ang pagiging epektibong embahador ng Diyos ay napakahirap gawin. Hindi perpekto ang mga Kristiyano, at patuloy na inaatake ng mga masasamang puwersa ang iglesia at mga mananampalataya nito. Isa sa mga estratehiya ng masasamang puwersa ay ang bawasan ang impluwensiya at mensahe ng simbahan. Ginagawa ito sa pamamagitan ng paglikha ng mga pagkakabaha-bahagi, pagkagambala, at pagdududa at sa pamamagitan ng paggawa ng maliliit na bagay na mahalaga habang ang mas mahahalagang bagay ay hindi pinapansin. Dahil dito, nakatuon ang mga Kristiyano sa pag-uusap tungkol sa mga ideya sa relihiyon sa halip na kumilos ng may pagmamahal.

Ang isa pang paraan ng masamang pwersa na nakakaapekto sa simbahan ay sa pamamagitan ng dahan dahan na pag impluwensya sa mga Kristiyano na yakapin ang kultura ng mga di Kristiyano. Binalaan ni Pablo ang mga Kristiyano tungkol dito: "Huwag ninyong hayaang dahan dahan kayong ipitin ng sanlibutan sa kaniyang sariling hulma, kundi magbago kayo sa pamamagitan ng patuloy na pagpapanibago ng inyong pag iisip" (Mga Romano 12:2). Iniisip ng mundo na ang tagumpay ay tinukoy ng kayamanan, kalusugan, at komportableng buhay ng isang tao. Sa ganitong kahulugan, maraming Kristiyano ang matagumpay, subalit wala sa mga ito ang nagbibigay ng walang-hanggang kaligayahan o kagalakan sa kalooban.

Medyo kakaunting mananampalataya ang gumagawa ng malaking pagkakaiba sa mundo dahil nangangailangan ito ng pagsunod sa mga priyoridad ng Diyos. Ang paggawa ng pagbabago ay nangangailangan ng pagsasakripisyo sa sarili, kung minsan hanggang sa punto ng kamatayan. Lahat tayo ay dapat magpasiya kung ano ang gusto Nating gawin sa ating buhay, kung ano ang gusto nating ipaglaban at kung ano ang gusto nating ikamatay; ang buhay at kamatayan natin ay dapat may kahulugan. Ang pagsunod kay Hesus ay nangangailangan ng pag-aalay ng sarili at pagtulong sa kapwa.

Ang talinghaga ni Hesus tungkol sa magsasakang naghahasik ng binhi na inilarawan sa Kabanata 16 ay tumatalakay sa hamong ito. Dalawa sa tatlong uri ng buto na nag uugat ay walang ani ang nabubuo. Ang isang grupo ay tumutukoy sa mga taong lumalayo kapag nahihirapan dahil hindi pa sila mature sa kanilang pananampalataya. Ang kabilang hanay ay tumutukoy sa mga nasasakal ng mga alalahanin, kayamanan, at kasiyahan sa buhay.

Paggawa kung ano ang Kinakailangan

Ang mga Kristiyano ay tinawag na labanan ang mga puwersa ng kasamaan ng may pagmamahal at habag at itaguyod ang pagiging patas para sa lahat ng tao. Hinihiling ng Diyos sa mga tao na "kumilos ng makatarungan, ibigin ang kabaitan, at lumakad ng mapagpakumbaba kasama ng Diyos" (Mikas 6:8). Hinatulan ni Hesus ang mga Pariseo dahil ipinakita nila ang kanilang relihiyon ngunit hindi nila ginawa ang tatlong bagay na ito. Sa katunayan, nagalit lamang si Hesus nang kausapin niya ang mga lider ng relihiyon na nagsasabi ng isang bagay ngunit gumagawa ng iba, na malupit na humusga sa iba, at ginamit ang relihiyon para isulong ang kanilang sariling kapakanan.

Ang mga Kristiyanong nagpapakita ng pagkatao ng Diyos ay nagpapakita ng ilang uri ng "bunga." Sinabi ni Pablo sa mga unang mananampalataya, "Ang bunga ng Espiritu ay pag-ibig, kagalakan, kapayapaan, pagtitiis, kabaitan, kabutihan, katapatan, kahinahunan, at pagpipigil sa sarili" (Mga Taga Galacia 5:22–23). Ang mga tumatawag sa kanilang sarili na mga Kristiyano ngunit hindi nagpapakita ng mga bungang ito ay hindi magandang huwaran na dapat tularan. Makikilala natin ang mga may-gulang na Kristiyano sa pamamagitan ng kanilang pagmamahal sa iba, hindi sa sinasabi nilang pinaniniwalaan nila.

MGA APENDIKS

APENDIKS A

Mga Aklat sa Bibliya

Ang bilang ng "kabanata" sa bawat aklat ay nakasaad sa mga panaklong.

Ang Lumang Tipan (39 libro)
Genesis (50)
Exodo (40)
Levitico (27)
Mga Bilang (36)
Deuteronomio (34)
Josue (24)
Mga Hukom (21)
Ruth (4)
1 Samuel (31)
2 Samuel (24)
1 Mga Hari (22)
1 Mga Hari (25)
1 Mga Cronica (29)
2 Mga Cronica (36)
Ezra (36)
Nehemias (13)
Ester (10)
Job (42)
Mga Awit (150)
Mga Kawikaan (31)
Ang Mangangaral (12)
Ang Awit ni Solomon (8)
Isaias (66)
Jeremias (52)
Mga Panaghoy (5)
Ezekiel (48)
Daniel (12)
Hosea (14)
Joel (3)
Amos (9)
Obadias (1)
Jonas (4)
Mikas (7)
Nahum (3)

Habakuk (3)
Zefanias (3)
Hagai (2)
Zacarias (14)
Malakias (4)

Ang Bagong Tipan
Mateo (28)
Marcos (16)
Lucas (24)
Juan (21)
Mga Gawa (28)
Mga Taga-Roma (16)
1 Mga Taga-Corinto (16)
2 Mga Taga-Corinto (13)
Mga Taga-Galacia (6)
Mga Taga-Efeso (6)
Mga Taga-Filipos (4)
Mga Taga-Colosas (4)
Mga Taga-Tesalonica (5)
2 Mga Taga-Tesalonica (3)
1 Timoteo (6)
2 Timoteo (4)
Tito (3)
Filemon (1)
Mga Hebreo (13)
Santiago (5)
1 Pedro (5)
2 Pedro (3)
1 Juan (5)
2 Juan (1)
3 Juan (1)
Judas (1)
Pahayag (22)

APENDIKS B

Kronolohiya ng Pangunahing Mga Tauhan at Pangyayari sa Bibliya
(ang mga petsa ay mga palagay lamang)

Ang Lumang Tipan	
Bago ang kasaysayan	
Si Adan at Eva	Paglikha ng mundo
Noe	Malaking baha
Mga Patriarka (1850–1240 BC)	
Abraham at Sara	Mga pangakong magiging bayan ng Diyos
Isaac and Rebeka	Pinagpala ni Isaac si Jacob
Esau, Jacob, Raquel at Lea	Umalis si Jacob pagkatapos ay bumalik sa Canaan
Jacob at ang kanyang 12 anak	Si Jacob at ang kanyang pamilya ay lumipat sa Ehipto
Si Moises at si Aaron	Paglabas mula sa Ehipto, ang Diyos ay nagbibigay ng mga batas
Josue	Ang mga Israelita ay pumasok at sinakop ang Canaan
Mga Hukom at Mang-aapi (1240–1050 BC)	
Si Debora at si Barak	Tagumpay laban sa mga Canaanita na nakabase sa Hazor
Gideon	Tagumpay laban sa mga mananalakay mula sa silangan
Jefta	Tagumpay laban sa mga Ammonita
Samson	Tagumpay laban sa mga Filisteo
Si Eli at si Samuel	Mga pakikipaglaban sa mga Filisteo
Si Boaz at si Ruth	Ang anak ng isang dayuhan ay nalaan sa pagiging hari sa hinaharap
Mga Hari (1050–930 BC)	
Saulo	Unang hari ng Israel na may maraming mga kakulangan.

| David | Pinakamahalagang bayani at hari ng Israel |
| Solomon | Pinalawak ng matalinong hari ang teritoryo ng Israel |

Hinating Kaharian (930–586 BC)

| Amos, Elias, Eliseo, Isaias | Sa huli, naging alipin ng mga Asiryano ang mga Israelita sa Hilagang Kaharian noong 722 BC. |
| Isaias, Mikas, Jeremias | Sa huli, inalis sa kanilang lupain ang mga tao ng Timog na Kaharian (Judah) at dinala bilang mga bihag sa Babilonya. |

Pagtapon at Pagbabalik (586–400 BC)

Ezekiel at iba pang mga propeta	Nanirahan ang mga Hudyo sa Babylonia, marami ang bumalik
Daniel at Ester	Ang mga bihag na Hudyo ay umunlad sa Babylonia at Persia
Ezra at Nehemias	Ang Jerusalem at ang Templo ay muling itinayo

Ang Bagong Tipan

Ang Kapanganakan at Paghahanda ni Hesus (5 BC–AD 7)

| Si Maria, Jose at Hesus | Naging tao ang Diyos |
| Si Juan Bautista | Nagkatotoo ang mga hula tungkol sa Mesiyas |

Ang Ministeryo ni Hesus (AD 25–28)

Labing-dalawang disipulo	Ang mga himala ay nakapag-akit ng maraming tao
Mga pinuno ng relihiyong Hudyo	Hinahamon ng mga bagong ideya ang umiiral na mga patakaran
Mga pinunong pampulitika ng Roma	Si Hesus ay pinatay ngunit bumalik sa buhay

Ang mga Lider ay Nagpalaganap ng Mabuting Balita (28–95)

Labing-dalawang disipulo	Ang balita tungkol kay Hesus ay kumalat sa Israel
Saulo (Pablo)	Ang mabuting balita ay ipinaabot sa mga Hentil
Mga mananampalataya sa Asia at Europa	Hinihikayat ng mga apostol ang mga nahihirapang simbahan

APENDIKS K

Mga Mungkahi para sa Karagdagang Pagbasa

Ang mga Bible Study ay nagsasama ng higit pang impormasyon tungkol sa Bibliya upang matulungan ang mga mambabasa na maunawaan ang mga kuwento at kahulugan. Ang mga bersyong ito ay kadalasang kinabibilangan ng higit pang makasaysayang impormasyon, mga mapa, mga glosaryo, mga indeks, mga kahulugan ng salita, mga tala sa heograpiya, mga paliwanag ng mga karakter at pangyayaring binanggit sa Bibliya, at mga listahan ng mga partikular na uri ng nilalaman (hal., mga talinghaga, mga propesiya, mga himala). Ang ilang pag-aaral ng Bibliya ay may kasamang mga artikulong nagbibigay-kaalaman upang magbigay ng higit na konteksto sa mga kuwento ng Bibliya at sinaunang panahon.

Ang mas mababasa na mga salin ng Biblia ay nilikha upang matulungan ang mga mambabasa na maunawaan ang isinulat. Ang pinakamahusay na mga pakahulugan sa ibang pangungusap ay nakalista sa ibaba.

- *Ang Bagong Tipan sa Makabagong Ingles* ay isinulat ni J.B. Phillips, isang Anglicanong pari. Ang pagsasalin na ito ay unang inilathala noong 1958 gamit ang mga baybay ng Britanya, at ang ilang edisyon ay hindi kasama ang mga numero ng talata. Hindi isinalin ni Phillips ang Lumang Tipan sa mas mababasa na teksto.

- *Ang Mabuting Balita ng Bibliya* ay isang pagsasalin ng Bibliya ng American Bible Society. Ang Bagong Tipan ay unang nalathala noong 1966 gamit ang pangalang Magandang Balita para sa Modernong Tao. Ang kumpletong Bibliya ay natapos noong 1976. Gumagamit ito ng pinasimpleng wika na mabasa ng mga bata. Ang aklat na ito ay kilala rin bilang mabuting pagsasalin ng balita at ginagamit sa maraming mga bansa at sa pamamagitan ng maraming mga denominasyon.

- *Ang Living Bible* ay nilikha sa Ingles ni Kenneth Taylor noong 1971 at isinalin sa maraming wika. Isinulat ito ni Taylor upang maunawaan ng kanyang mga anak ang teksto ng mga kwento nang mabasa ng kanyang pamilya ang libro. Isang mas bago at binago (New Living Translation) na bersyon ay nalathala noong 1996.

- *Ang Mensahe: Ang Bibliya sa Kontemporaryong Wika* ay isinulat ni Eugene Peterson, isang Amerikanong Presbiteryanong pastor at may akda. Ang pagsasalin na ito ay gumagamit ng mga makabagong paraan ng pakikipag usap ng mga Amerikano. Ang isang pagsasalin ng buong Bibliya ay natapos noong 2002.

APENDIKS D

TALAHULUNGANAN NG MGA MAHAHALAGANG TERMINO

Ipinaliliwanag ng apendiks na ito ang mahahalagang termino (mga tao, heograpikal na lugar, konsepto) na tinalakay sa Ang Pinasimple at Maikling Bibliya. ito ay nakalista sa alpabetikong ayos sa kabanatang una silang nabanggit, at hindi sila inuulit, at hindi na inuulit kung ang mga ito ay muling magaganap sa ibang kabanata. Sa ilang mga kaso, higit sa isang tao o lugar ay may parehong pangalan. Halimbawa, may ilang mga tao na may pangalang Jose at nakalista sila ng hiwalay sa kabanata kung saan sila unang binanggit.

PANIMULA

Canon	Ang koleksyon ng mga dokumento na nakapaloob sa Bibliya
Diyos	Pangalan na iginawad sa pinakamakapangyarihang puwersa sa kalawakan na may tatlong bahagi; kung minsan ay tinatawag na Panginoon
Grasya	Isang hindi nararapat na regalo o pabor
Israel	Canaan, lugar kung saan naninirahan ang mga Israelita Hudyo)
Israelitas	Ang piniling bayan ng Diyos ng Israel
Panginoon	Isa pang salita para sa Diyos
Palestina	Kasalukuyang pangalan ng Canaan, ang Lupang Pangako ('Banal na Lupain')
Panalangin	Isang anyo ng pakikipag ugnayan ng tao sa isang banal na kapangyarihan
Espitiru	Isang bahagi ng Diyos (Banal na Espiritu)

BAHAGI 1: LUMANG TIPAN
Kabanata 1   Ang Simula

Abel	Ikalawang anak nina Adan at Eva, pinatay ni Cain
Abram/ Abraham	Lalaking nanirahan sa Ur at lumipat sa Canaan kasama ang kanyang asawang si Sarai/Sara; unang ama ng mga Hudyo
Adan	Unang tao na nilikha ng Diyos na nanirahan sa Halamanan ng Eden kasama si Eva

Asher	Anak ni Jacob at ni Zilpa
Baha	Isang malaking sakuna na ginamit ng Diyos upang lipulin ang lahat ng mga tao, na nagtapos sa isang bahaghari, na nagpapahiwatig na hindi na muling lilipulin ng Diyos ang lahat ng mga tao
Beersheba	Parang disyerto na lungsod sa katimugang Canaan at lugar ng kapanganakan ni Isaac
Bilhah	Ang alilang babae ni Raquel at ang asawa ni Jacob na may dalawang anak na lalaki (Dan at Neptali)
Cain	Unang anak na ipinanganak kina Adan at Eva na pumatay sa kanyang kapatid na si Abel
Canaan	Lupang ipinangako kay Abram at tinatawag ngayong Palestina ("Banal na Lupain")
Dan	Anak ni Jacob at ni Bilha
Dina	Anak na babae nina Jacob at Lea
Ehipto	Malaking imperyo na matatagpuan sa timog-kanluran ng Palestina at isang lugar na madalas bisitahin ng mga Israelita sa panahon ng krisis
Esau	Mas matandang anak nina Isaac at Rebeka, nawalan ng karapatang maging panganay at mapalad sa kanyang kapatid na si Jacob, nagpakasal sa mga asawang dayuhan at umalis sa bahay para manirahan sa Edom
Eva	Unang babaeng nilikha ng Diyos, nanirahan sa Halamanan ng Eden kasama si Adan
Gad	Anak ni Jacob at Zilpa
Hagar	Tagapaglingkod ni Sara na taga-Ehipto na nagka-anak kay Ismael (ama niya si Abraham)
Haran	Lugar sa hilagang Mesopotamia na tahanan nina Rebekah, Laban, at ng kaniyang mga anak na sina Raquel at Lea
Hardin ng Eden	Isang payapa't maligaya na tahanan nina Adan at Eva bago sila nagkasala
Isaac	Anak ni Abraham at Sara ("anak ng pangako") na nagkaroon ng dalawang anak (Esau at Jacob)
Ishmael	Anak ni Abraham at Hagar na nanirahan sa silangan ng Ilog Jordan
Issachar	Anak nina Jacob at Lea
Jacob	Nakababatang anak ni Isaac na nagtamo ng karapatan at pagpapala ng kapanganakan ni Esau at nagkaroon ng 12 anak na lalaki at isang babae sa kanyang apat na asawa

Jose	Anak nina Jacob at Raquel na naging pinuno sa Ehipto
Judah	Anak nina Jacob at Lea
Laban	Ang kapatid ni Rebeka, ang ama ni Raquel, at ang biyenan ni Jacob
Lea	Isa sa mga asawa ni Jacob na may anim na anak na lalaki sa kaniya
Levi	Anak nina Jacob at Lea
Mga Anghel	Mga kosmikong nilalang na maaaring maging mabuti o masama at kung minsan ay nakikipag-ugnayan sa mga tao
Naftali	Anak ni Jacob at ni Bilha
Noe	Tapat na lalaki na nagtayo ng isang arko upang iligtas ang lahat ng nabubuhay na nilalang mula sa isang malawakang baha
Raquel	Asawa ni Jacob na nagkaroon ng dalawang anak na lalaki (Jose at Benjamin)
Rebeka	Asawa ni Isaac na may dalawang anak na lalaki (Esau at Jacob)
Reuben	Anak nina Jacob at Lea
Sarai/Sara	Asawa ni Abram/Abraham
Satanas	Ang masamang pinuno ng anghel na pinalayas mula sa langit at ang "prinsipe ng mundong ito" na natalo sa huling pakikipaglaban sa Diyos para sa kontrol ng uniberso (tinatawag ding diyablo)
Simeon	Isang anak nina Jacob at Lea
Tipan	Kasunduang ginawa sa pagitan ng Diyos at ng bayan ng Diyos
Ur	Lungsod sa timog Mesopotamia at timog ng Babilonia kung saan nanirahan sina Abram at Sarai bago lumipat sa Canaan
Zebulun	Anak nina Jacob at Lea
Zilpa	Asawa ni Jacob na nagkaroon ng dalawang anak na lalaki (Gad at Aser)

Kabanata 2   Bumalik si Jacob sa Canaan

Benjamin	Son of Jacob and Rachel and Jacob's youngest son
Edom	Mabundok na rehiyon sa silangan ng timog na dulo ng Dagat Asin (kilala rin bilang Seir, na nangangahulugang "magaspang") kung saan nanirahan si Esau
Efraim	Bunsong anak ni Jose at ng kanyang asawang Ehipto, pinagpala ni Jacob
Faraon	Isang hari ng Ehipto
Goshen	Ang matabang lugar sa hilagang Ehipto kung saan nanirahan ang mga Israelita matapos umalis sa Israel dahil sa taggutom.
Ilog ng Nilo	Ang malaking ilog na tumatakbo pa-norte sa buong Ehipto

Israel	Ang pangalan na ibinigay kay Jacob matapos makipaglaban sa isang anghel bago harapin si Esau.
Manases	Mas matandang anak ni Jose at ng kanyang asawang Ehipto
Mga Israelita	Mga inapo ni Jacob
Potifar	Lider ng mga tanod ni Faraon
Shekem	Lungsod sa mga burol ng gitnang Israel malapit sa Samaria

Kabanata 3   Buhay sa Ehipto

Aaron	Ang nakatatandang kapatid ni Moses na naging unang Mataas na Pari ay si Aaron.
Exodo	Ang pag-alis at paglalakbay ng mga Israelita mula sa Ehipto matapos ang maraming taon ng malupit na pagtrato
Hebreo	Wika na ginagamit ng mga Israelita; isang salitang ginagamit upang ipahiwatig ang isang bagay na Hudyo
Ilang	Pangalan na ibinigay sa mga lugar sa at malapit sa Peninsula ng Sinai pagkatapos umalis ang mga Israelita sa Ehipto; isang pangkalahatang termino para ilarawan ang mga tiwangwang na lupain
Jetro	Midianitang pari na tumulong kay Moises
Midian	Timog-silangang bahagi ng Peninsula ng Sinai at lugar sa silangan ng peninsula kung saan unang nagpunta si Moises upang takasan ang mga Ehipto
Moises	Anak ng mga magulang na Levita at nakababatang kapatid ni Aaron; siya ay inampon ng anak na babae ni Faraon, pinamunuan ang mga Israelita palabas ng Ehipto at sa pamamagitan ng ilang, at may akda ng ilang aklat ng Bibliya
Paskwa	Pagdiriwang ng gabi nang dumaan ang Diyos sa mga tahanan ng mga Israelita at pinatay ang mga panganay na anak ng lahat ng iba pang pamilya na naninirahan sa Ehipto bago ang exodo

Kabanata 4   Umalis sa Ehipto ang mga Israelita

Ang Sampung Utos	Ang mga utos ng Diyos na ibinigay kay Moses sa bundok ng Sinai
Bundok Sinai	Pinakamataas na bundok sa Peninsula ng Sinai, na matatagpuan malapit sa katimugang dulo ng peninsula, kung saan nakilala ni Moises ang Diyos at nakuha ang 10 utos

Dagat na Pula	Malaking katawan ng tubig sa pagitan ng Ehipto at Arabia na may dalawang sangay sa hilaga (Golpo ng Aqaba at Golpo ng Suez)
Josue	Pinuno na sumama kay Moises sa Bundok Sinai at isa sa mga espiya na nagsabing maaaring sakupin ang Canaan at kalaunan ay pinangunahan ang matagumpay na pagsalakay sa Canaan
Kaban ng Tipan	Isang maadorno na natatakpan na kahon na naglalaman ng mga banal na rellikya ng mga Hudyo
Magsisi	Ang pag-amin ng pagkakamali at pagbabago ng direksyon upang tuparin ang tamang at angkop na pagkilos
Manna	Matamis na parang cracker ("tinapay") na lumitaw sa lupa sa umaga noong mga araw ng mga Israelita sa ilang
Mga Levita	Mga inapo ni Levi na naging mga pari o manggagawa para suportahan ang mga gawaing panrelihiyon
Sabat	Ang huling araw ng linggo, isang araw ng pahinga
Tabernakulo	Isang magkakabit-kabit na mga tolda at mga patyo kung saan nanirahan ang Diyos bago ang pagtatayo ng Templo sa Jerusalem.
Taon ng Jubileo	Ang taon pagkatapos ng pitong siklo ng pitong taon (bawat 50 taon) kapag ang mga utang ay kinansela; isang katagang ginamit sa mga isinulat ni Isaias na nagbalita ng pagdating ng Mesiyas

Kabanata 5   Buhay sa Ilang

Caleb	Isa sa dalawang espiya na nagsabing maaaring sakupin ng mga Israelita ang Canaan at pinayagang makapasok sa Canaan
Dagat Asin	Malaking maalat na katawan ng tubig kung saan nagtatapos ang Ilog Jordan (Dead Sea)
Jerico	Malaking napapaderan na lungsod malapit sa hilagang-kanlurang sulok ng Dagat Asin
Mga Nazareo	Ang mga taong inilalaan ang kanilang sarili upang maglingkod sa Diyos sa isang tiyak na halaga ng oras at sumasang ayon na huwag mag ahit ng kanilang ulo o ubusin ang anumang anyo ng ubas o hawakan ang isang patay na tao

Kabanata 6   Ang Pananakop sa Canaan

Ai	Lungsod malapit sa Jerico kung saan naganap ang ilang labanan
Feniciaia	Lugar sa hilaga ng Palestina sa kahabaan ng baybayin ng Mediterraneo

Gibeon	Lugar sa hilaga ng Jerusalem na niloko ng mga tao ang mga Israelita na gumawa ng kasunduan sa kapayapaan
Hazor	Makapangyarihang lungsod sa hilagang Canaan
Hebron	Lungsod na matatagpuan mga 25 milya sa timog ng Jerusalem
Mga lungsod ng kanlungan	Anim na lungsod na pinamamahalaan ng mga Levita na nagbigay ng pagpapakupkop laban at proteksyon para sa sinumang hindi sinasadyang pumatay ng isang tao (pagpatay ng tao) hanggang sa ang kanilang kaso ay napunta sa paglilitis
Rahab	Prostitutang nagtago ng dalawang espiya ng mga Israelita sa Jericho, ina ni Boaz.
Shiloh	Lungsod na may relihiyosong kahalagahan sa hilagang Israel

Kabanata 7   Nakipaglaban ang Israel sa Canaan

Baal	Ang pangunahing Diyos ng mga hindi Hudyo na naninirahan sa Canaan.
Barak	Lalaking naninirahan sa hilagang Canaan na nakipaglaban kay Debora upang talunin ang hukbo ng Hazor
Betlehem	Bayan malapit sa Jerusalem at lugar ng kapanganakan ni Hesus
Boaz	Asawa ni Ruth, ama ni Jesse, at lolo ni David
David	Anak ni Jesse na pumatay kay Goliath, naninirahan sa Jerusalem bilang ikalawang hari ng Israel, at ama ni Solomon
Debora	Babaeng propeta at hukom na namuno sa digmaan kay Barak upang talunin ang hukbo ni Hazor
Delaila	Ang kasintahan ni Samson na nagtulak sa kanya na ibunyag ang sikreto ng kanyang lakas
Gideon	Hindi pangkaraniwang propeta na gumamit ng balahibo ng tupa upang kumpirmahin ang tawag ng Diyos na labanan ang mga Midianita
Jefta	Di-karaniwang lider mula sa Gilead na nanalo laban sa mga Ammonita ngunit malungkot na pumatay ng kanyang tanging anak.
Mga Ammonita	Mga inapo ni Ben-ammi (anak ni Lot) na naninirahan sa silangan ng Ilog Jordan
Mga Filisteo	Mga taong naninirahan sa Filisteo, isang bansang matatagpuan sa baybayin ng Dagat Mediteraneo (Timog Kanlurang Canaan)

Mga Midianita	Mga taong nanirahan sa rehiyon ng Midian (hilaga ng Dagat na Pula)
Naomi	Biyenan ni Ruth at kamag-anak ni Boaz (asawa ni Ruth)
Obed	Anak nina Boaz at Ruth at ama ni Jesse
Orpah	Anak na babae ni Noemi (ang isa ay si Ruth)
Otniel	Hukom at pinuno ng militar at nakababatang kapatid ni Caleb na tumalo sa mga kaaway ng hilagang Israel.
Propeta	Isang taong nagsasalita ng katotohanan ng Diyos sa iba, kadalasan sa mga nasa kapangyarihan, at maaaring gumawa ng mga paghuhula tungkol sa kinabukasan.
Ruth	Moabitang manugang ni Noemi na naging asawa ni Boaz
Samson	Ang may depektong bayaning Hudyo na kilala sa kanyang lakas na nagmumula sa kanyang mahabang buhok

Kabanata 8   Pagpuputong ng Nagkakaisang Hari

Hanna	Ina ni Samuel
Jesse	Ang ama ni David at ang apo nina Boaz at Ruth
Jonatan	Ang anak ni Saulo at malapit na kaibigan ni David
Samuel	Mahalagang propeta at hukom ng piliin ng Israel ang unang hari nito
Saulo	Unang hari ng Israel; ang pangalang Hebreo ni Pablo

Kabanata 9   Si Haring David at si Haring Solomon

Bathsheba	Asawa ni Uria na naging asawa ni David at ina ni Solomon
Damasco	Ang pinakamahalagang lungsod sa Syria, hilagang silangan ng Palestina
Jeroboam	Opisyal na nagtrabaho para kay Solomon na naging unang hari ng Hilagang Kaharian
Lungsod ni David	Ang isa pang pangalan para sa Jerusalem kung saan nagsilbi si David bilang hari
Mga taga-Fenicia	Ang mga taong nakatira sa Fenicia
Natan	Si Propeta na humarap kay David tungkol sa kanyang pakikipag-ugnay kay Bathsheba

Rehoboam	Ang anak ni Solomon na naging unang hari ng Katimugang Kaharian
Solomon	Anak nina David at Bathsheba na naging isang matalinong hari ng Israel at itinayo ang templo sa Jerusalem at nagsulat ng ilang mga libro ng Lumang Tipan
Templo	Mga gusali at patyo sa Jerusalem kung saan pinarangalan at sumamba ang Diyos sa Diyos
Uria	Ang asawa ni Batseba na ang kamatayan sa digmaan ay binalak ni David
Zion	Isa pang pangalan para sa Jerusalem dahil sa burol nito na tinatawag na Bundok Sion

Kabanata 10   Ang Nahating Kaharian

Ahab	Hari sa Hilagang Kaharian, asawa ni Jezebel
Ahaziah	Hari sa katimugang kaharian, anak ni Jehoram
Amos	Propeta sa Hilagang Kaharian
Babylon	Malaking lungsod sa Mesopotamia (malapit sa kasalukuyang lungsod ng Bagdad)
Elias	Kilalang propeta sa Hilagang Kaharian matapos mawala si Elias
Eliseo	Pangunahing Propeta sa Hilagang Kaharian
Emmanuel	Isang pangalan na ibinigay sa Mesiyas ("Diyos na kasama natin")
Hosea	Propeta sa Hilagang Kaharian
Isaias	Pangunahing Propeta na sumulat sa parehong bahagi ng nahahati na kaharian
Israel	Pangalan na ibinigay sa Hilagang Kaharian
Jehoram	Hari sa Katimugang Kaharian na nagbahagi ng kanyang paghahari sa kanyang amang si Jehosaphat
Jehosaphat	Hari sa Katimugang Kaharian na nagbahagi ng kanyang paghahari sa kanyang anak na si Jehoram
Jezebel	Masamang asawa ni Haring Ahab
Manases	Pinakamahabang naghaharing hari sa Katimugang Kaharian at anak ni Hezekia
Mga Hentil	Mga taong hindi Hudyo

Mikas	Propeta sa Katimugang Kaharian
Naaman	Tiga-Syria na pinagaling ni Eliseo sa isang sakit sa balat
Samaria	Lugar sa hilagang Palestina na halos tinitirhan ng mga di-Hudyo

Kabanata 11   Bumagsak ang Dalawang Kaharian

Habakuk	Propeta sa Katimugang Kaharian
Hezekia	Hari sa Katimugang kaharian
Jeremias	Propeta sa Katimugang kaharian
Joel	Propeta sa Katimugang Kaharian
Jonas	Propeta ng mga Asiria na umiwas sa tawag ng Diyos sa pamamagitan ng pagpunta sa Espanya
Josia	Hari sa Katimugang Kaharian
Mesopotamia	Pangkalahatang lugar na may mayabong na lupain kasama ang mga ilog ng Tigris at Euphrates (kasalukuyang nasa Iraq)
Mga Edomita	Ang mga taong nanirahan sa Edom (isang lugar sa timog-silangan ng Canaan)
Mga Hudyo	Isa pang salita para sa mga Israelita (hindi mga Hentil)
Mga Samaritano	Ang mga taong nanirahan sa Samaria at kinamumuhian ng mga Hudyo
Nahum	Propeta sa Katimugang kaharian
Nineve	Punong lungsod ng Assyria
Obadias	Propeta sa Katimugang kaharian
Zedekia	Huling Hari ng kaharian sa Timog
Zefanias	Propeta sa Katimugang Kaharian

Kabanata 12   Buhay sa Pagkatapon, Pagkatapos ay Panunumbalik

Abednego	Ang tapat na lalaking nagsanay sa Babilonya at isa sa tatlong Hudyong nakaligtas sa pagkasunog sa isang hurno
Aramaic	Malawakang wikang Siryan na ginagamit sa Malapit na Silanganpara magsagawa ng negosyo at diplomasya; isang wikang ginagamit sa Palestina bilang karagdagan sa Hebreo
Artaxerxes	King in Person, anak ni Xerxes

Dakilang Ciro	Ang hari ng Persia noong panahon na ang mga Israelita ay nasa pagkatapon
Daniel	Lider ng relihiyon at pulitika na nanirahan sa Babilonia at nakaligtas nang itinapon sa mga leon
Ester	Hudyong asawa ni Haring Xerxes ng Persia
Ezekiel	Kakaibang propetang Hudyo na nanirahan sa Babilonia
Ezra	Pinunong Hudyo na nanirahan sa Babilonya na nakakuha ng permiso para sa mga Hudyo na bumalik sa Palestina
Haggai	Propeta sa mga Hudyo na bumalik sa Palestine at nagtataguyod para sa muling pagtatayo ng Templo
Haman	Punong ministro sa Persia na sinubukang alisin ang lahat ng mga Hudyo
Mga Mago	Mga pari ng pananampalatayang Zoroastrianismo
Malakias	Propeta para sa mga naninirahan sa muling itinayong lungsod ng Jerusalem at ang huling propeta na nabuhay noong panahon ng Lumang Tipan
Meshach	Isang tapat na lalaking nagsanay sa Babilonya at isa sa tatlong Hudiyong nakaligtas sa pagkasunog sa isang hurno
Mordecai	Tiyo ni Esther na nanirahan sa Persia
Nehemias	Hudyo na nagsilbi bilang katiwala ng haring Persiano at bumalik sa Jerusalem upang muling itayo ang mga pader at pintuan nito
Shadrach	Isang tapat na lalaking nagsanay sa Babilonya at isa sa tatlong Hudiyong nakaligtas sa pagkasunog sa isang hurno
Xerxes	Hari ng Persia noong panahon nina Ester at Mordecai
Zacarias	Propeta sa mga Hudyo na bumalik sa Palestine at nagtataguyod para sa muling pagtatayo ng Templo
Zoroastrianismo	Relihiyong Persiano

Kabanata 13   Mga Natatanging Aklat sa Lumang Tipan

Bildad	Isa sa mga karakter sa aklat ni Job na nagsasabi kay Job kung bakit siya nagdurusa
Elihu	Isa sa mga karakter sa aklat ni Job na nagsasabi kay Job kung bakit siya nagdurusa

Eliphaz	Isa sa mga karakter sa aklat ni Job na nagsasabi kay Job kung bakit siya nagdurusa
Job	Pangunahing tauhan sa aklat ni Job na lubhang nagdurusa kahit na siya ay tapat sa Diyos
Mga Awit	Ang aklat ng tula sa Lumang Tipan; isang uri ng tula ng mga Hudyo (Awit)
Mga Kawikaan	Aklat ng karunungan sa Lumang Tipan; isang uri ng matatalinong kasabihan
Tarshish	Isang lungsod sa Espanya kung saan tumakas si Jonas sa halip na pumunta sa Nineveh
Zophar	Isa sa mga karakter sa aklat ni Job na nagsasabi kay Job kung bakit siya nagdurusa

BAHAGI 2: ANG BAGONG TIPAN
Kabanata 14   Dumating ang Mesiyas

Andres	Isa sa mga unang disipulo ni Hesus, isang mangingisda at kapatid ni Simon
Bartolomeo	Isa sa mga 12 disipulo (kilala rin bilang Nathaniel)
Capernaum	Lungsod sa Dagat ng Galilea sa hilagang Palestina kung saan nanirahan si Hesus noong panahon ng kanyang ministeryo
Cesar Augustus	Ang emperador ng Roma sa panahon ng kapanganakan ni Hesus na nag-utos ng sensus
Dagat ng Galilea	Isang napakalaking lawa sa hilagang Israel (kilala rin bilang Lawa ng Tiberias)
Dakilang Alejandro	Griyegong Pinuno na sumakop sa kalakhang bahagi ng mundo at tumulong sa pagpapalaganap ng impluwensya ng kulturang Griyego bago ang panahon ni Hesus
Ebanghelyo	"Magandang balita" tungkol sa libreng regalo ni Hesus na buhay na walang hanggan
Essenes	Mga Hudyo na umalis sa mundo at namuhay ng simple malapit sa Dagat Alat
Felipe	Isa sa 12 disipulo ni Hesus na nangaral sa iba't ibang lugar sa Palestina

Gabriel	Anghel na nagbunyag ng kapanganakan ni Juan kay Zacarias at sa kapanganakan ni Hesus kay Maria
Griyego	Wikang sinasalita at isinulat sa Gresya at sa buong at sa kabila ng rehiyon ng Mediteraneo noong panahon ni Hesus; isang tao mula sa Gresya
Hanukkah	Pagdiriwang ng mga Hudyo upang alalahanin ang tagumpay laban sa mga Griyego noong 142 BC
Herod	Romanong hari na namamahala sa Palestina sa panahon ng kapanganakan ni Hesus
Herod Antipas	Romanong gobernador ng Galilea noong nabubuhay pa si Hesus
Hesus	Anak ni Maria at Jose at isang anyong tao ng Diyos na ipinanganak sa Betlehem at binigyan ng maraming pangalan at tinupad ang mga hula sa Lumang Tipan tungkol sa Mesiyas (Kristo)
Jose	Ama ni Hesus
Juan	Mangingisda at kapatid ni Santiago na kabilang sa mga unang alagad ni Hesus at sumulat ng ilang aklat na nakapaloob sa Biblia
Juan Bautista	Hindi pangkaraniwang propeta at kauri ni Hesus na naghanda sa mga Israelita para sa ministeryo ni Hesus
Kristo	Salitang Griyego para sa Mesiyas, isa pang salita para kay Hesus
Lucas	Gentil na doktor at naglalakbay na kasama ni Pablo na sumulat ng isang aklat (Lucas) tungkol sa buhay ni Hesus at isang aklat (Mga Gawa) tungkol sa kung ano ang nangyari sa mga alagad pagkatapos na umalis si Hesus sa mundo
Maria	Ina ni Hesus
Mesias	Ang Pinahirang Isa na hinulaan upang iligtas ang mga Hudyo mula sa kanilang mga mapang-api (Kristo sa Griyego)
Mga Disipulo	Mga taong natututo mula sa isang guro; Mga Lalaking Naglalakbay Kasama si Hesus
Mga Escriba	Mga taong sumulat ng mahahalagang dokumento (kadalasan ay relihiyoso) at eksperto sa batas
Mga Galileano	Ang mga taong nakatira sa hilagang Palestina at hinahamak dahil madalas silang magpakasal sa mga di-Hudyo at ayaw sa mga tagalabas na nakatira sa kanilang mga komunidad

Mga Helenista	Mga Hudyo na sumunod sa mga tradisyong Griyego
Mga Herodiano	Mga Hudyo na sumunod sa mga tradisyon at paniniwala ng mga Romano
Mga Pariseo	Mga lider ng relihiyon ng mga Hudyo na mahigpit na sumunod sa mga batas ni Moises
Mga Romano	Ang mga taong namuno sa isang malawak na imperyo na tumagal ng higit sa 500 taon sa buong karamihan ng Europa, hilagang Africa, at mga bahagi ng timog-kanlurang Asya
Mga Saduceo	Maliit na grupo ng mga maimpluwensyang lider ng relihiyon ng mga Hudyo na nagbigay-diin sa moralidad sa halip na sumunod sa mga patakaran ng relihiyon
Mga Zealot	Mga Hudyo na naghimagsik laban sa mga dayuhang kapangyarihan na sumakop sa Palestine at handang lumaban at mamatay para sa kanilang layunin
Nazaret	Bayan sa Galilea 70 milya hilaga ng Jerusalem at bayan ni Hesus
Pedro	Unang disipulo na pinili ni Hesus na naging pinuno ng simbahan (kilala rin bilang Simon at Simon Pedro)
Rabbi	Guro ng relihiyon o iskolar ng Hudyo
Roma	Pinakamalaking lungsod sa Italya at ang sentro ng Imperyong Romano
Sanhedrin	Isang magkakaibang pangkat ng mga pinunong Hudyo na nagbabantay sa relihiyosong buhay ng mga Hudyo at may kapangyarihang parusahan ang mga Hudyo
Santiago	Mangingisda at kapatid ni Juan na isa sa 12 alagad ni Hesus at kalaunan ay sumulat ng isang aklat na nakapaloob sa Bibliya
Simeon	Isang matandang lalaki na ipinangako ng Diyos na makikita ang Mesiyas
Simon	Ang disipulo ay nagngangalang Pedro o Simon Pedro
Sinagoga	Lugar ng pagsamba para sa mga Hudyo at sa mga naniniwala sa Hudaismo
Zacarias	Pari na nagpakasal kay Elizabeth at naging ama ni Juan Bautista sa katandaan

Kabanata 15   Mga Gawa ni Hesus

Apostol	Isang sugo ng Diyos
Bangin	Isang napakalalim at malawak na espasyo, isang salita na naglalarawan sa impiyerno
Beelzebul	Isa pang salita para kay Satanas at sa diyablo
Cana	Isang lugar ng isang kasalan kung saan ginawang alak ni Hesus ang tubig
Joanna	Babaeng namamahala sa sambahayan ni Herodes at sumuporta kay Hesus at sa mga disipulo sa pananalapi
Judas	Isa sa 12 alagad at kapatid sa ama ni Hesus na sumulat ng aklat na Judas
Judas Iscariote	Lalaking may karanasan sa pananalapi na isang disipulo at ipinagkanulo si Hesus sa mga pinunong Hudyo
Lazarus	Mabuting kaibigan ni Hesus na nabuhay mula sa mga patay
Maria Magdalena	Babae na tumulong kay Hesus, kapatid nina Lazarus at Marta, at ang unang taong nakakita kay Hesus pagkatapos ng kanyang pagkabuhay na mag-uli (madalas na tinatawag na Maria)
Martha	Kapatid ni Maria Magdalena at Lazarus
Mateo	Ang Hudyong maniningil ng buwis, na kilala rin bilang si Levi, na naging isa sa 12 disipulo ni Hesus
Mayaman na batang pinuno	Taong nagtanong kay Hesus kung ano ang dapat niyang gawin para magkaroon ng buhay na walang hanggan
Muling Pagkabuhay	Kapag ang isang tao ay nabuhay muli pagkatapos ng kamatayan
Nain	Bayan sa Galilea kung saan binuhay ni Hesus ang isang tao mula sa mga patay
Nicodemus	Relihiyosong Hudyo na lihim na nakilala si Hesus at tumulong sa paglibing sa kanya pagkatapos ng pagpapako sa krus
Parabula	Isang simpleng kwento na isinalaysay upang maihatid ang isang mahalagang mensahe
Simon na Zealot	Isa sa orihinal na 12 alagad ni Hesus
Susanna	Babaeng sumuporta kay Hesus at sa mga alagad sa pananalapi

| Tomas | Ang alagad na nag-alinlangan na muling nabuhay si Hesus |
| Zacchaeus | Isang Hudyong maniningil ng buwis na umakyat sa puno upang makita si Hesus |

Kabanata 16   Mga Turo ni Hesus

Alibughang Anak (Alibughang Ama)	Talinghaga tungkol sa isang tao na may dalawang anak na lalaki, na ang bunso ay humihingi ng kanyang mana nang maaga at sinayang ito sa ligaw na pamumuhay, ngunit marangyang tinatanggap sa bahay mamaya ng isang mapagmahal na ama
Ginintuang Tuntunin	Bahagi ng Sermon sa Bundok (Mateo 7:12) na sinabi ni Hesus na isinabuod ang mensahe ng Lumang Tipan
Mabuting Samaritano	Talinghaga na isinalaysay ni Hesus tungkol sa isang Samaritano na nag alaga sa isang lalaking inatake sa isang mapanganib na daan matapos ang tapat na mga Hudyo ay walang ginawa upang tulungan ang lalaki
Sermon sa Bundok	Pinakamahabang magkakasunod na mga turo ni Hesus sa simula ng kanyang ministeryo, na kinabibilangan ng "mga Beatitudes" at panalangin ng Panginoon (ang buong teksto ay matatagpuan sa Mateo 5–7)

Kabanata 17   Pag-aresto, Paglilitis, at Pagpatay

Barabbas	Rebeldeng Israelita na pinalaya sa halip na si Hesus
Gethsemane	Hardin kung saan nanalangin si Hesus bago siya arestuhin at kung saan nangyari ang pagdakip sa kanya
Golgotha	Burol sa Jerusalem kung saan si Jesus ay pinatay sa isang krus ("lugar ng bungo")
Hapunan ng Panginoon	Paggunita sa "pagkain" na binubuo ng tinapay at alak na dinadala ng mga Kristiyano kasama ng ibang mananampalataya upang alalahanin ang katawan at dugo ni Hesus na ibinigay para sa kanyang mga tagasunod (na kilala rin bilang Huling Hapunan kasama si Jesus at ang kanyang mga alagad ilang oras bago si Hesus ay dinakip)
Jose	Isang lalaki mula sa Arimatea na hinayaang mailibing si Jesus sa kanyang bagong libingan
Poncio Pilato	Romanong gobernador ng Judea noong buhay pa si Jesus

Kabanata 18   Buhay pagkatapos ng kamatayan

Emaus	Nayon na malapit sa Jerusalem kung saan kinausap ni Hesus ang dalawang lalaki pagkatapos ng kanyang muling pagkabuhay
Matias	Pinili ng tao na maging ikalabindalawang alagad na papalit kay Judas Iskariote
Mga Jose	Isa sa mga anak ni Maria, ang ina ni Hesus (nagkaroon din siya ng mga anak na lalaki na nagngangalang Santiago, Simon, at Judas)
Saksi	isang tao na nagmamasid ng isang kaganapan at kung minsan ay nagsasabi sa iba tungkol dito (martir sa Griyego)

Kabanata 19   Tumugon ang mga Apostol at Nagkalat

Ananias	1. Ang lalaking nagbenta ng lupa, at nagsinungaling tungkol sa halaga ng pagtitinda; 2. Lalaking nasa Damasco na tumulong kay Saulo (Pablo) na makapanumbalik sa kanyang paningin
Ang Daan	Ang terminong unang ibinigay sa kilusang panrelihiyon batay sa mga turo ni Hesus
Antioquia	Lungsod sa baybayin sa hilagang-silangang sulok ng Dagat Mediteraneo kung saan ang mga mananampalataya ay unang tinawag na mga Kristiyano (kasalukuyang nasa Syria)
Asia Minor	Rehiyon na matatagpuan sa kasalukuyang panahon Turkiya
Barnabas	Hudyong Kristiyano na naglakbay at nangaral kasama ni Pablo
Cesarea	Pangunahing puwerto ng lungsod sa baybayin ng Mediteranyo
Cornelio	Romanong sundalo na nagpatawag kay Pedro, na nagresulta sa mga bagong paraan ng pag-iisip tungkol sa mga Hentil at mga tuntunin ng mga Hudyo
Dorcas	Matandang Kristiyanong babae na binuhay ni Pedro mula sa mga patay
Esteban	Isa sa mga orihinal na diakono na naging martir matapos makipag-usap sa Sanhedrin
Gamaliel	Pariseo na kumumbinsi sa Sanhedrin na huwag patayin ang mga apostol
Joppa	Bayan sa baybayin ng Mediterraneo kung saan binuhay ni Pedro si Dorcas mula sa mga patay bago siya ipinatawag ni Cornelio

Lydda	Bayan kung saan pinagaling ni Pedro ang isang lalaking paralitiko sa loob ng walong taon
Mga diakono	Pinili ng mga taong tumulong na patakbuhin ang mga sumusuportang tungkulin ng isang simbahan
Pablo	Pariseo na umusig sa mga Kristiyano hanggang sa kanyang dramatikong pagbabalik-loob at kalaunan ay naging pangunahing ebanghelista sa mga Hentil (kilala rin bilang Saulo, ang kanyang pangalan sa Hebreo)
Pentecostes	Pagkatapos ng pag-akyat ni Hesus sa langit, ang araw kung kailan binigyan ng Espiritu ang mga mananampalataya ng kakayahang magsalita sa ibang wika; isang araw na ipinagdiriwang ng mga Kristiyano
Safira	Asawa ni Ananias na nagbenta ng lupa ngunit nagsinungaling tungkol sa presyo ng pagbebenta
Saulo	Ang Hebreong pangalan ni Pablo
Shavuot	Ang pangunahing pagdiriwang ng mga Hudyo ay ginanap 50 araw pagkatapos ng ikalawang araw ng Paskuwa (din ang araw na ipinagdiriwang ng mga Kristiyano ang Pentecostes)
Simbahan	Isang grupo ng mga Kristiyano, salitang ginamit upang ilarawan ang lahat ng mga Kristiyano
Simon	Isang mangungulti na nakatira sa Joppe kung saan nanatili si Pedro bago dumalaw kay Cornelio
Tarso	Baybaying lungsod sa timog Turkiya at tahanan ng Soulo/Pablo

Kabanata 20   Mga Paglalakbay ni Pablo

Antioquia ng Pisidia	Lungsod sa Asia Minor kung saan nangaral sina Pablo at Bernabe
Apolos	Iskolar ng Hudyo at Kristiyano mula sa Alexandria, Egypt
Aquila	Hudyong tagagawa ng tolda na naglakbay kasama ni Pablo at nangaral sa Corinto at Efeso, kasal kay Priscila
Artemis	Ang diyosa ng pagkamayabong sa Efeso
Athens	Ang pangunahing lungsod at kabisera ng Gresya
Berea	Lungsod sa Macedonia (hilaga ng Gresya) kung saan nangaral sina Pablo, Silas, at Timoteo sa isang edukadong populasyon ng mga Judio

Corinto	Isang daungang lungsod malapit sa Atenas kung saan nangaral at nanirahan si Pablo ng 18 buwan
Derbe	Lungsod sa Asia Minor kung saan nangaral sina Pablo at Bernabe
Efeso	Pangunahing lungsod sa kanlurang baybayin ng Asia Minor (malapit sa kasalukuyang Izmir)
Filipo	Isang pangunahing lungsod sa Macedonia
Galacia	Rehiyon sa gitnang Turkiya kung saan nangaral at nagpadala ng mga liham si Pablo
Hermes	Isa sa mga diyos sa sinaunang relihiyong Griyego
Iconio	Lungsod sa Asia Minor kung saan nangaral sina Pablo at Bernabe
Jason	Lalaking nag-anyaya ng mga apostol sa Tesalonica at itinapon sa bilangguan
Konseho sa Jerusalem	Mga pinunong Kristiyanong Hudyo na pinagtatalunan ang kahilingan ng mga Kristiyanong Hentil na tuliin
Listra	Lungsod sa Asia Minor kung saan nangaral sina Pablo at Bernabe
Lydia	Babaeng negosyante na naging Kristiyano sa Filipos
Macedonia	Isang lugar sa hilaga ng Gresya
Marcos	Kristiyanong Hudyo na naglakbay kasama nina Pablo at Bernabe at nang maglaon ay kasama ni Pedro; isinulat niya ang unang aklat tungkol sa buhay ni Hesus
Mga taga-Corinto	Mga taong nanirahan sa Corinto
Mga taga-Efeso	Mga taong nanirahan sa lungsod ng Efeso
Mga taga-Filipo	Mga taong naninirahan sa Filipos
Mga taga-Galacia	Mga taong naninirahan sa rehiyon ng Galacia
Mga Taga-Tesalonica	Mga taong nakatira sa lungsd ng Macedonia sa Tesalonica
Perga	Lungsod sa katimugang baybayin ng Turkiya
Priscila	Hudyong tagagawa ng tolda na naglakbay kasama ni Pablo at nangaral sa Corinto at Efeso at ikinasal kay Aquila
Silas	Kasama sa paglalakbay ni Pablo
Tesalonica	Malaking kabisera ng Macedonia

| Timoteo | Kasama sa paglalakbay nina Pablo, Silas, at Lucas na nang maglaon ay naging obispo ng Efeso |
| Zeus | Ang pinakamataas na diyos sa sinaunang relihiyong Griyego |

Kabanata 21 Mula sa Jerusalem hanggang Roma

Agrippa	Romanong hari sa Palestina na kinonsulta ni Festus tungkol sa kaso ni Pablo
Creta	Napakalaking isla ng Greece sa Dagat Mediteraneo
Felix	Romanong gobernador sa Caesarea na duminig sa kaso laban kay Pablo at ipinakulong siya
Festo	Romanong gobernador sa Caesarea na pumalit kay Felix at dininig ang apela ni Pablo na litisin sa Roma (kilala rin bilang Porcio Festo.)
Malta	Maliit na isla malapit sa timog na baybayin ng Italya kung saan nawasak ang barko ni Paul habang naglalakbay siya patungong Roma
Nero	Romanong emperador na pumatay sa mga Kristiyano noong unang siglo AD

Kabanata 22 Mga Liham ni Pablo sa mga Mananampalataya

Colosas	Lungsod sa Asia Minor malapit sa Laodicea na ang mga Kristiyano ay nakatanggap ng liham mula kay Pablo
Kabanata tungkol sa Pag-ibig	Bahagi ng liham ni Pablo sa mga mananampalataya sa Corinto (1 Corinto 13)
Mga Bunga ng Espiritu	Ang listahan ni Pablo ng matibay na katunayan na ang espiritu ng Diyos ay buhay sa isang tao (Galacia 5:22–23)
Mga taga-Colosas	Mga taong nanirahan sa Colosas (matatagpuan sa gitnang Turkiya)
Onesimo	Tumakas na alipin na naging Kristiyano habang nakakulong, bumalik sa kanyang panginoon (Filemon), at naging obispo ng Efeso
Tito	Griyegong hentil na naglakbay kasama sina Pablo at Bernabe at naging pinuno ng simbahan sa isla ng Creta

Kabanata 23 Iba pang mga Liham sa mga Mananampalataya

Filemon	Hentil na napapagbalik-loob ni Pablo na namuno sa isang simbahan sa bahay sa Colosas, na tinanggap ang kanyang tumakas na alipin (Onesimo) sa kahilingan ni Pablo
Gnosticismo	Paniniwala na lahat ng bagay ay masama at ang espiritu lamang ang mabuti
Mga Hebreo	Pangalan ng aklat ng Bagong Tipan na isinulat para sa mga Hudyo

Kabanata 24 Mga Hula Tungkol sa Hinaharap

Antikristo	Huwad na propeta na nanlinlang sa mga Hudyo sa huling kapighatian
Apocalipsis	Mga kaganapang nauugnay sa katapusan ng panahon
Armagedon	Lugar ng huling labanan na inilarawan sa Apocalipsis (Hebreo para sa "bundok ng Megiddo")
Domitian	Romanong emperador na itinuturing ang kanyang sarili bilang isang diyos
Hayop	Isang masamang kapangyarihan na sumasalungat sa mga Kristiyano sa Pahayag
Laodicea	Mayaman na lungsod sa Asia Minor

EPILOGO

Dakilang Utos	Ang utos ni Hesus sa kaniyang mga tagasunod na maging alagad sa lahat ng bansa

APENDIKS E

Mga Reperensiya sa Banal na Kasulatan

Ang mga siniping bahagi ng aklat na ito ay mga pinaikling bersyon ng mga kasulatan na matatagpuan sa mga bersyon ng Luma at Bagong Tipan ng Bibliya. Karamihan sa mga naka-sipi ay malapit sa bersyon ng New International Version (NIV) ng Bibliya at nakalista sa ayos na kanilang pagkakasunod-sunod sa aklat na ito. Ang mga eksaktong naka-sipi ay naka-asterisko (*) at mga maikling pangungusap lamang na ginagamit sa maraming bersyon.

Kabanata	Aklat sa Bibliya, Kabanata, Talata		
1	Genesis	12	2–3
1	Genesis	22	12, 17–18
1	Genesis	27	28–29
2	Genesis	45	4–11
2	Genesis	46	3–4
3	Exodo	2	7
3	Exodo	3	4–22
3	Exodo	4	1–4, 6–17, 22–23
3	Exodo	5	1
4	Exodo	19	3–6
4	Exodo	20	1–17
4	Exodo	21	12–18, 23–24
4	Exodo	22	18–25, 29–30
4	Exodo	23	1–4, 8–10
4	Exodo	32	26
4	Levitico	17	11
5	Mga Bilang	6	24–26*
5	Mga Bilang	11	14–15
5	Mga Bilang	13	17–20
5	Mga Bilang	14	8–9, 11–12, 15–20, 29–34
5	Mga Bilang	16	29–30

5	Mga Bilang	33	51–53, 55–56
5	Deuteronomio	4	25–27, 29–31
5	Deuteronomio	6	4–5
5	Deuteronomio	9	5–6
5	Deuteronomio	11	18–19, 26–29
5	Deuteronomio	30	2, 6, 10–12, 15–16, 19
6	Josue	24	14–15
7	Mga Hukom	16	28
7	Ruth	1	16–17
7	Ruth	2	10–13
8	1 Samuel	1	11, 17
8	1 Samuel	10	24
8	1 Samuel	15	22–23
8	1 Samuel	16	7
8	1 Samuel	17	34–36, 45–46
8	1 Samuel	18	7
9	2 Samuel	7	9–10, 12–16
9	2 Samuel	12	1–14
10	1 Mga Hari	18	27, 36, 39
10	2 Mga Hari	6	16–17
10	Hosea	12	6
10	Isaias	1	11, 13, 15–17
10	Isaias	28	16–17
10	Isaias	40	31
10	Isaias	42	16
10	Isaias	43	1–2, 19
10	Isaias	53	3–5, 7, 9–12
10	Isaias	57	21
10	Isaias	58	1–10
10	Isaias	61	1–3
10	Isaias	2	2–4
10	Micas	6	8
10	Micas	7	18
11	Jeremias	1	4, 7–8

11	Nahum	1	3, 7
11	Habakuk	2	4
11	Mga Panaghoy	3	22–23, 25
12	Jeremias	29	5–7
12	Ezekiel	36	22–27
12	Ezekiel	37	24
12	Daniel	2	27–28, 47
12	Daniel	3	16–18
12	Daniel	6	16, 22
12	Haggai	2	4–7, 9
12	Zacarias	2	4
12	Zacarias	7	9–14
12	Zacarias	8	16, 23
12	Ester	3	8–9
12	Ester	4	16
12	Malakias	3	1–7
12	Malakias	4	6
13	Mga Kawikaan	3	35
13	Mga Kawikaan	1	7, 20–23, 33
13	Mga Kawikaan	4	23–27
13	Mga Kawikaan	6	6–11
13	Mga Kawikaan	10	1–5, 8–9, 12–13
13	Mga Kawikaan	15	1–4
13	Mga Kawikaan	22	1–2, 6, 9, 16
13	Mga Kawikaan	25	21–22
13	Ang Mangangaral	1	2*, 9, 14*
13	Ang Mangangaral	3	1–8
13	Job	1	1, 3, 21
13	Job	2	9, 10
13	Job	19	25–26
13	Job	27	4–6
13	Job	38	4–5, 19, 24–25
13	Jonas	4	2–3, 8–11
13	Ang Awit ni Solomon	8	6

13	Mga Awit	1	1–6
13	Mga wAit	23	1–6
13	Mga Awit	100	1–5
14	Lucas	1	13–19, 28*, 30–33, 35–36
14	Lucas	1	42, 45, 69–77
14	Mateo	1	20–23
14	Lucas	2	10–12, 14
14	Lucas	2	29–31, 34–35
14	Mateo	2	15
14	Lucas	2	48–49
14	Mateo	3	2, 3
14	Lucas	3	4–5, 7–9
14	Juan	1	23
14	Lucas	3	11, 14
14	Lucas	3	16–17
14	Juan	1	29
14	Mateo	3	14–15, 17
14	Mateo	4	3–4
14	Lucas	4	3, 4, 6–12
14	Mateo	4	6–10
14	Mateo	4	17
14	Lucas	4	18–19, 21
14	Lucas	4	23–29
14	Lucas	4	34–35
14	Lucas	5	5
14	Lucas	5	8
14	Juan	1	46–47
15	Juan	4	9–26, 29
15	Juan	3	2–21
15	Lucas	7	43–50
15	Juan	12	8
15	Lucas	18	22–27
15	Lucas	19	8–10
15	Juan	2	4, 10

15	Mateo	9	5–6
15	Marcos	2	9–11
15	Lucas	7	6–8
15	Mateo	8	10, 13
15	Marcos	8	24
15	Juan	5	8*, 14
15	Lucas	8	45–48
15	Mateo	15	24–28
15	Mateo	12	25–28, 31
15	Mateo	8	29, 32
15	Lucas	8	28, 30
15	Juan	11	21–22, 25–27, 39, 41–43
15	Lucas	5	31–32, 34–38
15	Juan	2	16–20
15	Lucas	20	3–4
15	Mateo	14	28, 31
15	Mateo	8	26
15	Lucas	10	5*
15	Mateo	11	3–5, 10, 18–19
16	Mateo	15	7–9, 17–20
16	Marcos	7	6–18, 21–23
16	Mateo	23	25–26
16	Lucas	11	39, 41
16	Marcos	2	25–27
16	Mateo	12	3–7, 11–12
16	Lucas	6	9
16	Lucas	10	27–37
16	Lucas	15	4–10
16	Lucas	15	22–24, 29–32
16	Lucas	14	16–24
16	Mateo	20	12–16
16	Mateo	18	23–35
16	Mateo	13	3–8, 18–23
16	Mateo	5	3–10*

16	Mateo	5	11–16, 21–24, 27–30, 38–47
16	Mateo	6	1–4, 19–20, 25–27, 33–34
16	Mateo	7	1–5
16	Mateo	7	12–27
16	Mateo	7	7–11
16	Mateo	11	25–30
16	Juan	8	19, 31–32
16	Juan	6	30–31
16	Juan	6	32–40, 51
16	Juan	6	53–58
16	Juan	6	68–69
16	Mateo	10	37–38
16	Lucas	14	26–33
16	Mateo	10	16–23, 28, 32–33, 39
16	Mateo	25	21, 26–27, 34–45
16	Lucas	18	10–14
16	Mateo	23	4–7, 23, 27–36
16	Lucas	11	46, 52
16	Lucas	20	45–47
16	Mateo	21	31–32, 38–43
16	Marcos	12	13–17
17	Juan	6	35
17	Juan	11	25
17	Juan	10	1–18
17	Juan	11	47–50
17	Zacarias	9	9
17	Mateo	21	9*
17	Juan	13	8
17	Juan	13	12–15
17	Lucas	22	19–20
17	Mateo	26	26–28
17	Marcos	10	42–45
17	Mateo	26	2, 31–34

17	Juan	13	33–35, 37–38
17	Juan	14	2–12, 16–19, 26
17	Juan	15	1–8, 18–20, 25
17	Juan	16	33
17	Mateo	26	39–42, 45–46, 52–56
17	Mateo	26	63–68
17	Mateo	27	9
17	Mateo	26	73
17	Mateo	27	11, 13
17	Mateo	27	17–18, 20–23
17	Juan	19	7, 11
17	Juan	18	36–38
17	Lucas	23	14–15, 21
17	Juan	19	14–15, 30
17	Mateo	27	24–25, 29, 40–43
17	Lucas	23	34, 39–43, 46
17	Mateo	27	46, 54
17	Juan	19	25–27, 36–37
18	Lucas	24	5–7
18	Juan	20	13–16
18	Lucas	24	17–24, 26
18	Lucas	24	36, 38–39
18	Juan	20	25–29
18	Lucas	24	44–49
18	Mateo	28	18–20
18	Juan	21	15–17*, 19*
18	Mga Gawa	1	7–8, 11
19	Mga Gawa	2	22–24, 30–32, 36, 38, 40
19	Mga Gawa	3	6, 12–16, 22–23
19	Mga Gawa	4	9–12
19	Mga Gawa	5	9
19	Mga Gawa	5	28–32, 35–39
19	Mga Gawa	6	1–4
19	Mga Gawa	7	56

19	Mga Gawa	9	4–6, 15, 17
19	Mga Gawa	8	32–33
19	Mga Gawa	10	15, 28–29, 34–36, 42–43
19	Mga Gawa	11	17
20	Mga Gawa	13	46–47
20	Mga Gawa	14	11*, 15–17
20	Mga Gawa	15	7–11, 14–20
20	Mga Gawa	16	17–18
20	Mga Gawa	16	28, 31
20	Mga Gawa	17	22–23
20	Mga Gawa	19	13–15, 28, 34
20	Mga Gawa	20	35
21	Mga Gawa	22	25
21	Mga Gawa	23	6, 11
21	Mga Gawa	26	17–18
21	Mga Gawa	28	26–28
22	Mga Taga-Galacia	5	14, 16–23
22	Mga Taga-Galacia	6	1–4, 9–10
22	1 Mga Taga-Tesalonica	4	3, 11–12
22	1 Mga Taga-Tesalonica	5	13–18
22	1 Mga Taga-Corinto	1	27
22	1 Mga Taga-Corinto	3	1–6, 10
22	1 Mga Taga-Corinto	5	9–13
22	1 Mga Taga-Corinto	7	9
22	1 Mga Taga-Corinto	2	16
22	1 Mga Taga-Corinto	9	19–23
22	1 Mga Taga-Corinto	10	13
22	1 Mga Taga-Corinto	14	18–19
22	1 Mga Taga-Corinto	12	16–24, 26
22	1 Mga Taga-Corinto	13	1–13
22	1 Mga Taga-Corinto	15	51–52, 54–55
22	Romanos	3	11–12, 20, 22–23

22	Romanos	5	12–17
22	Romanos	8	28, 31, 38
22	Romanos	5	3–4, 12, 17
22	Romanos	12	1–21
22	Romanos	13	1–7
22	Mga Taga-Colosas	1	15–20
22	Mga Taga-Colosas	2	20–23
22	Mga Taga-Colosas	3	5–10, 12–14
22	Mga Taga-Colosas	4	5–6
22	Mga Taga-Efeso	2	1–6, 8–9, 11–22
22	Mga Taga-Efeso	5	21–29
22	Mga Taga-Efeso	6	1–9
22	Mga Taga-Efeso	6	12
22	Mga Taga-Filipos	2	2–11
22	Mga Taga-Filipos	4	6–8, 11–13
22	1 Timoteo	6	6–10, 17–19
23	1 Pedro	2	9, 20
23	1 Pedro	3	3–4, 15
23	1 Pedro	4	8
23	1 Pedro	5	8, 9
23	2 Pedro	1	5–8
23	Santiago	1	2–7, 13–17, 22, 26–27
23	Santiago	2	1–4, 8–9, 20–24
23	Santiago	4	4, 13–15
23	Santiago	5	1–5, 16
23	1 Juan	3	16–18
23	1 Juan	4	7–8, 18–21
23	Mga Hebreo	1	1–4
23	Mga Hebreo	4	12–15
23	Mga Hebreo	10	24
23	Mga Hebreo	11	1, 3, 8, 11, 13, 16, 26–40
23	Mga Hebreo	12	1–2, 12
24	Mateo	24	6–23
24	Mateo	13	24–29

24	Pahayag	3	15–17, 19–20
24	Pahayag	5	5, 12
24	Pahayag	19	6
24	Pahayag	21	4–7
24	Pahayag	22	12–13, 17, 20
Epilogo	Mateo	28	19–20

APENDIKS G
PAG-AYON SA MGA AKLAT NG BIBLIA

Ang mga kabanata ng aklat na ito ay nagbibigay ng mga pangunahing punto ng mga aklat ng Bibliya na makikita sa talahanayan sa ibaba (ang mga numero ng kabanata ay nakatala kung naaangkop). Ang mga nagbabasa ng lahat ng mga aklat ng Bibliya na nakalista ay makakabasa ng buong Bibliya.

Kabanata	Mga Aklat ng Bibliya
1	Genesis 1–31
2	Genesis 32–48
3	Genesis 48–50, Exodo 1–12
4	Exodo 13–40, Levítico
5	Mga Bilang, Deuteronomio
6	Josue
7	Mga Hukom, Ruth
8	1 Samuel
9	2 Samuel, 1 Mga Hari, 1–2 Mga Cronica
10	2 Mga Hari, Amos, Hosea, Isaias, Mikas
11	Jeremias, Joel, Zefanias, Obadias, Nahum, Habakuk, Mga Panaghoy
12	Ezekiel, Daniel, Haggai, Zacarias, Ester, Ezra, Nehemias, Malakias
13	Mga Kawikaan, Mga Mangangaral, Job, Jonah, Ang Awit ni Solomon, Mga Awit
14	Lucas 1–5, Juan 1, Mateo 1–4
15	Lucas 5–10, 18–21; Juan 2–5, Mateo 8–9, 11–12, 14–15, 17
16	Lucas 11–21, Juan 6–9, Mateo 5–7, 10–25, Marcos
17	Lucas 22–23, Juan 10–19, Mateo 26–27
18	Lucas 24, Juan 20–21, Mateo 28, Mga Gawa 1
19	Mga Gawa 1–11
20	Mga Gawa 12–20

21	Mga Gawa 21–28
22	Mga Taga-Galacia, 1–2 Mga Taga-Tesalonica, 1–2 Mga Taga-Corinto, Romanos, Colosas, Mga Taga-Efeso, Mga Taga-Filipos, Tito, Filemon, 1–2 Timoteo
23	1–2 Pedro Santiago, Judas, 1–3 Juan, Hebreo
24	Mateo 13 and 24, Pahayag

APENDIKS H
Mga Mapa

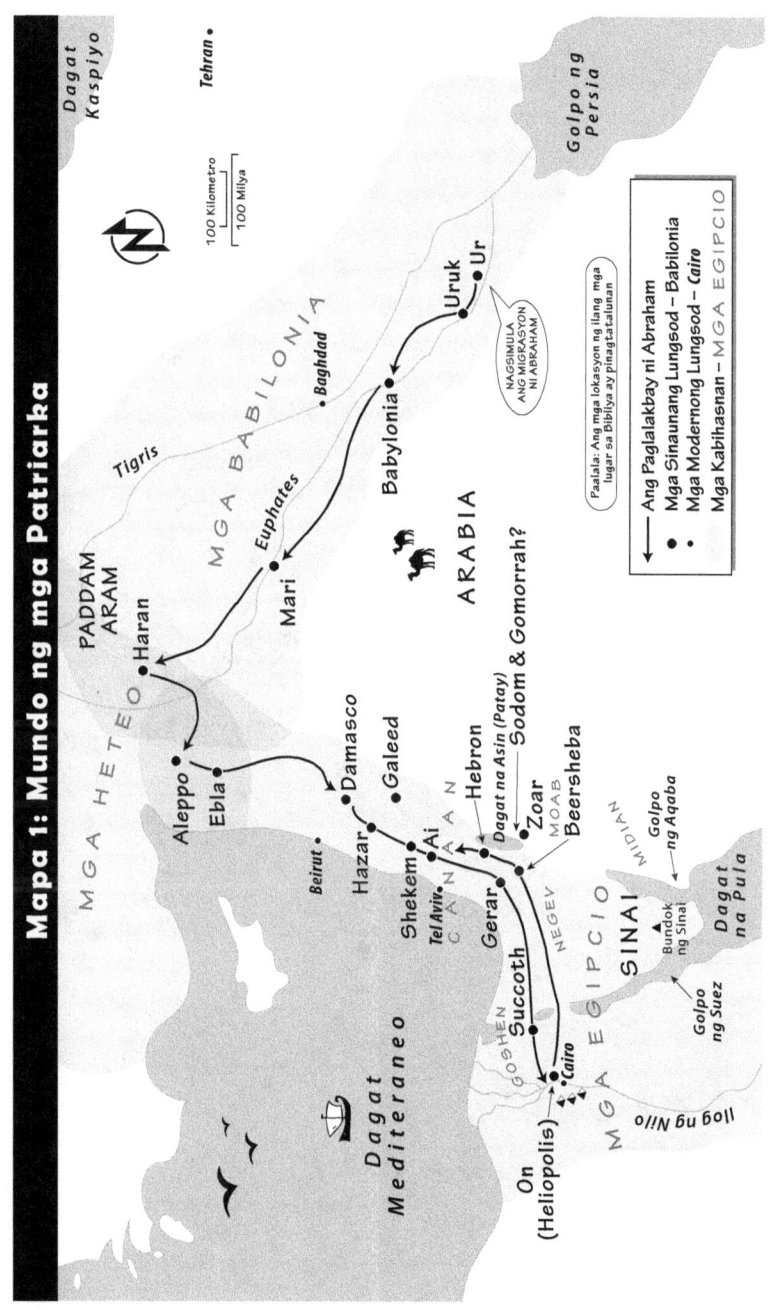

Mapa 1: Mundo ng mga Patriarka

Mapa 2: Moises at ang Pag-alis sa Ehipto

50 Kilometro
50 Milya

MGA HETEO

Beirut •
Damasco •

Dagat
Mediteraneo

Dagat ng
Galilea

Nazaret •

Ilog Jordan

Jabbok

PUMASOKANG
MGA ISRAELITA
SA CANAAN

CANAAN

Tel Aviv •

Jerico •

Bundok ng
Nebo

NAMATAY
SI MOISES

Jerusalem •

Dagat
na Asin
(Patay)

Hebron •

Gaza •

Arnon

Delta
ng Nile

NAGSIMULA
ANG PAG-ALIS
SA EHIPTO.

MGA FILISTEO

Beersheba •

DISYERTO NG ZIN

MOAB

Ramses
(Tanis) •

PAGTAWID
SA DAGAT
NA PULA?

NEGEV

Bundok
ng Hor

GOSHEN

Kadesh-
Barnea •

Succoth •

Mga bundok
ng Edom

Batis na
Mapait

DISYERTO
NG SHUR

Kibbroth-
hattaavah? •

EDOM

Heliopolis •

Cairo •
Memphis •

DISYERTO
NG PARAN

Ezion-geber •

Ilog ng Nilo

MGA EGIPCIO

• Marah

SINAI

Elim •

DISYERTO NG SIN

Golpo ng Aqaba

MIDIAN

Dophkah? •

Hazeroth? •

Rephidim? •

Mt. Sinai
(Horeb)

NATANGGAP
NI MOSES ANG
SAMPUNG UTOS

Golpo ng Suez

Paalala: Ang mga lokasyon ng ilang mga
lugar sa Bibliya ay pinagtatalunan

Dagat
na Pula

◄— Tradisyunal na Ruta ng Pag-alis sa Ehipto
•   Mga Sinaunang Lungsod – Heliopolis
•   Mga Modernong Lungsod – *Cairo*
    Mga Kabihasnan – MGA EGIPCIO

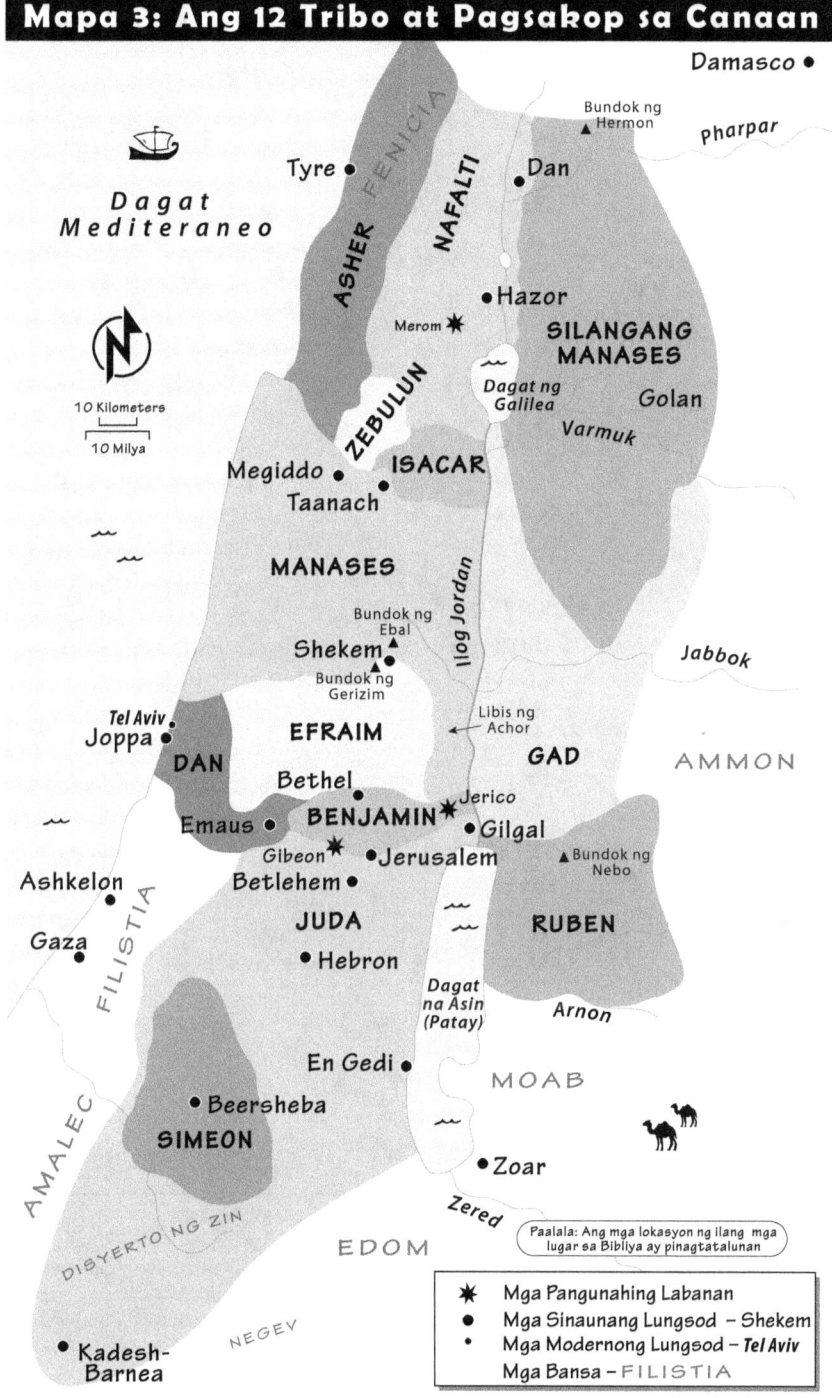

Mapa 3: Ang 12 Tribo at Pagsakop sa Canaan

Damasco •

Bundok ng ▲ Hermon

Pharpar

Tyre •

FENICIA

NAFALTI

• Dan

Dagat Mediteraneo

ASHER

• Hazor

Merom ✻

SILANGANG MANASES

ZEBULUN

Dagat ng Galilea

Golan

Varmuk

10 Kilometers

10 Milya

Megiddo •
Taanach •

ISACAR

MANASES

Bundok ng Ebal

Shekem • ▲

Bundok ng Gerizim

Ilog Jordan

Jabbok

Tel Aviv •
Joppa •

EFRAIM

Libis ng Achor

GAD

AMMON

DAN

Bethel •

Emaus •

BENJAMIN ✻ Jerico

• Gilgal

Gibeon ✻

• Jerusalem

▲Bundok ng Nebo

Ashkelon •

FILISTIA

Betlehem •

JUDA

RUBEN

Gaza •

• Hebron

Dagat na Asin (Patay)

Arnon

En Gedi •

MOAB

• Beersheba

SIMEON

• Zoar

AMALEC

DISYERTO NG ZIN

Zered

EDOM

Paalala: Ang mga lokasyon ng ilang mga lugar sa Bibliya ay pinagtatalunan

NEGEV

• Kadesh-Barnea

✻ Mga Pangunahing Labanan
• Mga Sinaunang Lungsod – Shekem
• Mga Modernong Lungsod – *Tel Aviv*
Mga Bansa – FILISTIA

317

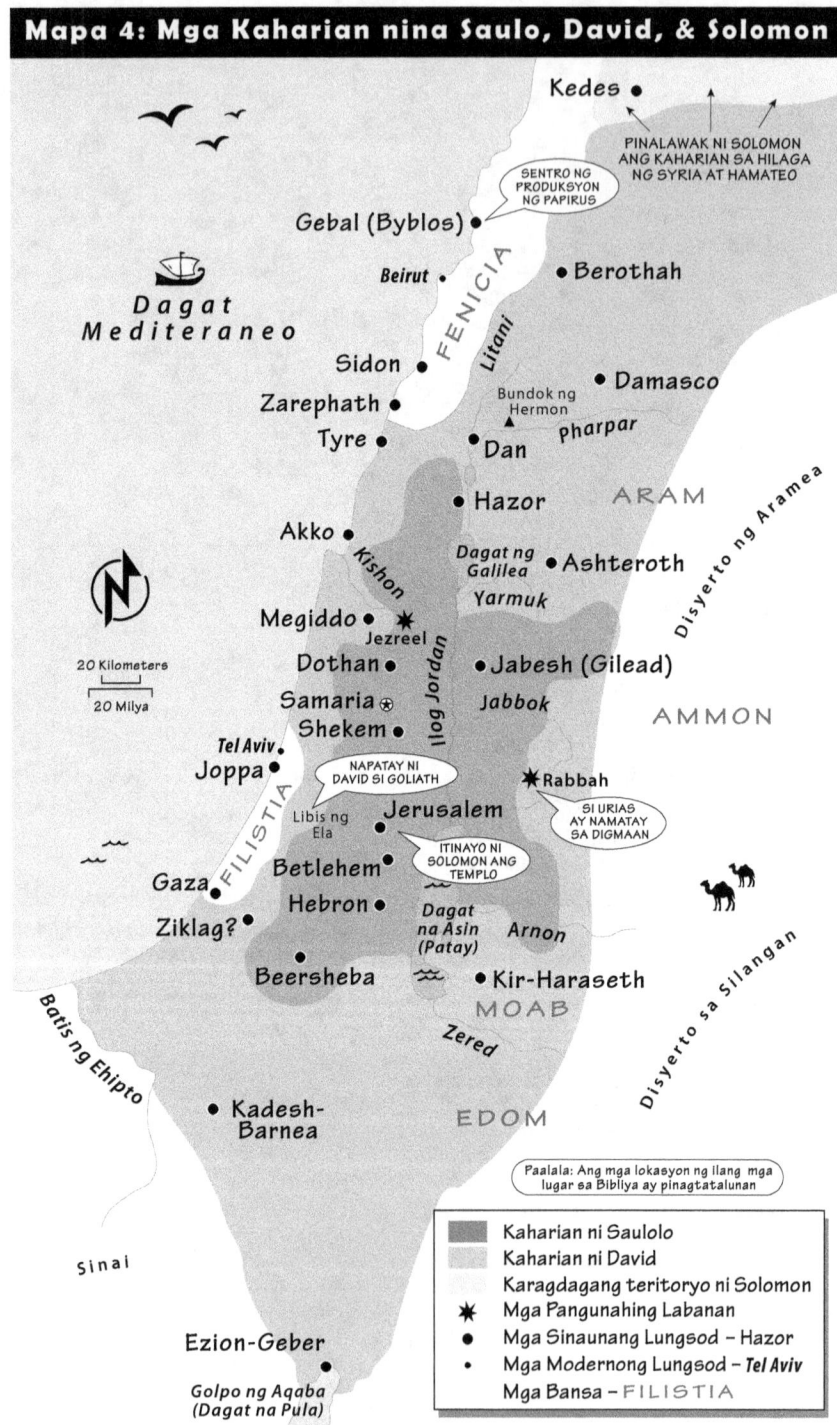

Mapa 4: Mga Kaharian nina Saulo, David, & Solomon

Kedes

PINALAWAK NI SOLOMON ANG KAHARIAN SA HILAGA NG SYRIA AT HAMATEO

SENTRO NG PRODUKSYON NG PAPIRUS

Gebal (Byblos)

Beirut

Berothah

Dagat Mediteraneo

FENICIA

Litani

Sidon

Damasco

Zarephath

Bundok ng Hermon

Tyre

Dan

Pharpar

Hazor

ARAM

Akko

Kishon

Dagat ng Galilea

Ashteroth

Disyerto ng Aramea

Megiddo

Jezreel

Yarmuk

20 Kilometers

20 Milya

Dothan

Ilog Jordan

Jabesh (Gilead)

Samaria

Jabbok

AMMON

Shekem

Tel Aviv

Joppa

NAPATAY NI DAVID SI GOLIATH

Rabbah

SI URIAS AY NAMATAY SA DIGMAAN

FILISTIA

Libis ng Ela

Jerusalem

ITINAYO NI SOLOMON ANG TEMPLO

Gaza

Betlehem

Ziklag?

Hebron

Dagat na Asin (Patay)

Arnon

Disyerto sa Silangan

Beersheba

Kir-Haraseth

MOAB

Zered

Batis ng Ehipto

Kadesh-Barnea

EDOM

Paalala: Ang mga lokasyon ng ilang mga lugar sa Bibliya ay pinagtatalunan

Sinai

Ezion-Geber

Golpo ng Aqaba (Dagat na Pula)

Kaharian ni Saulolo
Kaharian ni David
Karagdagang teritoryo ni Solomon
✱ Mga Pangunahing Labanan
● Mga Sinaunang Lungsod – Hazor
• Mga Modernong Lungsod – *Tel Aviv*
Mga Bansa – FILISTIA

Mapa 5: Hilaga at Timog na Kaharian

Kedes •

HAMATH

• Berothah

Beirut •

Dagat
Mediteraneo

ARAM

Sidon •

Litani

FENICIA

• Damasco

Disyerto ng Aramea

Zarephath •

Bundok ng
Hermon

Tyre •

Pharpar

• Dan

• Hazor

Akko •

Bundok ng
Carmel ▲

Kishon

Dagat ng
Galilea • Ashteroth

Megiddo •

Yarmuk

20 Kilometers

Ilog Jordan

20 Milyas

Dothan •

• Jabesh (Gilead)

Samaria ⊛

Jabbok R.

AMMON

Shekem •

Tel Aviv •

ISRAEL

Joppa •

(HILAGANG KAHARIAN)

• Rabbah

Jerusalem ⊛

Gaza •

Betlehem •

Dagat
na Asin
(Patay)

Hebron •

Arnon

FILISTIA

Beersheba •

• Kir-Haraseth

MOAB

Batis ng Ehipto

JUDA

Zered

(TIMOG KAHARIAN)

Disyerto sa Silangan

Disyerto sa Silangan

• Kadesh-
Barnea

EDOM

Paalala: Ang mga lokasyon ng ilang mga
lugar sa Bibliya ay pinagtatalunan

Sinai

REGION
PERIODICALLY
CONTESTED
BY JUDAH & EDOM

Kaharian ng Israel

Kaharian ng Juda

⊛   Mga Sinaunang Kabisera – Samaria

Ezion-Geber

•   Mga Sinaunang Lungsod – Hebron

•   Mga Modernong Lungsod – *Tel Aviv*

Golpo ng Aqaba
(Dagat na Pula)

Mga Bansa – FILISTIA

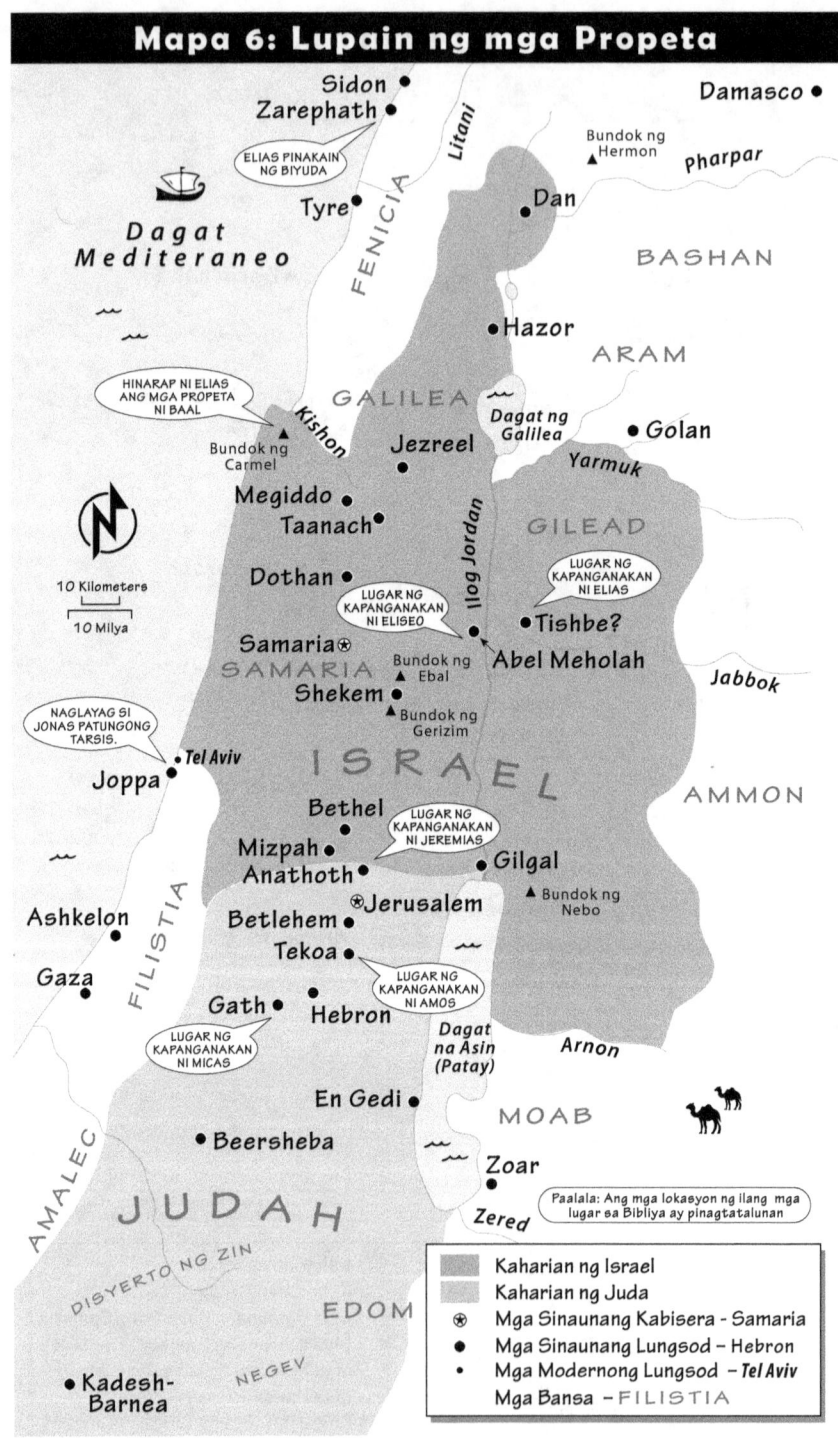

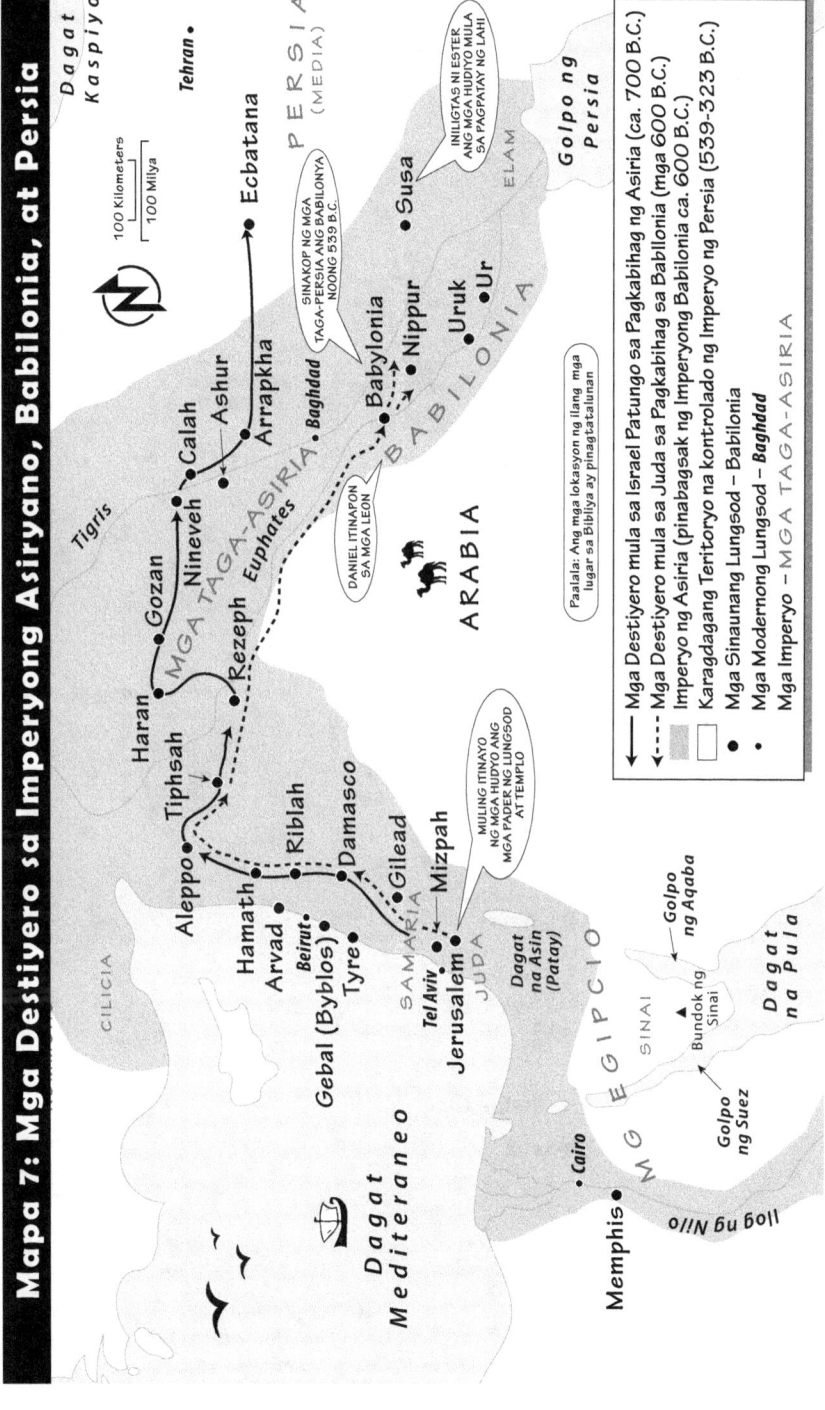

Mapa 7: Mga Destiyero sa Imperyong Asiryano, Babilonia, at Persia

Dagat Kaspiyo

Tehran

PERSIA (MEDIA)

Ecbatana

100 Kilometers
100 Milya

N

Tigris

Ashur

Calah

Nineveh

Gozan

Haran

Arrapkha

SINAKOP NG MGA TAGA-PERSIA ANG BABILONYA NOONG 539 B.C.

Babylonia

Nippur

Susa

INILIGTAS NI ESTER ANG MGA HUDYO MULA SA PAGPATAY NG LAHI

Euphrates

Rezeph

MGA TAGA-ASIRIA · *Baghdad*

BABILONIA

Uruk

Ur

ELAM

Golpo ng Persia

Tiphsah

DANIEL ITINAPON SA MGA LEON

Aleppo

Hamath

Riblah

Damasco

Gilead

ARABIA

Paalala: Ang mga lokasyon ng ilang mga lugar sa Bibliya ay pinagtatalunan

CILICIA

Arvad

Beirut

Gebal (Byblos)

Tyre

SAMARIA

Mizpah

Tel Aviv

Jerusalem

JUDA

MULING ITINAYO NG MGA HUDYO ANG MGA PADER NG LUNGSOD AT TEMPLO

Dagat na Asin (Patay)

Golpo ng Aqaba

SINAI

Bundok ng Sinai

Dagat na Pula

MGA EGIPCIO

Golpo ng Suez

Ilog ng Nilo

Cairo

Memphis

Dagat Mediteraneo

→ Mga Destiyero mula sa Israel Patungo sa Pagkabihag ng Asiria (ca. 700 B.C.)

→ Mga Destiyero mula sa Juda sa Pagkabihag sa Babilonia (mga 600 B.C.)

▪▪▪▪ Imperyo ng Asiria (pinabagsak ng Imperyong Babilonia ca. 600 B.C.)

☐ Karagdagang Teritoryo na kontrolado ng Imperyo ng Persia (539-323 B.C.)

● Mga Sinaunang Lungsod – Babilonia

● Mga Modernong Lungsod – *Baghdad*

● Mga Imperyo – MGA TAGA-ASIRIA

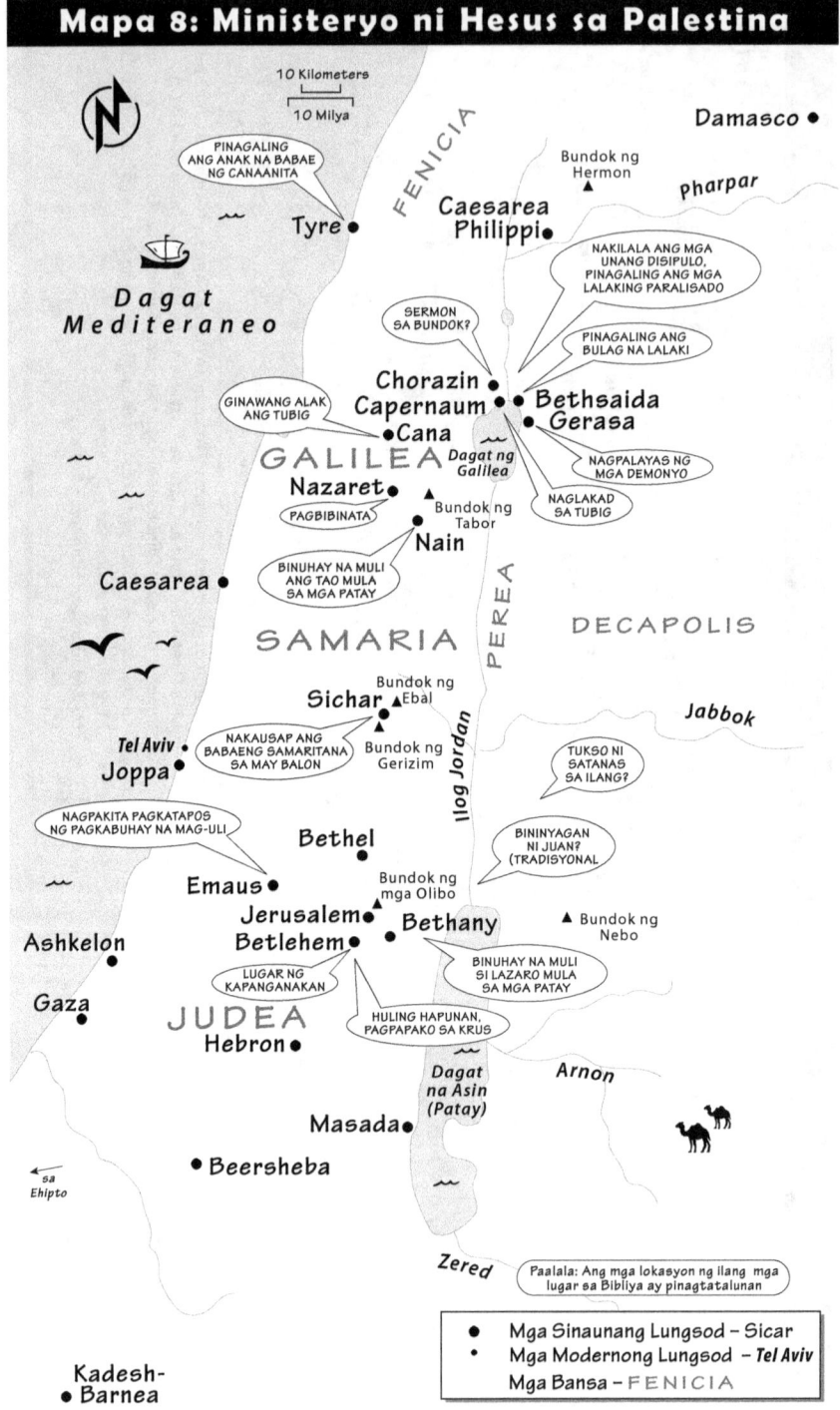

Mapa 8: Ministeryo ni Hesus sa Palestina

10 Kilometers
10 Milya

PINAGALING ANG ANAK NA BABAE NG CANAANITA

Damasco

FENICIA

Bundok ng Hermon

Pharpar

Tyre

Caesarea Philippi

Dagat Mediteraneo

NAKILALA ANG MGA UNANG DISIPULO, PINAGALING ANG MGA LALAKING PARALISADO

SERMON SA BUNDOK?

PINAGALING ANG BULAG NA LALAKI

GINAWANG ALAK ANG TUBIG

Chorazin
Capernaum
Cana

Bethsaida
Gerasa

GALILEA

Dagat ng Galilea

NAGPALAYAS NG MGA DEMONYO

Nazaret

PAGBIBINATA

Bundok ng Tabor

NAGLAKAD SA TUBIG

Nain

BINUHAY NA MULI ANG TAO MULA SA MGA PATAY

Caesarea

PEREA

DECAPOLIS

SAMARIA

Bundok ng Ebal

Sichar

Jabbok

NAKAUSAP ANG BABAENG SAMARITANA SA MAY BALON

Bundok ng Gerizim

TUKSO NI SATANAS SA ILANG?

Tel Aviv
Joppa

Ilog Jordan

BININYAGAN NI JUAN? (TRADISYONAL)

NAGPAKITA PAGKATAPOS NG PAGKABUHAY NA MAG-ULI

Bethel

Emaus

Bundok ng mga Olibo

Jerusalem
Betlehem

Bethany

Bundok ng Nebo

Ashkelon

LUGAR NG KAPANGANAKAN

BINUHAY NA MULI SI LAZARO MULA SA MGA PATAY

Gaza

JUDEA

HULING HAPUNAN, PAGPAPAKO SA KRUS

Hebron

Dagat na Asin (Patay)

Arnon

Masada

sa Ehipto

Beersheba

Zered

Paalala: Ang mga lokasyon ng ilang mga lugar sa Bibliya ay pinagtatalunan

● Mga Sinaunang Lungsod – Sicar
• Mga Modernong Lungsod – Tel Aviv
Mga Bansa – FENICIA

Kadesh-
Barnea

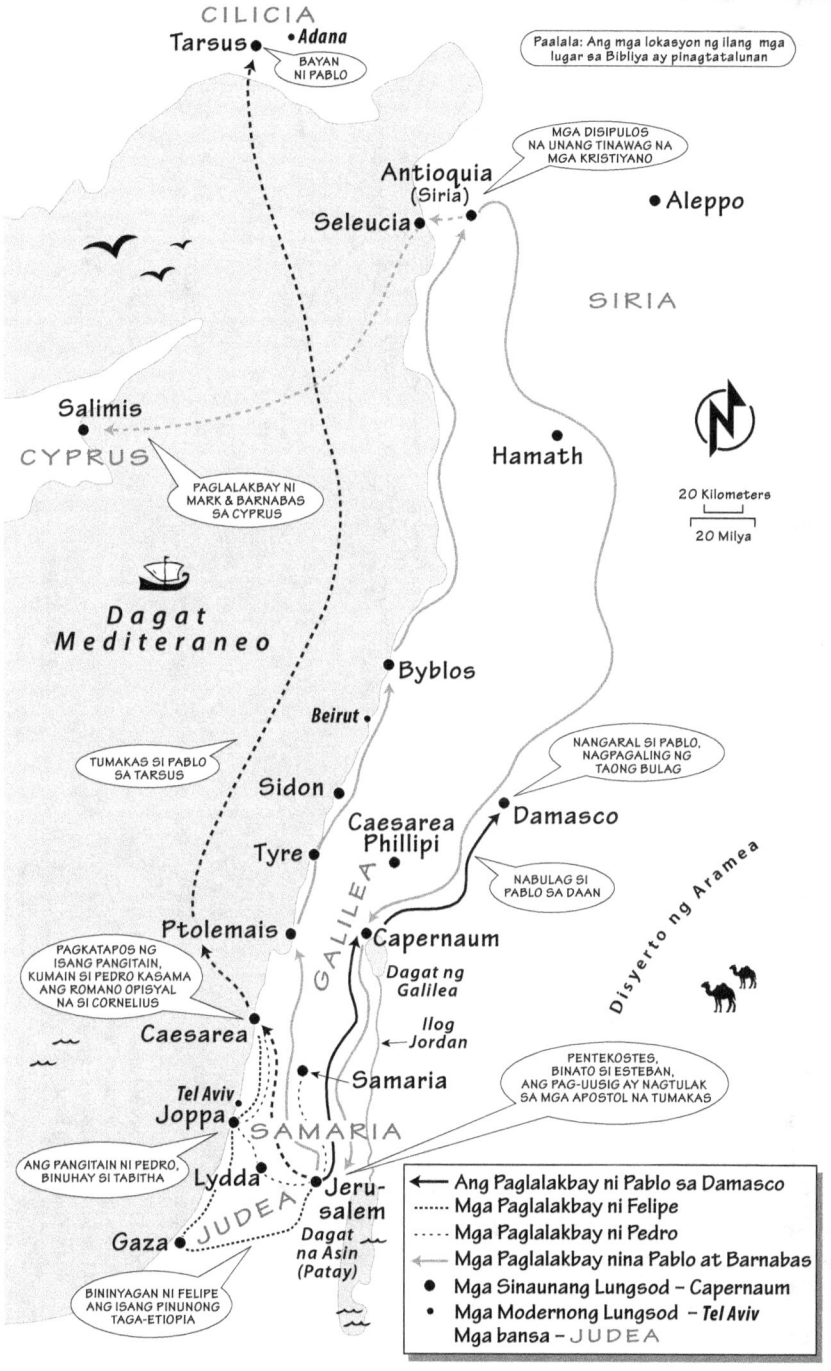

Mapa 9: Mga Unang Paglalakbay ng mga Apostol

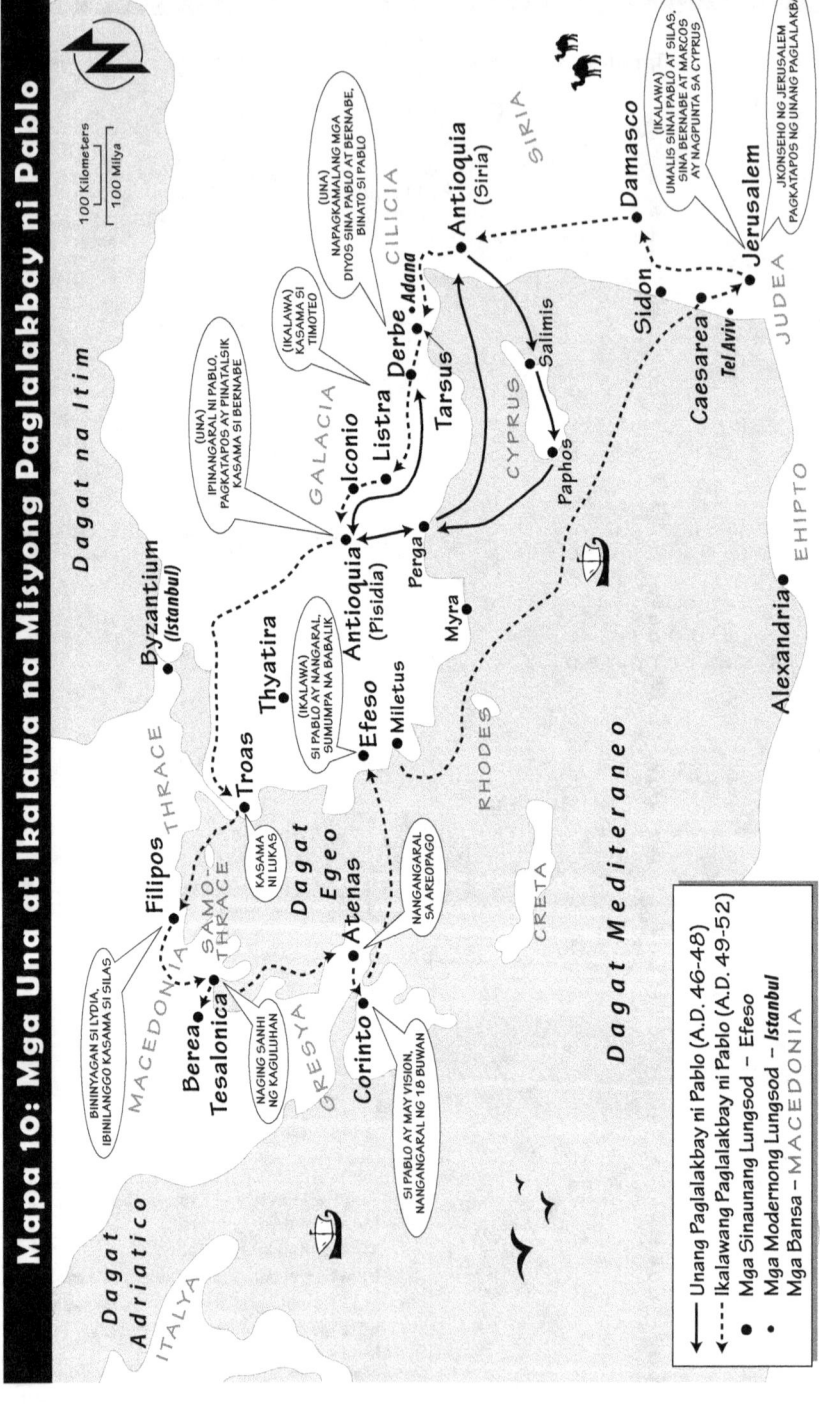

Mapa 10: Mga Una at Ikalawa na Misyong Paglalakbay ni Pablo

100 Kilometers
100 Milya

Dagat na Itim

(UNA) NAPAGKAMALANG MGA DIYOS SINA PABLO AT BERNABE, BINATO SI PABLO

(UNA) IPINANGARAL NI PABLO, PAGKATAPOS AY PINATALSIK KASAMA SI BERNABE

(IKALAWA) KASAMA SI TIMOTEO

(IKALAWA) UMALIS SINA PABLO AT SILAS, SINA BERNABE AT MARCOS AY NAGPUNTA SA CYPRUS

JKONSEHO NG JERUSALEM PAGKATAPOS NG UNANG PAGLALAKBAY

(IKALAWA) SI PABLO AY NANGARAL, SUMUMPA NA BABALIK

NANGANGARAL SA AREOPAGO

BININYAGAN SI LYDIA, IBINILANGGO KASAMA SI SILAS

NAGING SANHI NG KAGULUHAN

KASAMA NI LUKAS

SI PABLO AY MAY VISION, NANGANGARAL NG 18 BUWAN

Byzantium (Istanbul)

THRACE

Filipos

MACEDONIA

Berea
Tesalonica

GRESYA

Corinto

Atenas

Dagat Egeo

SAMO-THRACE

Troas

Thyatira

Efeso

Miletus

RHODES

CRETA

Antioquia (Pisidia)

Perga

Myra

Iconio

Listra

Derbe Adana

Tarsus

GALACIA

CILICIA

Antioquia (Siria)

Salimis

Paphos

CYPRUS

SIRIA

Sidon

Caesarea
Tel Aviv

Damasco

Jerusalem

JUDEA

Alexandria

EHIPTO

Dagat Mediteraneo

Dagat Adriatico

ITALYA

── Unang Paglalakbay ni Pablo (A.D. 46-48)
---- Ikalawang Paglalakbay ni Pablo (A.D. 49-52)
• Mga Sinaunang Lungsod – Efeso
• Mga Modernong Lungsod – Istanbul
Mga Bansa – MACEDONIA

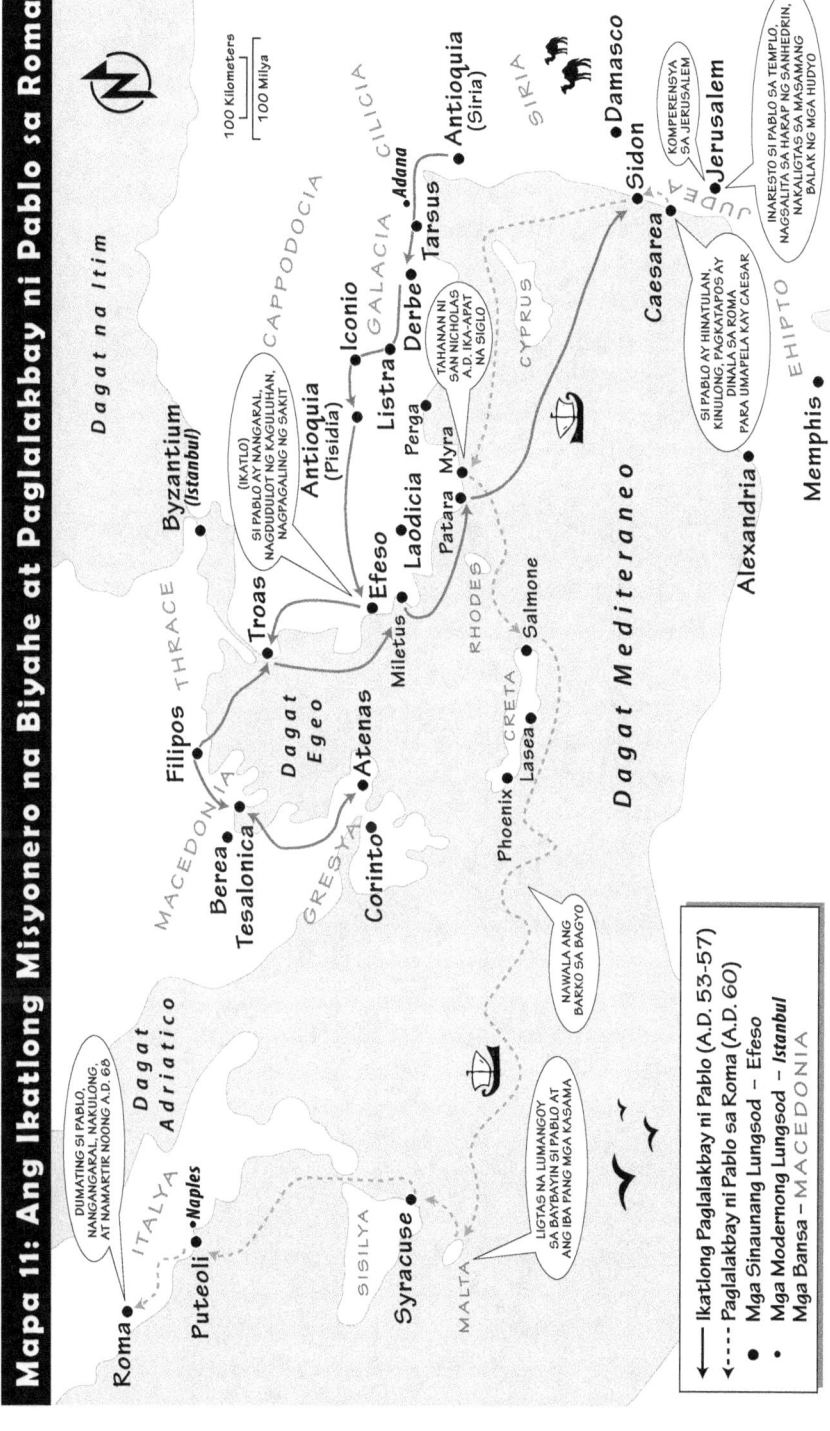

Mapa 11: Ang Ikatlong Misyonero na Biyahe at Paglalakbay ni Pablo sa Roma

100 Kilometers
100 Milya

Dagat na Itim

Antioquia (Siria)

SIRIA

Damasco

Jerusalem

KOMPERENSYA SA JERUSALEM

INARESTO SI PABLO SA TEMPLO, NAGSALITA SA HARAP NG SANHEDRIN, NAKALIGTAS SA MASAMANG BALAK NG MGA HUDYO

Tarsus

Adana

CILICIA

GALACIA

CAPPODOCIA

Iconio

Antioquia (Pisidia)

(IKATLO) SI PABLO AY NANGARAL, NAGDULOT NG KAGULUHAN, NAGPAGALING NG SAKIT

Listra

Derbe

Laodicia

Perga

TAHANAN NI SAN NICHOLAS A.D. IKA-APAT NA SIGLO

Efeso

Patara

Myra

CYPRUS

Caesarea

Sidon

JUDEA

SI PABLO AY HINATULAN, KINULONG, PAGKATAPOS AY DINALA SA ROMA PARA UMAPELA KAY CAESAR

EHIPTO

Alexandria

Memphis

Byzantium (Istanbul)

THRACE

Troas

Miletus

Dagat Egeo

Atenas

Salmone

RHODES

Laodicia

Dagat Mediteraneo

Filipos

MACEDONIA

Berea

Tesalonica

GRESYA

Corinto

Phoenix

Lasea

CRETA

NAWALA ANG BARKO SA BAGYO

Dagat Adriatico

DUMATING SI PABLO, NANGANGARAL, NAKULONG, AT NAMARTIR NOONG A.D. 68

ITALYA

Naples

Puteoli

Roma

SISILYA

Syracuse

MALTA

LIGTAS NA LUMANGOY SA BAYBAYIN SI PABLO AT ANG IBA PANG MGA KASAMA

Ikatlong Paglalakbay ni Pablo (A.D. 53-57)

Paglalakbay ni Pablo sa Roma (A.D. 60)

Mga Sinaunang Lungsod – Efeso

Mga Modernong Lungsod – Istanbul

Mga Bansa – MACEDONIA

325

www.ingramcontent.com/pod-product-compliance
Lightning Source LLC
Chambersburg PA
CBHW070905120626
46546CB00001B/146